१९६० नंतरची

सामाजिक स्थिती आणि साहित्यातील नवे प्रवाह

आनंद यादव

मेहता पब्लिशिंग हाऊस

✆ +91 020-24476924 / 24460313 / Mob. No. 954500513
Email : production@mehtapublishinghouse.com
Website : www.mehtapublishinghouse.com

1960 NANTARCHI SAMAJIK STHITI ANI SAHITYATEEL NAVE PRAVAH by ANAND YADAV

१९६० नंतरची सामाजिक स्थिती आणि साहित्यातील नवे प्रवाह / आनंद यादव / संदर्भ ग्रंथ

Email : author@mehtapublishinghouse.com

प्रकाशक : सुनील अनिल मेहता, मेहता पब्लिशिंग हाऊस,
१९४१, सदाशिव पेठ, माडीवाले कॉलनी, पुणे ४११०३०.
अक्षरजुळणी : एच.एम. टाइपसेटर्स, ११२०, सदाशिव पेठ, पुणे - ३०.
मुद्रक : ट्रिनिटी ॲकॅडमी फॉर कॉर्पोरेट ट्रेनिंग लिमिटेड
प्रकाशनकाल : मार्च, २००१ / पुनर्मुद्रण : सप्टेंबर, २०१४
मुखपृष्ठ : शैलेश मांढरे
किंमत : ₹ २००

P Book ISBN 9788177661019
E Book ISBN 9789386454447
E Books available on : amazonkindle Apple Books Google Play Books

---

प्रिय डॉ. प्रा. र. बा. मंचरकर

यांना

स्नेहपूर्वक अर्पण...

तुम्ही साहित्याची मीमांसा वाङ्‌मयीन आणि सामाजिक जाणिवेने
अभ्यासपूर्वक करणारे विधायक वृत्तीचे समीक्षक आहात.
तुमची समीक्षा मला नेहमीच चिंतनप्रवृत्त करते.

– आनंद यादव

अभिप्राय

अत्यंत अभ्यासपूर्ण मीमांसा

नासिक सकाळ

साहित्य आणि समाज यांचा संबंध दाखवणारे लेख...

दैनिक सकाळ ९-९-२००१

मराठी समाज, साहित्य व संस्कृतीचा मार्मिक वेध

विवेक मॅगझीन

पन्नास वर्षांतील मराठी साहित्य संस्कृतीचा आढावा

दैनिक सकाळ, कोल्हापूर ५-८-२००१

साहित्यप्रवाहांच्या निर्मितीचे स्वरूप आणि ध्येय

जगाचा इतिहास राजेशाहीकडून लोकशाहीच्या दिशेने प्रवास करताना दिसतो. त्याबरोबरच जगातील ललित साहित्य हेही राजेशाहीकडून लोकजीवनाकडे प्रवास करताना दिसते. भारतापुरते उदाहरण घ्यायचे तर प्राचीन संस्कृत वाङ्मयात राजा किंवा राजपुत्र हेच संस्कृत वाङ्मयातील नायक दिसतात. त्यानंतर एखाद्या संस्कृत नाटकात एखादा ब्राह्मण क्वचित नायक झालेला दिसतो. मध्ययुगीन काळात संतवाङ्मयाचा नायक खुद्द परमेश्वरच होता. पंडिती वाङ्मयही परंपरावादीच होते. ब्रिटिश अमदानीमध्ये भारताला हळूहळू लोकशाहीचा स्पर्श झाला. युरोपात तत्पूर्वीच लोकशाही आली होती. भारताच्या स्वातंत्र्यपूर्व काळात मराठी साहित्यात प्रामुख्याने मध्यम वर्गातीलही ब्राह्मण समाजाचे प्रतिनिधित्व करणारे साहित्य निर्माण होत होते. स्वातंत्र्योत्तर काळात जनजाती जागृत होऊ लागल्या आणि त्यांच्या साहित्याचे नायक त्यांच्या समाजातून निर्माण होऊ लागले.

अंतिमत: साहित्य हे व्यापक अर्थाने जागृत समाजजीवनाचा आरसा असते, ते याही अर्थाने खरे आहे.-- देशाला स्वातंत्र्य मिळाल्याबरोबर लोकशाहीची स्थापना झाली. १९५० साली देश प्रजासत्ताक झाला. पण या काळात महाराष्ट्रात पांढरपेशा सुशिक्षित वर्ग समाजजीवनाशी संबंध नसलेलं कलावादी साहित्य निर्माण करत होता. त्याचे तत्त्वज्ञान हिरिरीने गांडत होता. वास्तविक या काळात मार्क्सवादी, समाजवादी, गांधीवादी तत्त्वज्ञानाने प्रभावित होऊन काही मान्यवर साहित्यिक १९४५ पूर्वी समाजाचे समग्रपरिवर्तन करण्याच्या उद्देशाने आपआपल्या परीने साहित्यनिर्मिती करत होते. त्याला १९४५ नंतर 'जीवनवादी' हा शिक्का मारून कलावाद्यांनी ते निकालात काढले. वास्तविक १९५० नंतर अशा प्रकारच्या जीवनवादी, परिवर्तनवादी साहित्याची आणि त्याच्या निर्मितीची नितान्त गरज मराठी समजाला वाटत होती.

स्वातंत्र्योत्तर दहा-पंधरा वर्षांनंतर म्हणजे १९६०-६५ च्या आसपास शिक्षण प्रसार, लोकशाही, शिक्षण सवलती, व्यक्तिस्वातंत्र्य, मतस्वातंत्र्य यांचा प्रभाव पडून जनजाती कधी नव्हे ते जागृत होत होत्या. त्यांना आपली मानसिक गुदमर मांडावीशी वाटत होती. हजारो वर्षे होणाऱ्या अन्यायाला वाचा फोडाविशी वाटत

होती. आधुनिक युगाचा प्रभाव पडून स्वातंत्र्य, समता, बंधुता, धर्मनिरपेक्षता, बुद्धिवाद, यांचा प्रभाव जनमानसावर पडत होता. यामुळे नव्या समाजरचनेची गरज वाटत होती. जुनी मूल्ये, जुने मानदंड, जुन्या धर्मकल्पना, जुन्या संस्कृतिकल्पना, जुने अर्थकारण, जुने स्तरीकरण, सर्व प्रकारची जुनी विषमता यांचा जाती, पंथ, दैववाद, परंपरा इत्यादी जुन्या व्यवस्थांचा निकडीने आणि नव्याने विचार करण्याची गरज वाटत होती. आजवरच्या उपेक्षित लोकसागराला नव्या जाणिवांची उत्तुंग भरती येत होती.

या उत्तुंग भरतीचा म्हणजे अस्वस्थ जाणिवांचा आविष्कार म्हणजेच स्वातंत्र्योत्तर अनेक साहित्यप्रवाह होत. दलित, ग्रामीण, जनवादी, स्त्रीवादी, कामगार साहित्य हे साहित्यप्रवाह काय किंवा मुस्लिम, ख्रिश्चन, जैन यांचे साहित्यप्रवाह काय, हे सर्वच समाजव्यवस्थेत कोणत्या ना कोणत्या प्रकारची कोंडी, कुचंबणा, अन्याय, शोषण, दैन्य, दुःखे, उपासमार, उपेक्षा यांच्या कैचीत कुचंबणाऱ्या लोकसमूहांचे होते.

या सर्वच साहित्य प्रवाहांना सर्वार्थाने समता हवी होती. शोषणरहित समाजरचना हवी होती. सर्व समाज एका पातळीवर एकात्म स्वरूपात हवा होता. जाति-धर्मांचे, प्रदेशांते तटगट तोडून फोडून मानवतावादी दृष्टीने, शुद्ध राष्ट्रीय भावनेने प्रेरित झालेली समाजरचना हवी होती. या अर्थाने हे सर्व साहित्य-प्रवाह समग्र परिवर्तनवादी होते. हीच त्यांच्या निर्मितीमागची प्रेरणा होती.

साहित्यप्रवाह निर्मितीची ही प्रेरणा त्या त्या जनजातिसमूहांच्या विशिष्ट प्रकारचा रागलोभ, त्यांच्या त्यांच्या पूर्वानुभवांच्या प्रकाशात व्यक्त करीत असल्याने हे साहित्यप्रवाह दृश्य स्वरूपात, अनुभव घटकांच्या स्वरूपात, भाषिक मांडणीच्या रूपात वेगळे दिसत असले तरी त्यांचा मूलभूत गाभा 'समग्र परिवर्तन' हातच होता.

प्रामुख्याने १९७० ते १९९५ हा पंचवीस वर्षांचा काळ या साहित्यप्रवाहांच्या धामधुमीचा आणि उत्कर्षाचा होता. त्यांचे अनुभवविश्व तोपर्यंतच्या मराठी साहित्याला अनोळखी होते. ते धगधगते, अभिनिवेशयुक्त, आक्रमक स्वरूपाचे काहीसे घोषयुक्त, त्यामुळे मानसिक दबाव आणणारे, पूर्वसूरींना धक्के देऊन बाजूला सारणारे, प्रस्थापितांना त्यांच्या अपराधाची जाणीव करून देणारे, निर्मितीचा ओघ तुडुंब भरून वाहणारे होते. निर्मिती, तिची समीक्षा, तिचे समर्थन, तिचा उद्देश स्पष्ट करणारे होते. या काळात जवळ जवळ सर्वच प्रमुख प्रवाहांची प्रतिष्ठाने, संमेलने, व्यासपीठे, संस्था जन्माला आल्या, नवतेच्या उत्साहाने हे प्रवाह क्रियाशील झालेले होते. पूर्वसूरींशी संघर्ष करत ते स्वत: स्थिर होऊ पाहत होते; प्रतिष्ठा, प्रसिद्धी मिळवू पाहत होते.

या पंचवीस वर्षांच्या काळात त्यांनी मराठी साहित्याचे स्वरूप पार बदलून

टाकले. कलावादाने साहित्याला समाजापासून तोडले होते; त्याची नाळ पुन्हा या साहित्यप्रवाहांनी जोडून घेतली आणि मराठी साहित्य पुन्हा समाजाला सन्मुख, सामोरे, सहप्रवाही करून घेतले. त्यांनी मराठी साहित्याला मराठी मातीचा गंध दिला. जनसामान्यांच्या सांस्कृतिक अंतरंगाचा मातकट लाल टिळा त्याच्या कपाळी लावला.

हे प्रवाह १९९० ते ९५ च्या आसपास स्थिरता पावले. काहीसे शांत, धिम्याचालीचे झाले. ज्यांचे एकच एक दैवत होते, ज्यांनी विषयाची ठराविक सूत्रेच फक्त आत्मसात केली होती, जे श्रेयासाठी मतलबी होऊन इतरांपासून अलिप्त राहिले, ज्यांनी साहित्याच्या स्वरूपाचा नीट अभ्यास केला नाही, ज्यांनी तेच तेच साहित्यप्रकार त्याच त्या अभिनिवेशी पवित्र्याने, एकसुरी मांडणीने हाताळले ते साहित्य प्रवाह काहीसे आवर्तात सापडले.

जे धिम्या, दमदार गतीने चालत होते, प्राप्त काळातील सामाजिक बदलाबरोबर सहप्रवास करत होते, ज्यांनी स्वत: बरोबरच नव्या दमदार तरुण पिढीलाही आस्थापूर्वक घडवणाचा आणि साहित्यशिक्षण देण्याचा प्रयत्न केला ते प्रवाह दमदारपणे कालाबरोबर, बदलाबरोबर प्रवाहतच राहिले.

जे प्रतिक्रियावादीवृत्तीने, स्वत:च्या जाती, धर्म, पंथ, प्रदेश, समूह यांच्या जोरावर प्रवाह निर्माण करू पाहत होते, त्यांचे वेगळेपण ठळकपणे उभे राहू शकले नाही. त्यांची अंतर्मुखता कमी पडली. आत्मशोधात ते यशस्वी होऊ शकले नाहीत. त्यांचे प्रवाहही क्षीणबल राहिले. त्यांना प्रवाहाच्या स्वतंत्रपणाचे मर्म सापडले तरी त्याचे पोषण अनेक कारणांनी करता येऊ शकले नाही.

प्रवाहाचा गूळ ऊर्जा-स्रोत दणकट, व्यापक, टिकावू आणि स्वयंसिद्ध असेल तरच प्रवाहही आपला स्वतंत्र मार्ग काढू शकतो. स्वतंत्र अस्तित्व टिकवू शकतो.

गेल्या पन्नास वर्षांत सामाजिक स्थिति-गती, परिस्थिती, प्रेरणा-प्रवृत्ती हळूहळू बदलत गेल्या. त्यांचा परिणाम होऊन साहित्यप्रवाह जन्माला आले. प्रवाह जन्माला आल्यानंतरही सामाजिक स्थितिगती, परिस्थिती, प्रेरणा-प्रवृत्ती टप्प्याटप्प्याने बदलतच असतात. अशावेळी त्यांचा वेध घेत साहित्यप्रवाहांना नवे वळण द्यावे लागते, पूर्वीचा टप्पा जो असतो त्यातून बाहेर पडून नव्या टप्प्यावर नवा आशय, नवी मांडणी जाणीवपूर्वक आत्मसात करण्याची गरज असते. त्यासाठी नवी साहित्यिक पिढी आस्थापूर्वक घडवावी लागते. ती घडविली तरच नवे अनुभव, नवी मांडणी प्रवाहांना लाभू शकते. हे झाले नाही तर प्रवाह आवर्तात सापडतात. तिथेच भोवरा करून घोटाळत आणि केवळ विस्तारत राहतात. त्यांचा विकास खोळंबून राहतो. ते कुंठित गती होतात. कोणत्याही प्रवाहाला हा धोका नेहमीच असतो. त्यामुळे प्रवाह निष्प्रभ होऊ शकतात, इतिहासगत होतात.

प्रस्तुत ग्रंथात प्रवाहाचा स्वभाव गृहीत धरूनच साहित्यप्रवाहाच्या सर्वांगीण तात्त्विक स्वरूपाचे विवेचन करण्याचा प्रयत्न केला आहे. १९८० ते २००० या वीस वर्षांच्या काळात नवनव्या साहित्यप्रवाहांविषयी अनेकांनी अभिनिवेशाने, समर्थकाच्या भूमिकेतून, एकांगीपणे समीक्षालेखन केल्यामुळे ते अनेक वेळा विविध तर्कदोषांनी डागाळलेले दिसते. समीक्षेची परिभाषाही अनेकांना नीटपणे माहीत नसल्याचे पडताळे त्यांच्या लेखनातून येतात. मुख्यत: 'साहित्य-प्रवाह' या संकल्पनेविषयीच अनेकांचा गोंधळ आहे. या संकल्पनेचे व्यवच्छेदक लक्षणच अनेकांच्या मनात स्पष्ट नसल्याने साहित्याच्या क्षेत्रातील विविध स्वरूपांतील वाङ्मयीन अंगोपांगांना, वृत्ति-प्रवृत्तींना, वादांना, प्रकारांनाही 'प्रवाह' म्हणूनच ते संबोधतात आणि गोंधळ, अनागोंदी निर्माण करतात म्हणून प्रस्तुत ग्रंथात 'साहित्य प्रवाह' नेमके कशाला म्हणावयाचे, त्याचे व्यवच्छेदक लक्षण नेमके कोणते आहे, ते साहित्यातील पंथ (ism), वृत्ती, प्रवृत्ती, प्रकार, अनुभवातील घटक (काव्यात्मता, नाट्यात्मता, विनोद इत्यादी) आणि त्यांची वैशिष्ट्ये यांच्यापासून कसे वेगळे आहेत, हे विस्तृतपणे विवेचन करून दाखवून देण्याचा प्रयत्न केला आहे.

साहित्याच्या अंतर्गत क्षेत्रात प्रस्थापित मराठी कलावादी साहित्य आणि १९६० नंतरचे नवजात परिवर्तनवादी साहित्य या दोहोंमध्ये वाङ्मयीन संघर्ष झाला. त्या संघर्षाला तोंड देत नवे साहित्यप्रवाह कसे स्थिर झाले, त्याचा आलेखही प्रस्तुत ग्रंथात प्रथमच काढलेला आहे. तसेच परिवर्तनवादी साहित्यप्रवाहांना सशक्त करण्यासाठी 'कादंबरी' हा साहित्यप्रकार कसा अनुकूल आहे, हेही दाखवण्याचा प्रयत्न केला आहे.

जनसामान्यांच्या समाजातून जे अनेकविध साहित्यप्रवाह जन्माला आले, त्याची कारणे देऊन, महाराष्ट्राच्या शहरेतर (ग्रामीण) समाजातील तरुण पिढीची सामाजिक आणि मानसिक कोंडी कशी झालेली आहे, आणि त्या कोंडीचा स्फोट म्हणजेच हे विविध साहित्यप्रवाह कसे आहेत, याचीही मीमांसा केलेली प्रस्तुत ग्रंथात दिसेल.

ग्रामीण साहित्य-प्रवाहातील स्त्रीदर्शनाचा विकास कसकसा होत गेला, हे आजच्या स्त्रीमुक्तिवादी किंवा स्त्रीवादी साहित्य प्रवाहाला दाखवून देण्याची आवश्यकता होती. त्याचबरोबर स्त्रीवादी साहित्य-प्रवाह हा प्रामुख्याने शहरनिष्ठ, मध्यमवर्गीय, सुशिक्षित स्त्रीच्या मानसिकतेभोवतीच रेंगाळताना दिसतो. त्या प्रवाहाने ग्रामीण स्त्रीदर्शनही घडवून आणावे, अशी अपेक्षा व्यक्त करून ग्रामीण साहित्य प्रवाहातील स्त्री-पुरुष साहित्यिकांनी रेखाटलेल्या ग्रामीण स्त्रीची रूपरेषा मांडण्याचाही प्रयत्न केला आहे.

ग्रामीण साहित्य प्रवाह आणि दलित साहित्यप्रवाह यांची तुलना करून त्यांच्यातील मूलभूत साम्य-भेद स्पष्ट केले आहेत. त्यामुळे या प्रवाहांचा अभ्यास

करणे रसिक-वाचक आणि अभ्यासक यांना सोयीचे होईल, असे वाटते.

शेवटी साहित्य-प्रवाह जरी त्यांच्या स्वरूपांमुळे अलगतावादी वाटत असले, प्रस्थापित साहित्यिकांनी आणि त्यांच्या साहित्यसंस्थांनी, शिक्षणसंस्थांनी त्यांची मनोमन उपेक्षा करण्याचे धोरण ठेवलेले असले तरी एकूणच मराठी साहित्य, मराठी समाज आणि पर्यायाने भारतीय समाज व भारत राष्ट्र एकात्म होणे, हेच या प्रवाहांचे ध्येय असले पाहिजे. जगातील कोणत्याही समाजाचे आणि साहित्याचे ध्येय हेच असू शकते. साहित्यप्रवाह हट्टाने, दुराग्रहाने अलग ठेवण्यामुळे ते साहित्य आणि तो समाजही एकूण व्यापक मराठी साहित्य आणि समाज यांच्यापासून अलग पडण्याचाच धोका निर्माण होतो. त्यामुळे साहित्यप्रवाहांचे ध्येयही एकूण मराठी साहित्यसागराला समृद्ध करणे हेच असले पाहिजे; यातच प्रत्येक साहित्यप्रवाहाचे साध्य आणि श्रेय आहे, ही धारणा प्रवाहातील प्रत्येक साहित्यिकानेही ठेवण्याची नितान्त आवश्यकता आहे. या हेतूनेही काही लेखन प्रस्तुत ग्रंथात समाविष्ट केलेले दिसेल.

गेली अठरा-वीस वर्षे सातत्याने चिंतन करून प्रस्तुत ग्रंथातील लेख लिहिले आहेत. हे लेखन करताना प्रामुख्याने मनासमोर साहित्य-प्रेमी तरुण पिढीला मार्गदर्शन व्हावे, समीक्षकांना, मराठीच्या प्राध्यापकांनाही त्याचा लाभ व्हावा, अशी अपेक्षा ठेवली आहे. 'मेहता पब्लिशिंग हाऊस'च्या प्रकाशक पिता-पुत्रांनी त्या अपेक्षेची परिपूर्ती प्रस्तुतच्या ग्रंथरूपाने केली आहे. त्यांचे-माझे संबंध आभारापलीकडचे आहेत. म्हणून मी त्यांच्या ऋणात कायमचा राहू इच्छितो.

– आनंद यादव

अनुक्रमणिका

साहित्यप्रवाहांचे स्वरूप

'साहित्यप्रवाह' ही संकल्पना आधुनिक आहे. मराठी साहित्यात हा शब्दप्रयोग १९८० च्या आसपास ठळकपणे रूढ झाला. अगोदर वस्तूचा जन्म होतो; नंतर तिचे नामकरण आणि व्यवस्थापन होते. साहित्याच्या संदर्भात सांगावयाचे तर अगोदर साहित्यनिर्मिती आणि नंतर तिची संकल्पना, व्यवस्थापन, असा स्वाभाविक क्रम असतो.

प्रवाहनिर्मितीच्या बाबतीतही असाच क्रम असतो. दलित साहित्य, ग्रामीण साहित्य, स्त्रीमुक्तिवादी साहित्य, ख्रिस्ती साहित्य, मुस्लीम साहित्य, आदिवासी साहित्य इत्यादी शब्दप्रयोग मराठी साहित्यात स्वातंत्र्योत्तर काळात ऐकू येऊ लागले. हे सगळे साहित्यप्रवाहच आहेत का?- असाही प्रश्न या संदर्भात उद्भवतो. तसेच साहित्यप्रवाहसदृश इतरही काही शब्दप्रयोग साहित्यक्षेत्रात पूर्वीपासून रूढ आहेत. त्यांच्यात आणि साहित्यप्रवाहात नेमका भेद कुठे आहे, हेही तपासावे लागेल.

दलित, ग्रामीण, स्त्रीमुक्तिवादी या प्रवाहांचे साहित्य लक्षणीय स्वरूपात प्रथम जन्माला आले. त्यानंतर काही वर्षांनी त्यांना प्रस्तुतची नावे मिळाली. पण वर सांगितलेली बाकीची प्रवाहांची नावे अगोदर आणि प्रवाहनिर्मिती मात्र नंतर करण्याचा प्रयत्न झाला. ही बाकीची नावे काहीशी वाङ्मयक्षेत्रातील प्रतिक्रियावादातून जन्मली. त्यांचे फारच थोडे साहित्य आहे, पण ते प्रवाह नाहीत, अशी आज तरी वस्तुस्थिती आहे.

'साहित्यप्रवाह' म्हणजे 'साहित्यप्रकार' नव्हेत. त्या परस्परभिन्न आणि वेगवेगळ्या संकल्पना आहेत. मात्र त्या विरोधी नाहीत. 'प्रवाह' ही संकल्पना अनेक साहित्यप्रकारांमधून निष्पन्न होणाऱ्या सामाजिक आशयाशी संबंधित

असते. उलट 'प्रकार' ही संकल्पना साहित्यकृतीच्या अभिव्यक्तीच्या विशिष्ट रूपाशी संबंधित असते; ती साहित्याच्या बाह्यांगाशी निगडित असते. उदा. 'ग्रामीण', 'दलित', 'स्त्रीवादी' ही साहित्यकृतीची प्रवाहवाचक विशेषणे असून ती साहित्यकृतीच्या आशयासंबंधीची माहिती सांगतात. तर 'कथा', 'कादंबरी', 'नाटक', 'कविता' ही प्रकारवाचक विशेषणे असून, ती साहित्याची अभिव्यक्ती कोणत्या विशिष्ट रूपात (आकृतिबंधात) झालेली आहे, ते सांगतात.

कोणत्याही एका साहित्यप्रवाहात अनेक साहित्यप्रकार समाविष्ट होऊ शकतात. उदा. ग्रामीण साहित्यप्रवाहात कविता, कथा, कादंबरी, ललित गद्य इत्यादी अनेक साहित्यप्रकार असू शकतात. पण कोणत्याही एकाच साहित्यप्रकारात कोणताही एक साहित्यप्रवाह संपूर्णपणे समाविष्ट होऊ शकत नाही. सामान्यत: कोणताही एखादा साहित्यप्रवाह एकापेक्षा अनेक साहित्यप्रकारांतून व्यक्त होत असतो. उदा. मराठीमध्ये दलित साहित्यप्रवाह प्रामुख्याने कविता व आत्मकथन या साहित्यप्रकारांतून अभिव्यक्त होताना दिसतो. पण म्हणून कविता व आत्मकथने फक्त दलित साहित्यप्रवाहातच असू शकतात, असे उलटे विधान आपण करू शकत नाही.

पुष्कळ कलावादी साहित्यिक व समीक्षक प्रवाहांनाच प्रकार मानतात आणि 'साहित्यात ग्रामीण, दलित, स्त्रीवादी असे प्रकार आम्ही मानत नाही,' अशी उथळ विधाने करतात. त्यांची ती भूमिका अपुरी किंवा एकांगी असते. कारण ती विचारप्रणाली केवळ रूपलक्षी आहे. साहित्यकलेचा समग्रपणे अभ्यास करणाऱ्यांची ती दिशाभूल करणारी असते. कलावादी विचारसरणीची ती अंगभूत मर्यादा आहे.

आधुनिक समाजव्यवस्थेत जीवनाच्या अनेक क्षेत्रांत जगण्याच्या आणि वर्गीकरण-व्यवस्थापनाच्या नव्या नव्या कल्पना आणि संकल्पना निर्माण होत असतात. त्यामुळे आधुनिक साहित्याची संकल्पना, त्याची मूल्ये, त्याच्याकडे पाहण्याचे दृष्टिकोन, त्याचे नवे व्यवस्थापन हेही नव्याने निर्माण होतात, व नंतर रूढही होत असतात. त्याचाच एक भाग म्हणून 'साहित्यप्रवाह' ही संकल्पना आधुनिक मराठी वाङ्मयात स्वातंत्र्योत्तर काळात नव्याने रूढ झाली.

त्या त्या समाज-जीवनाची वैशिष्ट्ये त्या त्या काळात साहित्यात उमटत असतात. 'साहित्यप्रवाह' या नव्या संकल्पनेच्या भिंगातून आजच्या साहित्यप्रवाहांचीही वेगवेगळी वैशिष्ट्ये दिसतात. ती आज जाणवत असली तरी 'वैशिष्ट्य'युक्त साहित्यनिर्मिती ही प्राचीन कालापासून होतेच आहे. मुळात मानवी समाज हाच प्रवाही असतो. कोणत्याही समाजाच्या निरनिराळ्या काळात निरनिराळ्या विकासावस्था किंवा विकासाचे टप्पे असतात. उदा. भारतीय समाजाचे वेदकालीन समाज, वेदकालोत्तर रामायण-महाभारतकालीन समाज, मौर्यकालीन समाज, मोगलकालीन समाज, यादवकालीन, शिवकालीन समाज इ. निरनिराळ्या विकासावस्था किंवा

विकासाचे टप्पे, किंवा स्थित्यंतराचे टप्पे असतात, ते दाखवता येतात.

याबरोबरच निरनिराळ्या खंडांत, देशांत, इतकेच काय, एखाद्या देशातील निरनिराळ्या प्रदेशांत एकाच काळात निरनिराळी वैशिष्ट्ये असलेले अनेक समाज अस्तित्वात असतात. विसाव्या शतकाच्या एकाच काळात युरोप, आफ्रिका, आशिया, भारत, महाराष्ट्र यांसारख्या खंडांत, देशांत, प्रदेशांत वेगवेगळी वैशिष्ट्ये व विकासाचे टप्पे असलेले अनेक समाज अस्तित्वात आहेत.

या वेगवेगळ्या समाजांची वैशिष्ट्ये त्यांच्या त्यांच्या साहित्यात उमटत असतात. तो तो विशिष्ट समाज हा प्रवाही किंवा विकसनशील स्वभावाचा असल्यामुळे त्याच्या विकासाच्या निरनिराळ्या टप्प्यांवर त्याला भावलेली, जाणवलेली निरनिराळी वैशिष्ट्ये प्राप्त होत असतात. त्याला भावलेली किंवा जाणवलेली ही वैशिष्ट्ये साहित्यातही प्रतिबिंबित होत असतात. त्यामुळे त्या समाजाचे साहित्यही प्रवाही झालेले असते. अशा रीतीने साहित्यातही विकासाचे टप्पे निर्माण होत असतात.

समाजातील जो स्तर अगोदर साहित्यनिर्मिती करतो त्याची वैशिष्ट्ये त्या समाजाच्या साहित्यात अगोदर येतात, आणि ते साहित्य त्या संपूर्ण समाजाचे प्रातिनिधिक साहित्य म्हणून मान्यता पावते. उदा. १८७० ते १९४० पर्यंतच्या काळातील आधुनिक मराठी साहित्य शहरवासी, मध्यमवर्गीय, ब्राह्मण साहित्यिकांनी स्वत:च्या वर्गाशी संबंधित अनुभवांतूनच प्रामुख्याने निर्माण केले. त्यामुळे ते साहित्य ब्राह्मणी संस्कृतीच्या जीवनाशी संबंधित होते. या साहित्यालाच संपूर्ण मराठी समाजाचे प्रातिनिधिक मराठी साहित्य म्हणून मान्यता मिळाली. तोच प्रवाह पुढे 'मराठी साहित्य' म्हणून मान्यता पावला.

समाजात साहित्यनिर्मिती करणाऱ्या स्तरांतर्गतही विकासाच्या विशिष्ट टप्प्यावर जगण्याच्या अनेक कारणांनी व भिन्न भिन्न दृष्टिकोनांमुळे मतभेद होतात किंवा संघर्ष निर्माण होतात. त्या संघर्षातूनही मग नवे वैशिष्ट्यपूर्ण साहित्य त्या समाजात जन्माला येते. उदा. १९२५ ते ४० या काळात कलेसाठी कला की जीवनासाठी कला असा वाद सुरू झाला. त्यातून विविध दृष्टीचे साहित्य निर्माण होऊ लागले. स्वच्छंदतावादी, सौंदर्यवादी किंवा मनोरंजनवादी (कलेसाठी कला मानणारे) साहित्य निर्माण होऊ लागले. तसेच मार्क्सवादी, वास्तववादी (जीवनासाठी कला मानणारे) साहित्यही निर्माण होऊ लागले. पुढे १९४५ ते ६० च्या काळात त्याचाही पुढचा टप्पा निर्माण होऊन नवसाहित्य, कलावादी, रूपवादी साहित्य, अंतर्मनाचा (संज्ञाप्रवाही) शोध घेणारे साहित्य निर्माण होऊ लागले.

याच्याही पुढचा टप्पा असा की समाजाचा जो विशिष्ट स्तर आजवर साहित्यनिर्मिती करीत असतो, त्याच्यापेक्षा वेगळा स्तर कालौघात विकास पावून तोही साहित्यनिर्मिती करू लागतो आणि त्या समाजात त्याचे साहित्य तोवरच्या साहित्यक्षेत्रात वेगळेपणाने

उठून दिसते, लक्ष वेधून घेते. दलित साहित्य, ग्रामीण साहित्य, स्त्रीमुक्तिवादी साहित्य, हे अशा प्रकारचे साहित्य मानता येईल.

पुन्हा त्याही सामाजिक स्तरात अंतर्गत संघर्ष निर्माण होऊन, मतभेद होऊन, जगण्याच्या वेगवेगळ्या कल्पनांना महत्त्व येऊन, पुन्हा नव्या वैशिष्ट्यांचे साहित्य निर्माण होऊ शकते. उदा. जनसामान्यांच्या, नवजागृत स्तरातीलच ख्रिस्ती बांधव, मुस्लीम बांधव, आदिवासी बांधव आपआपल्या काहीशा वेगळ्या अस्तित्वाच्या जाणिवेने प्रभावित होऊन आपआपल्या समाजगटाची साहित्यनिर्मिती करताना दिसतात. उद्योगप्रधान शहरातील नव्याने जन्माला येणारे कामगार साहित्य हेही अशाच प्रकारचे साहित्य मानता येईल.

या प्रक्रियेवरून आपल्या असे लक्षात येते की 'समाज' हा जसा प्रवाही आहे, तसेच त्या समाजात निर्माण होणारे साहित्य हेही प्रवाहीच असते. ज्या विरोध-विकास सिद्धान्तानुसार समाज प्रवाहित झालेला असतो, तोच सिद्धान्त नवनव्या वैशिष्ट्यांचे साहित्य निर्माण व्हायला किंवा नवनव्या साहित्यप्रवाहांचा जन्म व्हायला कारणीभूत झालेला असतो. कारण साहित्यात अंतिमतः मानवी मनाचे, जीवनाचे आणि समाजाचेच प्रतिबिंब उमटत असते. (मन हेही मानसशास्त्रीय दृष्ट्या संज्ञाप्रवाहीच असते.) म्हणून साहित्याचे स्वरूप प्रवाहीच असणार. वेळोवेळी समाजात नवे नवे साहित्यप्रवाह जन्माला येतच राहणार.

संस्कृत साहित्यशास्त्रात 'नवनवोन्मेषशालिनी प्रज्ञा प्रतिभा' अशी प्रतिभेची व्यांख्या केली आहे. प्रतिभेला सतत नवेनवे स्फुरत असते. अर्थातच या प्रतिभेतून आकाराला आलेले साहित्यही नवेनवे स्वरूप धारण करणारेच असणार. साहित्याची जी विविध स्वरूपे असतात, त्यांतील काही स्वरूपे ही नव्या प्रवाहांचे आकार धारण करतात. म्हणजे प्रतिभेचे मूल स्वरूपही साहित्यक्षेत्रात नवे नवे प्रवाह निर्माण करायला अनुकूल असते. अर्थात हेही खरे की प्रतिभेचे स्फुरण हे नवे असले तरी प्रत्येक स्फुरणातून किंवा उन्मेषातून नवे साहित्यप्रवाह निर्माण होतीलच असे नाही. मात्र नवी साहित्यकृती जरूर निर्माण होईल. प्रत्येक नवी साहित्यकृती म्हणजे काही नवा प्रवाह नसतो. नवी साहित्यकृती आणि नवा साहित्यप्रवाह ह्याही भिन्न भिन्न संकल्पना आहेत.

'नवी साहित्यकृती' या शब्दप्रयोगाला साहित्यक्षेत्रात विशिष्ट अर्थ आहे. 'अगदी अलीकडे, कालपरवा जन्माला आलेली साहित्यकृती' या रूढार्थाने तो शब्दप्रयोग केला जात नाही. केला तरी फक्त कालदर्शक शब्दप्रयोग होतो. 'नवी साहित्यकृती' याचा नव वाङ्मयीन क्षेत्रातील विशिष्ट, मर्ढेकरी अर्थ असा की, आजवर ज्ञात असलेल्या त्या विशिष्ट साहित्यप्रकारात अभिव्यक्तीची नवी मांडणी करणारी, ज्ञात अनुभवांचेच पण अनोखे, अपूर्व अंतरंगदर्शन घडविणारी, ज्ञात अनुभवांनाच अधिक

सखोलतेने, अधिक सूक्ष्मतेने, अनोख्या नजरेने पाहून, त्यांचे त्या पातळीवर दर्शन घडविणारी, ज्ञात अनुभवांचाच अनोखा 'तळ' शोधणारी अशी ती साहित्यकृती असते. त्या अर्थाने तिला 'नवी साहित्यकृती' म्हटले जाते. वाङ्मय वैशिष्ट्यांच्या दृष्टीने ती 'नवी' असते; केवळ कालसंदर्भाने ती 'नवी' नसते.

मात्र नव्या साहित्य प्रवाहातील कालसंदर्भाने नवी असलेली साहित्यकृती मुळात वाङ्मय वैशिष्ट्यांच्या दृष्टीने, विशिष्ट वाङ्मयीन अर्थाने, 'नवी' असेलच असे नाही. किंबहुना तिच्यातील जीवनविषयक, समाजविषयक आशय हा आजवरच्या उपेक्षितांच्या जीवनाविषयीचा, किंवा समाजस्तराविषयीचा असला तरी त्या आशयाची अभिव्यक्ती किंवा रूप हे गतानुगतिक पद्धतीने रूढ शैलीनेच झालेले असण्याची शक्यता नाकारता येत नाही. उदाहरणार्थ विजय सिरसट यांच्या 'कुस्ती', 'काळगर्भ' या कादंबऱ्यांतून किंवा योगीराज वाघमारे, दया पवार यांच्या कविता, कथा, कादंबऱ्यांतून व्यक्त होणारा दलित जीवनाचा आशय किंवा अनुभव हे त्या वेळपर्यंतच्या मराठी साहित्याच्या संदर्भात नवे होते. मात्र ते उपेक्षित सामाजिक स्तरातील असले तरी त्यांच्या कविता, कथा, कादंबऱ्यांची मांडणी ही तत्कालीन ज्ञात कविता, कथा, कादंबऱ्या यांच्या मांडणीसारखीच गतानुगतिक, रूढ स्वरूपाचीच होती. म्हणजे ती मांडणी पूर्वज्ञात होती. म्हणजे नवी साहित्यकृती व 'नवा साहित्यप्रवाह' या शब्द-प्रयोगातील 'नवे' हे विशेषण वेगवेगळ्या अर्थव्याप्तीचे असू शकते, हे लक्षात ठेवावे लागते.

साहित्याच्या संकल्पनेतच कधी कधी आमूलाग्र परिवर्तन होते. त्या परिवर्तनात साहित्याचा आशय, साहित्याचे अनुभवविश्व, साहित्याचे प्रकार, साहित्यमूल्ये, साहित्य आणि मानवी जीवन यांच्या संबंधाचे स्वरूप इत्यादी सर्वच बदलून गेलेले असते. त्याचा परिणाम होऊन नवे साहित्य निर्माण होते. त्याचे अंतरंग आणि बहिरंग दोन्ही बदललेले असते. तत्पूर्वीचे साहित्य जुने, कालबाह्य वाटते. हळूहळू ते मागे पडते. नंतरच्या काळात तशा प्रकारचे साहित्यच निर्मिले जात नाही. अशा वेळी नवा साहित्य प्रवाह जन्माला आला, असे न म्हणता दुसरे काही तरी व्यापक विशेषण वापरले जाणे आवश्यक असते. कारण 'नवा साहित्य प्रवाह' हा शब्दप्रयोग करताना मनामध्ये कुठे तरी कळत नकळत एकूण साहित्यसृष्टीत, किंवा एकूण साहित्यविश्वात एक नवा महत्त्वाचा आशय-घटक साहित्यनिर्मितीच्या रूपाने प्रवाहित झाला, असे आपणास म्हणावयाचे असते. म्हणजे एकूण साहित्यविश्वात 'प्रवाह' हा एक नवा आशय-घटक असतो. तो सर्व साहित्यविश्वाला व्यापून राहणारा नवा आशय नसतो. साहित्यविश्वात अनेक साहित्यप्रवाह असू शकतात, त्यांपैकी तो 'एक' असू शकतो.

'मध्ययुगीन मराठी साहित्य' आणि 'आधुनिक मराठी साहित्य' या दोन साहित्य संकल्पना घेऊन हा भेद स्पष्ट करता येईल. - 'एकूण मराठी साहित्य' मनासमोर

धरून मध्ययुगीन मराठी साहित्य आणि आधुनिक मराठी साहित्य हे त्याचे साहित्यप्रवाह मानता येतील का, असा एक प्रश्न आपण चर्चेसाठी उपस्थित करू शकतो. याचे स्पष्ट उत्तर 'ते साहित्यप्रवाह मानता येत नाहीत' असेच द्यावे लागते.

याचे कारण 'मध्ययुगीन' आणि 'आधुनिक' ही दोन्ही विशेषणे दोन भिन्न काळांतील, त्या त्या काळांतर्गत संपूर्ण मराठी साहित्याला उद्देशून योजलेली आहेत. ती विशिष्ट आशय घटकाला उद्देशून योजलेली नाहीत. या दोन भिन्न काळांतील साहित्याचा आशयही भिन्न होता. साहित्याचे अनुभवविश्व, साहित्यप्रकार, साहित्यमूल्ये, साहित्य आणि मानवी जीवन यांचे संबंध हेही भिन्न स्वरूपाचे होते.

मध्ययुगीन साहित्याचा आशय धर्मनिष्ठ पारलौकिकवादी, आध्यात्मिक स्वरूपाचा होता; तर आधुनिक साहित्याचा आशय लौकिक जीवनाशी निगडित, भौतिकवादी, धर्मनिरपेक्ष व बुद्धिनिष्ठ स्वरूपाचा होता. मध्ययुगीन साहित्याचे अनुभवविश्व पांडित्यदर्शनात्मक, संस्कृत साहित्यसंकल्पनांशी जवळीक साधणारे (पंडिती साहित्य), संतांना, महंतांना येणाऱ्या धार्मिक, आध्यात्मिक अनुभवाचा आविष्कार करणारे (महानुभाव, नाथ, संत यांचे साहित्य) होते. तसेच ते धर्म-संस्कृती-पुराण, राजे-महाराजे यांचे गोडवे गाणारे, श्रोत्यांना धर्मप्रवण करणारे, अनुषंगाने श्रोत्यांचे मनोरंजन करणारे (शाहिरी वाङ्मय) होते. आधुनिक साहित्याचे अनुभवविश्व पांडित्याचे नव्हे, तर सामान्यजनांचे मनोदर्शन, जीवनदर्शन घडविणारे, संस्कृत साहित्याच्या संकल्पना बाजूला सारून पाश्चात्त्य साहित्यांच्या संकल्पना स्वीकारणारे होते. भौतिक स्वरूपाच्या रोजच्या जीवनातील अनुभवांचा आविष्कार करणारे होते. धर्म, मध्ययुगीन संस्कृती, पुराणे, राजेमहाराजे यांना दूर सारून सामाजिक नीतिमत्ता, आधुनिक संस्कृती, आधुनिक सामाजिक शास्त्रे, वैज्ञानिक दृष्टी यांना सामोरे जाणारे होते. विषमतानिष्ठ धर्मव्यवस्था, वर्णव्यवस्था, जातिव्यवस्था, यांना दूर ठेवून समतानिष्ठ, व्यक्तिस्वातंत्र्यनिष्ठ, बंधुभावनिष्ठ आधुनिक मानवतावादाला सामोरे जाणारे होते. मध्ययुगीन अक्षरगणयुक्त पद्य, गुरू-शिष्य संवाद, ओवी, अभंग, भारूड, गवळणी, लावणी, पोवाडे, बखरी, कीर्तने, प्रवचने, भजने इत्यादी साहित्यप्रकारांना टाळणारे आधुनिक साहित्य होते. ते गद्य लेखनाकडे वळलेले, सर्वसामान्य वाचकवर्गाशी संवाद साधणारे, सुनीत, विलापिका, उद्देशिका, भावकविता, कथा, कादंबरी, ललितलेख, वैचारिक लेख, नाटके यांसारख्या नव्या साहित्यप्रकारांचा अवलंब करणारे होते. बंदिस्त, सांकेतिक आविष्काराकडून मुक्त, नवनव्या प्रकारांकडे वळले होते. नायक, नायिका, खलनायक, स्थायीभाव, संचारीभाव, रस-परिपोष, यांसारख्या संस्कृत साहित्यशास्त्रीय संकल्पना सोडून देऊन नव्या पाश्चात्त्य साहित्यशास्त्रीय संकल्पनांना स्वीकारत होते. त्यामुळे साहित्य आणि मानवी जीवन-संबंध यांचेही स्वरूप आधुनिक साहित्यात बदलून गेले होते.

वस्तुस्थिती अशी असल्यामुळे मध्ययुगीन एकूण मराठी साहित्य आणि आधुनिक एकूण मराठी साहित्य हेच मुळात अंतरंग-बहिरंग दृष्ट्याच भिन्नभिन्न स्वरूपाचे होते. आधुनिक साहित्याने मध्ययुगीन साहित्य संकल्पना त्याज्य मानल्या व नवसमाजनिर्मितीशी संबंधित व सुसंगत असलेल्या पाश्चात्त्य साहित्य संकल्पना स्वीकारल्या. परिणामी एकूणच मराठी साहित्य आमूलाग्र नवे वाटू लागले. त्यामुळे आधुनिक मराठी साहित्य विश्व हे मध्ययुगीन मराठी साहित्य विश्वापेक्षा वेगळे रूप धारण करू लागले. त्याचा संपूर्ण कायापालट झाला. म्हणून आधुनिक साहित्य हा एकूण मराठी साहित्याचा (घटक रूप) एक प्रवाह मानता येत नाही. याच कारणासाठी मध्ययुगीन मराठी साहित्य हाही (घटक रूप) एक प्रवाह मानता येत नाही. 'मध्ययुगीन' व 'आधुनिक' ही दोन्ही विशेषणे 'संपूर्ण मराठी साहित्याला' दिलेली कालसंदर्भदर्शक विशेषणे आहेत.

स्वच्छंदवाद (रोमँटिसिझम), वास्तववाद, नववास्तववाद, अतिवास्तववाद (सररिॲलिझम), अस्तित्ववाद, व्यस्ततावाद, आणि नवे नवे साहित्यप्रवाह यांचे नाते काय आहे? आपण जेव्हा स्वच्छंदवादी साहित्य, वास्तववादी साहित्य, किंवा अस्तित्ववादी साहित्य म्हणतो, तेव्हा आपणास नेमके काय म्हणावयाचे असते? त्यांना 'साहित्यप्रवाह' म्हणता येईल का? तसे म्हणता येणार नसेल तर मग 'साहित्यप्रवाह' आणि हे अमुकतमुकवादी साहित्य यांत नेमका फरक कुठे आहे?- असे प्रश्न उपस्थित होतात.

साहित्यसमीक्षेत स्वच्छंदवाद, वास्तववाद इत्यादीमधील 'वाद' हा शब्दप्रयोग भांडण, चर्चा अशा सर्वसामान्य रूढ अर्थाने आपण वापरत नसतो; विचारप्रणाली, 'सिद्धान्त' किंवा 'सैद्धान्तिक दृष्टिकोण' अशा विशिष्ट अर्थाने तो शब्द योजत असतो. इंग्रजीतील 'िस्ं' या शब्दाला मराठीतील प्रतिशब्द म्हणून तो आपण वापरतो. इंग्रतीत त्याचा अर्थ 'विशिष्ट तत्त्व', 'विशिष्ट वैचारिक दृष्टी', 'विशिष्ट सैद्धांतिक मांडगी' असा असतो. याच अर्थाने 'वाद' हा शब्द साहित्य-समीक्षाक्षेत्रात आपण वापरत असतो.

स्वच्छंदवाद, वास्तववाद इत्यादी शब्दप्रयोग समीक्षा-विचारात साहित्यातून व्यक्त होणाऱ्या जीवनविषयक विशिष्ट दृष्टिकोणासाठी वापरले जातात. तसेच त्या दृष्टिकोणाची सैद्धान्तिक मांडणी करून त्या मांडणीचा निर्देश करण्यासाठीही वापरले जातात. जगातील मानवाच्या जगण्याच्या विविध प्रेरणा, प्रवृत्ती, जीवनविषयक विविध आकलने त्यांतून स्पष्ट होत असतात. माणूस आणि त्याच्या स्वत:विषयीच्या जाणिवा, माणूस आणि समाज यांचे विविध संबंध, माणूस आणि निसर्ग यांच्या नात्याचे स्वरूप, हे स्वच्छंदवाद, वास्तववाद, अस्तित्ववाद इत्यादींमधून कळत असते. मानवाने आपले अनुभव ज्या साहित्यात आविष्कृत केलेले असतात, त्या साहित्यातील अनुभवांची तात्त्विक किंवा तत्त्वज्ञानात्मक मीमांसा करताना विचारवंत

समीक्षकास हे सर्व 'वाद'-स्वरूप जाणवत असते. त्याच्या या जाणिवांची तो प्रणालीबद्ध किंवा 'वाद'-बद्ध मांडणी करतो. त्या त्या मांडणीतून त्या त्या विशिष्ट वादाचे एकूण मानवी अनुभवातील स्वरूप आणि महत्त्वही तो विशद करतो. तसे ते विशद केल्याने सर्जनशील साहित्यिकही त्याने प्रभावित होतात आणि तशा विशिष्ट प्रकारची साहित्यनिर्मितीही करतात. अशा निर्मितीमुळे आपले साहित्य जीवनानुभवांचा विशेष शोध-वेध घेणारे ठरेल, असे त्यांना वाटत असावे. (... कदाचित तशा प्रकारच्या आपल्या साहित्यास व आपणास अधिक प्रसिद्धी, प्रतिष्ठा, महत्त्वही प्राप्त होईल, असेही त्यांना वाटत असावे.)

जगाच्या साहित्यात कलावादी, अस्तित्ववादी, मार्क्सवादी, समाजवादी, स्त्रीवादी इत्यादी साहित्याच्या अशा लाटा येऊन गेल्या आहेत. त्या त्या काळात ह्या विचारप्रणाली नव्या असल्याने व नव्याचे तात्कालिक आकर्षण असल्याने, अशा प्रकारच्या लाटा येऊन जात असतात.

सगळेच वाद एकसारखे नसतात. त्यांचा वेगवेगळ्या घटकांवर व आकलनावर विशेष भर असतो. काहींचा व्यक्तिमनाच्या स्वरूपावर विशेष भर असतो. (उदा. स्वच्छंदवाद, आदर्शवाद, सौंदर्यवाद इत्यादी.) काहींचा सामाजिक स्थितिगतीवर विशेष भर असतो. (उदा. मार्क्सवाद, समाजवाद, जनवाद इत्यादी.) काहींचा नव्या तत्त्वज्ञानातून निष्पन्न झालेल्या मानवी आकलनावर विशेष भर असतो. (उदा. अस्तित्ववाद, नवमानवतावाद इत्यादी.)

जगातील कोणत्याही साहित्यातून व्यक्त होणाऱ्या मानवी अनुभवातील ज्ञात-अज्ञात घटक, पापुद्रे किंवा स्तर इत्यादींचे विविध दृष्टींनी शास्त्रीय आकलन करणे, हे या 'वादां'चे ध्येय असते. अंतिमत: ते मानवी मनावर, अनुभवांवर, जीवनावर, तसेच मानवनिर्मित विविध समाजरचनांवर प्रखर बौद्धिक प्रकाश टाकत असतात आणि त्या प्रकाशात त्यांचे स्वरूप स्पष्ट करत असतात. हे स्वरूप मूलभूत असते किंवा एखाद्या अज्ञात पण मूलभूत पैलूचे, घटकाचे असते.

या अर्थाने वादांचे अस्तित्व साहित्यात कमी-अधिक प्रमाणात, स्थूलसूक्ष्म स्वरूपात नित्य असते. त्यांचा प्रभाव साहित्यात विशेष जाणवतो तेव्हा ते साहित्य त्या त्या विशिष्ट वाद-प्रणालीचे मानले जाते. उदा. साहित्यात कमी-अधिक प्रमाणात किंवा स्थूलसूक्ष्म स्वरूपात मानवाच्या स्वच्छंद प्रवृत्तीचा आविष्कार असतोच. तो आविष्कार विशेष प्रभावी असेल तर ते साहित्य 'स्वच्छंदवादी' मानले जाते.

'साहित्यप्रवाह' ही संकल्पना 'वादा' इतकी व्यापक नाही. ही संकल्पना एखाद्या 'विशिष्ट समाजातील' साहित्यापुरतीच मर्यादित असते. त्या समाजाच्या साहित्यातही तो प्रवाह विशिष्ट काळात जन्माला आलेला असतो. तो नित्य स्वरूपात अस्तित्वात राहीलच याची शाश्वती नसते. कारण तो एक विशिष्ट सामाजिक परिस्थितीत

जन्माला आलेला असतो. त्या विशिष्ट सामाजिक परिस्थितीचे अस्तित्व (सामाजिक परिवर्तन होऊन) संपुष्टात आले, तर तो विशिष्ट साहित्यप्रवाह त्या समाजाच्या मूळ साहित्यप्रवाहाशी एकजीव होऊन विसर्जित होतो; तो इतिहासजमा होतो. नंतरच्या काळात त्याचे अस्तित्व फक्त ऐतिहासिक स्वरूपात राहते. पण म्हणून साहित्यप्रवाह कमी महत्त्वाचे आहेत, असे मुळीच नाही. उलट त्या विशिष्ट समाजस्थितीतून अपरिहार्यपणे निर्माण झालेली ती साहित्यधारा किंवा तो साहित्यप्रवाह असतो.

उदाहरणासाठी दलित साहित्यप्रवाह घेऊ. हा साहित्यप्रवाह १९७० च्या आसपासच का जन्माला आला?- तर त्या वेळच्या विशिष्ट समाजिक स्थितीमुळे.आपला समाज हा वर्णव्यवस्थेवर व जातिव्यवस्थेवर आधारलेला आहे. या दोन्ही व्यवस्था आपल्या समाजात विषमतेवर आधारलेल्या आहेत. वर्णव्यवस्थेत अतिशूद्रांचा वर्ण आणि जातिव्यवस्थेत अस्पृश्य जाती या सगळ्यांत खालच्या मानल्या गेल्या आहेत. त्यांना गावकुसाबाहेर राहावे लागते. सर्व मानवी सुविधांपासून त्या शेकडो वर्षे वंचित आहेत. वरील सर्व वर्णांनी व जातींनी त्यांचे सर्वार्थाने शोषण केले. त्यांचे तसे शोषण करता यावे म्हणून त्यांना अज्ञानात ठेवले. ही आपल्या समाजातील एक वस्तुस्थिती आहे. हिंदूसमाजव्यवस्थेच्या बाहेर अन्य कोणत्या समाजव्यवस्थेत ही वस्तुस्थिती अस्तित्वात नाही. ती जगातील एका विशिष्ट समाजात ('भारतातील हिंदूसमाजात' या अर्थाने एका विशिष्ट समाजात) अस्तित्वात आहे. या (हिंदू) समाजात एका विशिष्ट काळात (म्हणजे डॉ. बाबासाहेब आंबेडकरांच्या काळात) हा दलित समाज संघटित झाला, जागृत झाला. या काळातच आपल्या देशाला स्वातंत्र्य मिळाले. लोकशाही आली. घटना तयार झाली. व्यक्तिस्वातंत्र्य, मतदानाचा हक्क मिळाला. धर्मनिरपेक्षता आली. मागास जातींना शैक्षणिक व नोकरीतील सवलती मिळाल्या. दलित समाजाला या विशिष्ट काळात या सर्वांचे फायदे मिळाले. आणि सर्वांचा एकत्रित परिणाम होऊन एका विशिष्ट काळात (म्हणजे १९७० च्या आसपास) दलित साहित्यप्रवाह जन्माला आला.

दलित साहित्याचे 'जागतिक पातळीवर' कुणीही, कितीही मोठेपण मानत असले तरी भारताबाहेरच्या (काटेकोरपणे बोलायचे झाले तर मराठी समाजाच्या बाहेरच्या) साहित्यात ते प्रथम लिहिले जाऊ शकत नाही; फार तर ते भाषांतर करून तिकडे जाऊ शकते किंवा मराठी दलित बांधवच ते प्रथम इंग्रजीत निर्माण करू शकतो. त्या अर्थाने दलित साहित्य हा 'मराठी साहित्यातील' एक साहित्यप्रवाह आहे, असे विधान करावे लागते. जोपर्यंत दलित समाज संघटित नव्हता, शिकलेला नव्हता, जोपर्यंत त्याला आपल्या विशिष्ट परिस्थितीचे ज्ञान नव्हते किंवा शोषण प्रक्रिया त्याला कळत नव्हती, तोपर्यंतच्या काळात (म्हणजे दलित समाज मराठी समाजात जागृतिपूर्व काळात अस्तित्वात असूनही) 'दलित साहित्य प्रवाह' जन्मला

नव्हता. ग्रामीण साहित्याचा एक भाग म्हणून किंवा मराठी साहित्याचाच एक भाग म्हणून अगदी तुरळक स्वरूपात अधून मधून स्फुट साहित्यकृतीच्या स्वरूपात ते साहित्य अवतरत होते.

दलितांवर कोणत्या ना कोणत्या स्वरूपात अन्याय करणारी किंवा त्यांचे शोषण करणारी प्रवृत्ती वा स्थिती आपल्या समाजात अस्तित्वात आहे, तोपर्यंत हा साहित्यप्रवाह वाहत राहाणारच. पण येत्या काही दशकांत ही समाजस्थिती बदलेल, असे अनेक कारणांनी वाटते. ही स्थिती बदलल्यावर दलित समाज एकूण समाजाशी एकात्म होऊन जाईल. त्याला समतेने वागवले जाईल. तो गावकुसाबाहेर 'अस्पृश्य' म्हणून राहणार नाही. किंबहुना समाजातील एकूणच वर्ण, जाती ही नष्टप्राय, अस्तित्वशून्य होऊन जातील. तसे झाल्याने त्याला पुढे तथाकथित दलितत्वाचे अनुभव येऊ शकणार नाहीत. ते अनुभव ज्या दलित साहित्यप्रवाहाचे प्राणतत्त्व आहे, तो 'प्रवाह'ही त्यामुळे प्रवाहित राहणार नाही. शबल होत होत तो इतिहास-जमा होऊन जाईल. म्हणजे त्या प्रवाहात निर्मिती होत राहणार नाही.

कोणत्याही साहित्यप्रवाहाच्या बाबतीत कमी-अधिक फरकाने हेच सूत्र स्वीकारावे लागते. साहित्यात 'वादां'चे अस्तित्व मात्र 'नित्य' असते; तर 'प्रवाहांचे' अस्तित्व या अर्थाने अनित्य असते. कोणत्याही साहित्यप्रवाहात कोणताही 'वाद' निहित स्वरूपात असू शकतो. उदाहरणार्थ एखादा साहित्यप्रवाह सामाजिक दृष्ट्या प्रबोधनवादी, वास्तववादी, मार्क्सवादी असू शकतो, पण प्रत्येक प्रबोधनवादी, वास्तववादी, मार्क्सवादी साहित्य हे दलित साहित्य किंवा दलित साहित्यप्रवाहातीलच साहित्य असू शकत नाही; ते नसूही शकते. म्हणून 'साहित्यप्रवाह' आणि 'अमुक-तमुक वादी साहित्य' या वेगवेगळ्या संकल्पना आहेत. त्या एकमेकींशी विरोधी किंवा संवादीही नाहीत; वेगवेगळ्या स्वरूपाच्या आहेत. कमी-अधिक व्याप्तीच्याही आहेत. वाद नित्य तर, प्रवाह अनित्य असतात.

आणखी एका वेगळ्या प्रकारचे विचार-प्रवाह समीक्षा-क्षेत्रात असतात. साहित्याचे मूळ स्वरूप शोधण्यातून ते जन्माला आले आहेत. साहित्य ही वस्तू का जन्माला येते? तिचे मूळ स्वरूप काय? साहित्याचे कोणते स्वरूप प्रमाण वा अप्रमाण मानावे? इत्यादीविषयी अनेक मतभेद आहेत, सिद्धान्तही आहेत. 'साहित्य ही कला असते. ती केवळ स्वत:च्या अस्तित्वासाठी अवतरत असते. तिचे कलापण हेच अंतिम मूल्य व स्वरूप असते. तिच्या आस्वादाने केवळ कलानंद मिळतो, तिचा आणि समाजाचा वा सामाजिक सुधारणांचा वा प्रबोधनाचा अर्थाअर्थी काहीही संबंध नसतो. गुलाबाचे फूल स्वत:साठी जन्मलेले असते. ते मानवी प्रेमाचे प्रतीक म्हणून प्रिय व्यक्तीला देण्यासाठी जन्मलेले नसते. कलेचेही तसेच आहे. कलेच्या आस्वादाने फक्त कलानंद घ्यायचा असतो, बाकीची ओझी तिच्यावर लादू नयेत.' असा

कलावाद्यांचा दृष्टिकोण आहे.

रूपवादी दृष्टिकोण याला जवळचा आहे. 'साहित्य कलेत जो आशय व्यक्त होतो, तो साधनरूप असतो. या आशयाच्या निमित्ताने साहित्य-कलाकृतीला जे रूप प्राप्त झालेले असते, तेच महत्त्वाचे असते आणि साध्यरूपही असते. त्या विशेष रूपसिद्धीमुळेच कलेचा आस्वादानंद शक्य असतो. म्हणून रूप हेच तिचे साध्य असते. हे रूप खास कलेचे असते. जीवनातील मानवनिर्मित इतर कोणत्याही उपयुक्त वस्तूचे, घटनेचे, ध्येयाचे ते साधनीभूत रूप नसते; ते साध्यस्वरूप रूप असते. इंद्रियनिष्ठ असलेला सौंदर्यास्वाद त्या साध्यस्वरूप रूपामुळेच शक्य होतो. अशा या साध्यस्वरूप अनन्यसाधारण रूपामुळेच आपल्या मनात संवेदना जागृत होत असतात आणि आपणास कलानंद मिळत असतो. कलेचा (साहित्यकला ही त्यातच येते) रूपसिद्धीसाठीच अवतार असतो. – अशी रूपवाद्यांची भूमिका आहे.

हे दोघेही साहित्यकलेचा आणि जीवनाचा अर्थाअर्थी संबंध मानत नाहीत. कलेतून व्यक्त होणारे संवेदनानिष्ठ सौंदर्य फक्त ते मानतात. अशा सौंदर्याचा आविष्कार हेच कलेचे ध्येय, अशी त्यांची धारणा असते.

याशिवाय 'जीवनासाठी कला' मानणाऱ्यांचाही एक विचारप्रवाह आहे. त्याला 'जीवनवादी साहित्यप्रवाह' असेही म्हणतात. ह्या जीवनवादी साहित्यप्रवाहाची एक विशिष्ट भूमिका आहे. 'साहित्यकृती ही एक कलाकृती आहे. ती कलात्मक वृत्तीने जीवनदर्शन घडविते. साहित्यकृतीत जीवनाचे प्रतिबिंब असते.' – अशी ही भूमिका आहे.

पण स्वातंत्र्योत्तर काळात मराठी साहित्य क्षेत्रात आपण ज्यांना 'साहित्यप्रवाह' मानतो, त्यांची भूमिका कलावादी, रूपवादी, सौंदर्यवादी तर नाहीच नाही, पण ती वरील जीवनवादी साहित्यप्रवाहाला जवळची वाटत असली, तरी ती तशी एक नाही.

'कलात्मक वृत्तीने जीवनदर्शन घडविणे' या विधानाचा नेमका अर्थ नीटपणे स्पष्ट करून घेतला पाहिजे. 'व्यवहारात आपण जीवन जगत असताना आपल्या मनावर व्यवहाराचा रेटा मोठ्या प्रमाणात असतो. आपल्या जीवनात एखादा प्रसंग, घटना प्रत्यक्ष घडत असताना त्यात आपला व्यावहारिक वा जीवनविषयक स्वार्थ गुंतलेला असतो. त्यामुळे त्या घटना-प्रसंगाकडे आपण साधन म्हणूनच पाहत असतो. त्या अंगानेच त्याचा व्यवहारात अनुभव घेतो. कामाला, प्रवासाला, ऑफिसला किंवा नोकरीला जाता-येता आपण निसर्ग, फुले, निर्झर, मुले, युवती, अनेकविध घटना-प्रसंग पाहतो. व्यवहाराच्या ताणामुळे किंवा घाईगडबडीत असल्यामुळे आपण त्यांचा स्वस्थ चित्ताने, मुक्त मनाने सौंदर्यास्वाद घेऊ शकत नाही. तो तसा घेता यावा, यासाठीच आपण साहित्यनिर्मितीकडे किंवा साहित्यवादाकडे वळतो आणि

जीवनातील सौंदर्य त्या माध्यमाच्या द्वारा अनुभवतो. या अनुभवात आपणांस जीवनाचे यथार्थ स्वरूप अनुभवण्यास मिळते. खरेखुरे जीवन त्यातूनच कळते.

एखादा साहित्यिक अशा प्रकारचे व्यावहारिक अनुभव एकान्तात, निवान्तात, अलिप्तपणे, सर्व संवेदना इंद्रियांनिशी, सूक्ष्मतेने, स्मरणोज्जीवी पातळीवर अनुभवतो. त्या वेळी त्याच्यावर व्यवहाराचा ताण किंवा घाई नसते. त्यामुळे त्याला त्या अनुभवातील अनेक अज्ञात कोने-कोपरे, कंगोरे, घटक दिसू लागतात व कल्पनेच्या पातळीवर अनुभवायलाही मिळतात. तो अनुभव अशा वेळी सर्वांगांनी 'अनुभव' म्हणूनच फुलून आलेला, चैतन्याने रसरसलेला असतो, किंवा निर्मात्या साहित्यिकाला, त्याच्या कल्पनानिष्ठ, संवेदनशील प्रातिभ मनाला जाणवू लागतो. असे अनुभव तो हळुवार हातांनी साहित्यकृतीत उतरवतो. –कलात्मक जीवनदर्शनवादी साहित्याची भूमिका संक्षिप्त स्वरूपात अशी सांगता येईल.

स्वातंत्र्योत्तर काळात ज्यांना 'नवे साहित्य प्रवाह' म्हटले जाते, त्यांची भूमिका अशाच प्रकारची जीवनवादी असते काय? या प्रश्नाला नकारात्मक उत्तर द्यावे लागते.

कलावाद, रूपवाद, सौंदर्यवाद, जीवनदर्शनवाद किंवा 'कलेसाठी कला', 'जीवनासाठी कला' यांसारखे विचारप्रवाह किंवा सिद्धान्त साहित्याच्या मूळ स्वरूपाविषयी मीमांसा करणारे आहेत. साहित्यवस्तू नेमकी कशासाठी अवतरते, तिचे मूळ प्रयोजन काय असावे, तिच्या स्वरूपाचा मूळ हेतू काय असावा, या संबंधीच्या या विचारप्रणाली आहेत. त्या शास्त्रीय किंवा तात्त्विक मांडणी करणाऱ्या आहेत. जाणीवपूर्वक, अभ्यासपूर्वक साहित्यनिर्मिती करणारे, चिंतनशील साहित्यिक पुष्कळ वेळा यांतील स्वत:स पटलेल्या विचारसरणीनुसार साहित्यनिर्मिती करत असतात, हे पूर्वीच प्रस्तुत लेखात सांगितले आहे. अशा साहित्यिकांना आपण कलावादी, रूपवादी, जीवनवादी साहित्यिक, असे म्हणतो.

स्वातंत्र्योत्तर साहित्यप्रवाहांची निर्मिती करणाऱ्या साहित्यिकांनाही दलित साहित्यिक, ग्रामीण साहित्यिक, स्त्रीमुक्तिवादी लेखिका इत्यादी प्रणालीवाचक विशेषणे वापरली जातात. त्यामुळे सामान्य वाचकाचा गैरसमज होण्याची दाट शक्यता असते. 'वाद' आणि 'प्रवाह' हे जणू एकाच पातळीवरचे आहेत, किंवा ही विशेषणे एकाच पातळीवरची आहेत, असे त्याला वाटणे शक्य असते.

स्वातंत्र्योत्तर काळातील नव्या साहित्यप्रवाहांचा यांपैकी कुठल्याही वादाशी, सिद्धांताशी किंवा विचारप्रणालीशी कोणताही तात्त्विक संबंध येत नाही. या नव्या साहित्यप्रवाहातील साहित्य हे परिवर्तनवादी साहित्य असते. त्याला एका निश्चित स्वरूपात समाजपरिवर्तन हवे असते. त्यासाठीच त्यांचा अवतार असतो. स्पष्टच सांगावयाचे तर नव्या साहित्यप्रवाहांनी साहित्याविषयीच्या काही ठोस बाबी गृहीत

धरलेल्या असतात. 'साहित्यात जीवन प्रतिबिंबित होते. साहित्याचा वाचकमनावर प्रभाव पडतो. साहित्यात प्रतिबिंबित झालेले जीवन व जीवनविचार त्याला प्रभावित करून सक्रिय करू शकतात.' अशी वस्तुस्थिती असल्यामुळे एखाद्या सामाजिक सुधारणावादी विचारप्रणालीचे साहित्यिक अपेक्षित समाजपरिवर्तनाच्या दिशेचा हेतू मनात ठेवून साहित्यनिर्मिती करत असतात. त्यांच्या दृष्टीने 'साहित्य' हे समाजपरिवर्तनाचे साधन किंवा हत्यार असते.

अशा प्रकारची साहित्यनिर्मिती करत असताना सतत एक तोल सांभाळावा लागतो. साहित्यनिर्मितीत निहित करावयाचा प्रबोधक विचार किंवा विचारप्रणाली एखाद्या निबंधातील वैचारिक मांडणीप्रमाणे साहित्यकृतीत मांडता येत नाही. ती पात्रांच्या कृत्रिम संवादातून संवादरूप करूनही केतकरी साहित्यातल्याप्रमाणे मांडता येत नाही. तशी मांडणी केल्यास ती साहित्यकृती कृत्रिम, बटबटीत, लाकडी (कळाहीन) स्वरूपाची किंवा ठोकताळ्यातून केलेली निर्मिती होते. ते उत्पादन (प्रॉडक्शन) होते, स्वयंस्फूर्त स्वरूपाचे सर्जन (क्रिएशन) होत नाही. ती साहित्याच्या जाणकार वाचकावर प्रभाव पाडू शकत नाही. एक साहित्यकृती या नात्याने ती बनावट वाटते. वाचकाला फसवू इच्छिणारी किंवा त्याला 'दूधखुळा' समजून बनवणारी वस्तू वाटते. त्यामुळे साहित्यकृतीचा निर्माता साहित्यिक दर्जाहीन, उंची नसलेला ठरतो किंवा मतलबी वाटतो. त्याला प्रतिष्ठा मिळत नाही. त्यामुळे त्याच्या साहित्यांतर्गत विचारप्रणालीकडेही वाचकांचे दुर्लक्ष होते.

एकाच एका विचारप्रणालीची सरळधोपट पद्धतीने सतत साहित्यनिर्मिती केल्याने त्या साहित्यिकाची एकूणच साहित्यकृतींची निर्मिती एकसुरी होते, एका आवर्तात सापडते. एकाच एका स्थायीभावाच्या भूमीवर घोटाळत राहते. त्यामुळे वाचकाच्या फार फार ओळखीची होऊन ती नावीन्य हरवून बसते. शेवटी तो साहित्यप्रवाहच निष्प्रभ होण्यावर त्याचा एकूण परिणाम होतो. –साहित्यप्रवाहांना निर्माण होणारे हे काही संभाव्य धोके आहेत.

एखादा साहित्यिक एखाद्या विशिष्ट समाज स्तरात जन्माला येतो. (उदा. दलित साहित्यिक दलित समाजात जन्माला आलेला असतो. ग्रामीण साहित्यिक ग्रामीण समाजात जन्माला आलेला असतो.) तिथे त्यांचे बालपण गेलेले असते. ऐन पंचविशीपर्यंतचे जीवन-अनुभव त्यांना त्या समाजातच आलेले असतात. नंतर ते नोकरीनिमित्त किंवा चरितार्थासाठी तो गाव, तो समाज सोडून शहरात येतात आणि त्यांचे वेगळ्या पातळीवरचे जीवन सुरू होते. त्यांचा गाव, त्यांचा समाज मागे पडतो. अशा परिस्थितीत तो साहित्यिक आपल्या पंचविशीपर्यंतचे अनुभव आपल्या साहित्यात मांडून रिता होतो. मग एक तर त्याची साहित्यनिर्मिती थांबते किंवा त्याच त्याच प्रकारचे अनुभव तो पुन:पुन्हा लिहीत राहतो. त्यामुळे त्या प्रवाहातील कस

किंवा ताकद निघून जाते. प्रवाहाची उंची वाढू शकत नाही.

ही उंची वाढण्यासाठी त्या प्रवाहाची स्वीकृत विचारसरणी साहित्यिकाच्या अनुभवविश्वात सर्वांगांनी चांगली मुरलेली असावी लागते. ती त्याला मनापासून पटलेली असावी लागते. स्वत:च्या नजरेने समाजजीवन पाहताना त्याला वेळोवेळी प्रसंग-घटनांतून, अनुभवांतून, दैनंदिन जीवनातून त्या प्रणालीयुक्त विचारांचे पडताळे पदोपदी यावे लागतात. तरच ती विचारप्रणाली त्याच्या अनुभवविश्वाचा कणा होऊ शकते. तशी ती झालेली असेल तरच त्याच्या साहित्यकृतींच्या अनुभव-घटकांतून (म्हणजे साहित्यकृतीतील पात्रे, प्रसंग, घटना, नाट्य, भावना, कल्पना, संवेदना, भाषा, प्रतिमा इत्यादींच्या अंतरंगातून) ती झिरपू लागते. वाचकमनावर त्याचा परिणाम होतो आणि तो अपेक्षित दिशेने चिंतनाला प्रवृत्त होतो. साहित्यप्रवाहांना निर्माण होणाऱ्या या संभाव्य धोक्यांची जाणीव ठेवूनच साहित्यप्रवाहातील निर्मिती ही अभ्यासपूर्वक वृत्तीने, पुरेशा गांभीर्याने, सर्जनशील सुजाणपणाने, परिपूर्ण मन:पूर्वकतेने, दमदारपणे करावी लागते. तशी ती झाली तरच साहित्यप्रवाह समृद्ध होऊ शकतात.

एखाद्या देशाच्या भूमीत प्रादेशिक विविधता असते, तशीच ती एखाद्या राज्यातही असू शकते. प्रादेशिक विविधता भौगोलिक किंवा राजकीय कारणांनी निर्माण झालेली असते. भौगोलिक कारणांनी म्हणजे मातीची प्रत वा विशिष्ट स्वरूप, डोंगर, नद्यानाले, पावसाचे प्रमाण, विशिष्ट पिके, नैसर्गिक फायदे-तोटे, विशिष्ट खनिजे यांच्यामुळे त्या प्रदेशाला वेगळेपण आलेले असते. त्याचा परिणाम मानवी समाज-जीवनावर, तेथील मानवी मनावर, स्वभाववैशिष्ट्यांवर होत असतो. राजकीय कारणांनी राज्याच्या सीमा निश्चित होतात आणि तेथील समाज इतर समाजापासून अलग पडतो. त्याचे फायदे-तोटे त्या समाजाला विशिष्ट रूप देतात. तेथील इतिहास, राज्यव्यवस्था, धर्म, कायदे, रूढी, परंपरा इत्यादींना विशिष्टता येते. त्याचा परिणामही समाजजीवनावर होतो.

महाराष्ट्रात विदर्भ, मराठवाडा, पश्चिम महाराष्ट्र, कोकण असे चार प्रमुख प्रादेशिक विभाग पडतात. गोवा घेतला तर पाच विभाग मानता येतात. या चार-पाच विभागांचा तुलनात्मक अभ्यास करताना असे दिसून येते की, अ) हे प्रदेश भौगोलिकदृष्ट्या जसे एकमेकांपासून काही प्रमाणात वेगळे आहेत तसे ब) ते राजकीय कारणांनीही एकेकाळी एकमेकांपासून वेगळे ठेवले गेले होते. या दोहोंचा एकत्रित परिणाम होऊन या चार-पाच मराठी प्रदेशांतील सामाजिक, आर्थिक, शैक्षणिक, सांस्कृतिक स्थितीगती एकमेकांपासून काही प्रमाणात वेगळी असलेली दिसून येते. त्याचा प्रभाव तेथील मराठी माणसावर व त्याच्या मनावरही पडलेला दिसतो. या सर्वांतून निर्माण होणारे त्या त्या प्रदेशातील मराठी साहित्यही एकमेकांपासून काही प्रमाणात वेगळे असलेले जाणवते. अशा साहित्याचे एकमेकांपासून असलेले

वेगळेपण सांगण्यासाठी 'प्रादेशिक साहित्य' ही संज्ञा वापरली जाते. इथे एक गोष्ट लक्षात ठेवली पाहिजे की, प्रादेशिक साहित्यात त्या त्या प्रदेशातील (इतर प्रदेशांपासून असलेल्या) वेगळेपणावर विशेष भर दिला जातो. तेथील प्रादेशिक वैशिष्ट्ये त्या विशिष्ट साहित्यात उठून दिसतात. त्यामुळेच त्या साहित्याला 'प्रादेशिक' हे विशेषण यथार्थपणे शोभून दिसते. पण जर का तेथील वेगळेपणावर भर न देता एकूण महाराष्ट्रीय समाजात असलेल्या व्यापक सारखेपणावर, समानतेवर भर दिलेला असेल तर त्या साहित्याला 'प्रादेशिक साहित्य' न म्हणता 'मराठी साहित्य' हीच संज्ञा वापरली जाते. मग त्या साहित्याचा लेखक कोणत्याही प्रदेशात वास्तव्य करणारा असो. उदा. विदर्भातील साहित्यिक शरच्चंद्र मुक्तिबोध यांच्या कविता-कादंबऱ्यांमध्ये प्रादेशिक वैशिष्ट्ये अगदी अनुषंगाने आलेली आहेत, त्यांच्यावर त्यांनी भर दिलेला नाही. त्यातील मानसिकता ही एकूण मराठी पुरोगामी वृत्तीच्या साहित्यिकाची आहे. त्यामुळे त्यांच्या साहित्याचा उल्लेख 'प्रादेशिक साहित्य' असा न करता केवळ 'मराठी साहित्य' असा आपण करतो. पण ते असो. प्रस्तुत विषयाच्या संदर्भात मुद्दा असा की, 'प्रादेशिक साहित्याला' वेगवेगळे 'साहित्य प्रवाह' मानावयाचे काय? तर त्याचेही स्पष्ट उत्तर 'नाही' असेच द्यावे लागते. कारण जगाच्या पाठीवरील कोणत्याही समाजाची त्याची अशी खास नित्य वैशिष्ट्ये असतात. उदा. मराठी समाज हा नित्य स्वरूपात विदर्भ, मराठवाडा, पश्चिम महाराष्ट्र, कोकण, गोवा या चार-पाच प्रदेशांत विभागला गेला आहे. तेव्हा त्या त्या प्रदेशाची सर्व प्रकारची वैशिष्ट्ये एकूण मराठी साहित्यात नित्य स्वरूपात जाणता-अजाणता येतच राहणार. म्हणून एकूण मराठी साहित्याचीच ती नित्य स्वरूपाची वैशिष्ट्ये मानावी लागतात. म्हणजे मराठी साहित्यात ते प्रादेशिक साहित्य नित्य स्वरूपात असणारच. पण साहित्यात निर्माण झालेले जे नवे प्रवाह असतात ते या वैशिष्ट्यांइतके नित्य स्वरूपाचे नसतात. ते तत्कालीन सामाजिक, धार्मिक, नैतिक, आर्थिक, शैक्षणिक विशिष्ट स्थितीतून व नवयुगीन मूल्यात्मक व्यवस्थेतून निर्माण झालेले असतात. ही तत्कालीन विशिष्ट स्थिती वा मूल्यात्मक व्यवस्था अपेक्षित दिशेने बदलली की हे नवे साहित्यप्रवाह मूळ मराठी साहित्यसागरात विसर्जित होऊन जातात. त्यांना मग केवळ ऐतिहासिक अस्तित्व राहते. अर्थात ही तत्कालीन स्थिती कधी बदलली जाईल किंवा नव मूल्ये अपेक्षेप्रमाणे समाजात नीटपणे कधी रुजतील, याचा काळ निश्चित करता येत नसतो. कधी तो प्रदीर्घ काळ असेल, तर कधी पाच-सात दशकांचाही असू शकेल. तोपर्यंत ते ते साहित्यप्रवाह वाहते राहणारच.

सारांश साहित्य-प्रवाह एखाद्या समाजाच्या साहित्यात तत्कालीन विशिष्ट स्थितीत जन्माला येतात व ती स्थिती नष्ट झाली की, ते साहित्यप्रवाहही विसर्जित होतात;

या अर्थाने ते अनित्य स्वरूपाचे असतात. म्हणून प्रादेशिक साहित्याला ते केवळ 'प्रादेशिक' आहे, या अर्थाने 'साहित्य-प्रवाह' ही संज्ञा वापरता येणार नाही. त्या दोन्ही संज्ञा भिन्न अर्थवाहक आहेत. एक नित्य आहे, तर दुसरी अनित्य आहे.

नवे नवे साहित्य प्रवाह महाराष्ट्राच्या प्रादेशिक साहित्यातही अंतर्गत स्वरूपात जन्माला येण्याची शक्यता असते. कारण त्या प्रदेशातील समाजातही अंतर्गत स्वरूपात नवे नवे सामाजिक, आर्थिक, धार्मिक, नैतिक, जातीय, मूल्यात्मक संघर्ष जन्माला येऊ शकतात; ही शक्यता नाकारता येत नाही. त्यावरूनही हे स्पष्ट होते की, 'प्रादेशिक साहित्य' व 'साहित्य प्रवाह' या भिन्नभिन्न अर्थवाही संज्ञा आहेत.

'साहित्यप्रवाह' हा शब्दप्रयोग आपण स्वातंत्र्योत्तर काळात योजू लागलो. पण कोणत्याही (प्राचीन, मध्ययुगीन वा आधुनिक) काळातील साहित्यात तेथील विशिष्ट सामाजिक स्थितिगतीनुसार, जीवनविषयक नवनव्या तत्त्वज्ञानानुसार, नव्या मूल्य जाणिवांनुसार, नवजागृतीनुसार नवे नवे साहित्यप्रवाह परिवर्तनासाठी जन्मताना दिसतात. त्यांना वेगवेगळी नावे दिलेली असली तरी ते साहित्यप्रवाहच असतात.

मराठीतील मध्ययुगीन साहित्यातही असे साहित्य-प्रवाह होते. नाथ पंथी साहित्य, महानुभाव पंथी साहित्य, वारकरी संप्रदायाचे साहित्य इत्यादी मध्ययुगीन साहित्यातील पंथवाचक वा संप्रदायवाचक साहित्य हे आधुनिक अर्थाने 'साहित्य-प्रवाह'च होते.

मध्ययुगीन समाज हा धर्मप्रधान समाज होता. धर्म ही समाजाची सर्वांगीण मांडणी करणारी भक्कम सत्ता होती. तिने वर्णव्यवस्था, जातिव्यवस्था, प्रत्येक व्यवस्थेतील माणसाचे आचार, अधिकार, कर्मे, ध्येये निश्चित करून दिली होती. त्याला ठाम स्वरूप दिले होते. त्याबाहेर जाणाऱ्याला ते ते स्थानिक समाज, वर्ण, जाती, जमाती बहिष्कृत करत असत, वाळीत टाकत असत. ही व्यवस्था धर्माच्या नावावर निर्माण करणाऱ्या ब्राह्मणवर्णाला या सर्व व्यवस्थेचे विशेष फायदे मिळत होते.

धर्म, आचार, कर्मकांड यांनी सगळा मध्ययुगीन समाजच जखडला गेला होता. या प्रस्थापित व्यवस्थेला विरोध करण्यातूनच पंथ-संप्रदाय निर्माण झाले. सर्व कर्मकांडाला व त्याच्या अवडंबराला विरोध करणारे बंडखोर विचारवंत व खरा धर्म जाणणारे समाजसंघ निर्माण होत होते. ते आपल्या आचार-विचारांनी प्रभावित होऊन साहित्य निर्माण करत होते. त्या साहित्यात धर्म परिवर्तनाचा व लोकोद्धाराचा विचार मांडत होते. त्यांतूनच त्यांचे पंथ-संप्रदाय निर्माण झाले व त्या पंथ-संप्रदायांचे साहित्य निर्माण झाले. उदा. नाथ संप्रदायाने अकराव्या शतकात अनाचारी व अत्याचारी धार्मिक कर्मकांडाच्या विरोधात शुद्ध आचार व चारित्र्यसंपन्नता यांच्यावर भर दिला. अतिशूद्र जातीतील लोकांना आपल्या पंथात स्थान दिले, तसेच स्त्रियांनाही पंथात समाविष्ट करून घेतले. त्यामुळे धर्मातील कोणत्याही वर्ण-जातीतील व्यक्तीला

मोक्षाचा मार्ग मोकळा झाला. धर्माच्या गतानुगतिक संस्कृत भाषेला हटवून धर्मासाठी लोकभाषा स्वीकारली. त्यामुळे संस्कृत कळत नसलेल्या सर्वसामान्य माणसाला धर्म कळू लागला. तीर्थक्षेत्रांचे महत्त्व नष्ट केले. मुस्लीम बांधवांनाही पंथात घेतल्याने समाज एकात्म होण्यास मदत झाली. यातूनच नाथ पंथाचे साहित्य निर्माण झाले.

पुढे या नाथ पंथातून प्रेरणा घेऊन महानुभाव संप्रदाय, वारकरी संप्रदाय निर्माण झाले. हे संप्रदाय कालौघात अधिकाधिक प्रमाणात सामान्य जनाभिमुख होत गेले. तत्कालीन प्रस्थापित व्यवस्थेत त्यांनी आपआपल्या परीने धार्मिक, सांस्कृतिक परिवर्तन करण्याचा प्रयत्न केला. त्यासाठी साहित्यनिर्मिती केली. पंडिती साहित्य तत्कालीन परंपरानिष्ठ मराठी साहित्याचा मूळ प्रवाह मानला तर नाथ, महानुभाव, वारकरी संप्रदायांचे साहित्य हे साहित्यप्रवाह मानावे लागतात. विशेषत: मराठीतील संत साहित्य-प्रवाह हा इतका प्रभावी झाला की तो तत्कालीन मराठी साहित्याचा प्रमुख प्रवाह ठरला गेला. साहित्यप्रवाहांचा असाही प्रभाव एकूण साहित्यावर पडू शकतो. मराठी साहित्याच्या इतिहासात या साहित्यप्रवाहांचे (संप्रदायांचे) स्थान आणि अस्तित्व अढळ आहे.

गरजेनुसार ते जन्मले आणि कालौघात मराठी साहित्याच्या महासागरात विसर्जितही झाले. ते विसर्जित झाले तरी त्यांनी मराठी साहित्य विशाल आणि समृद्ध केले. त्याच्या मूळ मध्यवर्ती प्रवाहाला महाप्रवाहाचे स्वरूप प्राप्त करून दिले. तो महाप्रवाह विविध वैशिष्ट्यांनी नटविला. हे पंथ-संप्रदाय समाजातील जनसामान्यांपर्यंत गेले. त्यांची मानसिकता त्यांनी स्वत:त समाविष्ट करून घेतली आणि समाजातील धार्मिक विषमता नष्ट करण्याचा प्रयत्न केला, वर्ण-जातीत फुटीर झालेला समाज आपल्या परीने एकसंध करण्याचा प्रयत्न केला.

त्या दृष्टीने पाहता साहित्यविश्वात 'साहित्यप्रवाह' वेळोवेळी जन्मलेच पाहिजेत. त्यांच्या कालोचित जन्मामुळे समाजाची मानसिक प्रकृती शुद्ध आणि निरोगी राहण्यास मदत होते. समाजमनातील, अनेक सामाजिक स्तरांतील, गटांतील उपेक्षेची जाणीव, कोंडी, अवरुद्धता नष्ट होते. प्रवाह नव्या जाणिवा निर्माण करतात. समाजातील हीण, घाण, दंभ, शोषण, विषमता, तटगट नष्ट करण्यास मदत करतात. ते त्यांचे कालबद्ध कार्य परिपूर्ण होताच स्वत: विसर्जित होतात. त्यांचा अवतार त्या विशिष्ट कार्यासाठी असतो. गणेश ही ज्ञानाची देवता कल्पिली जाते. समाजाच्या गरजेनुसार नवे ज्ञान निर्माण होते, ते अस्तित्वात येते. ज्ञानाच्या क्षेत्रात संशोधन सततच चालते. जुने ज्ञान कालबाह्य होऊन त्याची जागा नवे ज्ञान घेते. ही प्रक्रिया सतत चालते. गणेशाचे आगमन म्हणजे नव्या ज्ञानाचे आगमन आणि त्याचे विसर्जन म्हणजे जुन्या ज्ञानाचे विसर्जन, असे मानले तर ही प्रक्रिया प्रत्येक वर्षी चालते. प्रवाहांचे कार्य कालौघात निर्माण होणाऱ्या कालबाह्य जुन्या समाजरचनांना प्रतिबंध करून त्या

ठिकाणी नव्या रचना करण्यास समाजाला प्रवृत्त करणे, अशाच स्वरूपाचे आहे. त्यासाठीच त्यांचा जन्म होतो. कार्यपूर्ती झाल्यावर ते विसर्जित होतात. विसर्जित होतात म्हणून खेद मानण्याचे कारण नाही; कारण ते नव्यांना जागा करून देत असतात.

प्रवाह निर्माण करणाऱ्या साहित्यिकांनी, तसेच प्रवाहाबाहेर असलेल्या प्रस्थापित साहित्यिकांनी व विरोध करणाऱ्या समीक्षकांनीही याचे भान ठेवण्याची गरज असते. प्रवाहांचा योग्य तो सन्मान करण्याची, त्यांची योग्य ती मीमांसा करण्याची, त्यांची सहानुभूतिपूर्वक जाणकार मनाने नोंद घेण्याची गरज असते. त्यांची उपेक्षा केल्यास इतिहास त्यांना क्षमा करणार नाही.

विशेषत: समाजाच्या प्रस्थापित वर्गातील नियतकालिके व प्रस्थापित साहित्य विश्वातील समीक्षकांची समीक्षणे ही नव्या प्रवाहांच्या बाबतीत उपेक्षेची, तुच्छतेची, दांभिकतेची भूमिका घेतात. ही मंडळी स्वागतोत्सुक नसतात. साहित्याच्या मतलबी व हस्तिदंती मनोऱ्यात बसून ते अवलोकन व समीक्षण करतात. प्रवाहांचे महत्त्व त्यांना कळले तरी स्वस्थानाला धक्का देणारे ते असल्याने त्यांची ही संभावित भूमिका असते. ती त्यांनी सोडून दिली पाहिजे. नव्या साहित्यप्रवाहांची उपेक्षा करून त्यांना नामशेष करण्यापेक्षा, त्यांचे स्वागत करून, ते अधिक समृद्ध कसे होतील याची आत्मीयतेने, डोळसपणे काळजी घेतली पाहिजे. अंतिमत: ते समाजाचा आणि साहित्याचा विकासच साधत असतात.

◆

वाङ्मयीन नियतकालिके आणि साहित्यप्रवाह

१९४५ ते ७५ हा महाराष्ट्रात वाङ्मयीन नियतकालिकांचा उत्कर्षाचा काळ मानता येतो. त्याचेही दोन भाग करता येण्यासारखे आहेत. १९४५ ते १९६० हा कलावादी किंवा नववाङ्मयीन दृष्टीच्या विकासाचा काळ होता. या काळात नवकथा, नवकविता, नवनाटक, नवसमीक्षा या साहित्यप्रकारांत विशेष स्वरूपाचे लेखन झाले. नवसमीक्षेची सैद्धान्तिक भूमिका मांडली गेली आणि स्थिर झाली. या भूमिकेचा ललित साहित्याच्या पातळीवरील आविष्कार कविता, कथा, नाटक या प्रकारांतून विशेष स्वरूपात झाला. नवसाहित्यिक आणि नवसमीक्षक यांचा एकात्म स्वरूपाचा वृन्द या काळात जन्माला आला, विकास पावला आणि स्थिरही झाला. १९६० ते १९७५ या पंधरा वर्षांच्या काळात नवसाहित्यिक आणि नवसमीक्षक यांची दुसरी पिढी उदयाला आली, विकास पावली आणि स्थिरही झाली. नंतरच्या (१९७५ नंतरच्या) काळात नववाङ्मयाची आणि त्याच्या भूमिकेची पीछेहाट झाली.

हा तीस वर्षांचा वाङ्मयीन इतिहास घडविणारी 'अभिरुचि', 'मौज', 'सत्यकथा', 'मोहिनी', 'वीणा', 'किर्लोस्कर' ही प्रामुख्याने प्रयोगशील नवसाहित्याचे प्रकाशन करणारी आणि जोडीला त्याची नववाङ्मयीन भूमिका तात्त्विक, चिकित्सक पातळीवर प्रसिद्ध करणारी नियतकालिके होती. 'समीक्षा', 'छंद', 'आलोचना' ही प्रामुख्याने नवसमीक्षा प्रसिद्ध करीत होती. महाराष्ट्रातील प्रस्थापित साहित्यसंस्था आपल्या 'युगवाणी', 'प्रतिष्ठान', 'म.सा.पत्रिका' यांसारख्या मुखपत्रांतून प्रामुख्याने नवसमीक्षा व समीक्षेची चिकित्सक समीक्षा प्रसिद्ध करत होती.

प्रस्थापित साहित्यसंस्थांची मुखपत्रे सोडली, तर बाकीची बहुतेक

नियतकालिके आज बंद पडलेली आहेत. क्वचित वार्षिक अंक दिवाळीच्या दरम्यान काढताना दिसतात. काहींनी स्वत:चा कायाकल्प करून अस्तित्व टिकविण्याचा सत्त्वहीन प्रयत्न केलेला दिसतो. संस्थांच्या मुखपत्रांनीही, नव समीक्षेची भूमिका सोडून देऊन 'जे येईल ते छापावे' ही कार्यालयीन वा संस्थात्मक भूमिका स्वीकारलेली दिसते.

१९४५ पूर्वीही मराठीत वाङ्मयीन नियतकालिके होती. पण त्यांची प्रबोधनवादी, सुधारणावादी आणि १९२५ नंतरची मनोरंजनवादी वाङ्मयीन भूमिका १९४५ पर्यंत संपुष्टात आली. नववाङ्मयीन कलावादी भूमिकेमुळे १९४५ नंतरच्या काळात १९४५ पूर्वीच्या वाङ्मयीन भूमिकेची पीछेहाट झाली.

१९४५ नंतर मराठीमध्ये कलावादी, नववाङ्मयीन दृष्टीचा उदय आणि विकास होणे स्वाभाविकच होते. युरोपमध्ये दोन महायुद्धांचा काळ अनेक दृष्टींनी महत्त्वाचा ठरला. त्या कळात समाज, संस्कृती, साहित्य, राजकारण, अर्थकारण, राष्ट्रवाद, उद्योग, यांसारख्या महत्त्वाच्या जीवनक्षेत्रांत महत्त्वाची स्थित्यंतरे झाली. त्यांतून या क्षेत्रांमध्ये नवी दृष्टी, नवी भूमिका, नवे तत्त्वज्ञान यांचा उदय होऊन त्यांचा विकासही झाला. या नवतेचा सर्व जगावर परिणाम झाला. हिंदुस्तान आणि त्यातील महाराष्ट्र हेही त्याला अपवाद नव्हते. आपल्याला त्यांतील फक्त साहित्यक्षेत्रापुरताच विचार करावयाचा आहे.

दोन महायुद्धांच्या काळात सामान्य माणसाची सामाजिक प्रतिष्ठा कमी झाली. यंत्रप्रधान संस्कृतीचा विकास या काळात मोठा झाला. साम्राज्यवादी सत्तांनी संहारक शस्त्रास्त्रांचा विकास केला होता आणि त्याचे प्रचंड साठे निर्माण केले होते. अणुबॉंब व इतर महासंहारक शस्त्रास्त्रे तयार केली होती. त्यांचा वापर शहरे आणि राष्ट्रे उद्ध्वस्त करण्यात झाला. त्यामुळे प्रचंड प्रमाणात माणसे बळी पडली. ज्यूंचे हत्याकांड याच काळात झाले. सैनिक संहारही कित्येक लाखांच्या घरात गेला होता. सामान्य माणसाला कोणत्याही प्रकारची जगण्याची शाश्वती नव्हती. त्याची मानसिक घुसमट प्रचंड प्रमाणात होत होती. प्रत्येक कुटुंबातील माणसे मरत होती; पण जगणाऱ्यांना त्यांचे दु:ख व्यक्त करता येत नव्हते. काही राष्ट्रांतील तरुण पिढीच्या पिढी युद्धात नष्ट झाली होती. परिणामी सामान्य माणसांना आजवर अज्ञात असलेले अनेक मानसिक रोग झाले. माणूस वेडापिसा झाला होता. अशा सामान्य माणसांचा अभ्यास मानसिक दृष्ट्या करून डॉ. फ्रॉइडने नवे मानसशास्त्र उभे केले. त्यातून माणसाच्या मनोरचनेवर, स्वभावरचनेवर नवा प्रकाश पडला. माणसाचा स्वभाव, त्याचे वर्तन, त्याची मानसिकता आणि त्यातून दिसणारा मूळ माणूस हाच ज्याचा विषय आहे, त्या ललित साहित्याच्या आशयावर आणि अनुभवविश्वावर या नव्या ज्ञानाचा परिणाम झाला.

माणसाने शेकडो वर्षे विचार करून मानवी विकासासाठी नवे नवे धर्म, नवे नवे समाज, नव्या नव्या संस्कृती, नवी नवी तत्त्वज्ञाने, नीतिमत्ता निर्माण केलेली होती. यांतून मानवाचे उदात्त आणि उदार-मनस्क स्वरूप विशद होत होते. पण दोन महायुद्धांच्या काळात मानवानेच आपल्या कृतींनी धर्म, समाज व्यवस्था, संस्कृती, तत्त्वज्ञाने, नीतिमत्ता यांच्यावर बोळा फिरवला. या सर्वांतून दिसून येणाऱ्या उदात्त, उदार मानवापेक्षा युद्धकाळात प्रत्यक्षात दिसून येणारा माणूस कसा राक्षस, क्षुद्र, किडलेला, हिंस्र पशू, स्वार्थी आहे, हेच या दोन महायुद्धांनी दाखवून दिले. आजवरचे मानवाविषयीचे निष्कर्ष या युद्धांनी चूक ठरविले. परिणामी यातून नवी तत्त्वज्ञाने निर्माण झाली. तत्त्वज्ञ कामू, सार्त्र यांचा उदय झाला. माणसाचे यथार्थ स्वरूप दाखविणारे अस्तित्ववादी तत्त्वज्ञान आकाराला आले. अतिवास्तववादी दृष्टीचा उदय झाला.

युरोपची एकूणच समाजव्यवस्था अनेक शतकांपासून भौतिकवादी आणि व्यक्तिस्वांतत्र्यवादी आहे. बुद्धिप्रामाण्यवादी आहे. तेथील देश विकसित आहेत. या सर्वांचा परिणाम होऊन एकोणिसाव्या शतकाच्या आरंभी विविध ज्ञानशाखांचे स्पेशलायझेशन होऊन त्यांतून निरनिराळी शास्त्रे जन्माला आली होती. विशेषत: या काळात सौंदर्यशास्त्राचा पूर्ण विकास होऊन त्याची उत्कर्षस्थिती स्थिर झाली होती. त्यातून कलावाद जन्मला होता. कलाक्षेत्रात अनेक पंथ निर्माण झाले होते. सौंदर्यशास्त्राने सौंदर्यमूल्य हे सर्व कलांचे स्थायी स्वरूपाचे मूल्य असल्याचे मानून त्या अंगाने कलेचे स्व-रूप कसे वेगळे असते, हे दाखवून दिले होते. त्यातून कलांची समीक्षा करणारी एक नवी समीक्षादृष्टी सिद्ध झाली होती. तिचा प्रभाव कलासमीक्षाव्यवहार आणि कलानिर्मितिव्यवहार या दोहोंवर पडला होता. परिणामी सौंदर्यशास्त्राला प्रतिष्ठा निर्माण झालेली होती. आणि साहित्यकलेसह सर्व कलांकडे पाहण्याचा एक नवा दृष्टिकोण अस्तित्वात आला होता.

याच काळात भाषानिर्मिती, भाषिक संघटन, भाषेतून निर्माण होणाऱ्या अर्थाचे स्वरूप यांचा मानसशास्त्रीय दृष्टिकोणातून विचार वाढीला लागला होता. मानसशास्त्रीय दृष्ट्या प्रतिमा, प्रतीक यांची निर्मिती कशी होते, शब्दांतून व्याकरणशास्त्रीय, ज्ञानात्मक अर्थ जसा कळतो तसा शब्दांना सांस्कृतिक आणि भावनिक संदर्भ असल्यामुळे त्यांच्या अर्थाला सांस्कृतिक आणि भावनिक अंगेही चिकटून असतात यांचे विवरण झाले. भाषा हे साहित्याचे माध्यम असल्यामुळे व या माध्यमावर नवा प्रकाश पडल्यामुळे व सौंदर्यशास्त्रीय दृष्ट्या माध्यमाला नवे महत्त्व आल्यामुळे साहित्यिकांचा भाषेकडे पाहण्याचा दृष्टिकोणही बदलला. त्याचाही साहित्यनिर्मितीवर परिणाम झाला.

सारांश पाश्चात्त्य साहित्यात १९४०-४५ च्या आसपास अशी स्थिती निर्माण

झालेली होती की, नवे मानसशास्त्र आणि नवे तत्त्वज्ञान यांचा प्रभाव पडून उद्योगप्रधान संस्कृतीमधील माणसाचे क्षुद्र, किडके मन, स्वभाव, वृत्ती-प्रवृत्ती, वर्तन यांच्याकडे नव्या दृष्टीने पाहिले जात होते. एक 'नवा संकुचित माणूस' माणसाला कळू लागला होता. त्यामुळे साहित्याचा पूर्वीचा आशय बदलून तिथे नवा आशय, नवे अनुभवविश्व आलेले होते. साहित्याकडे एक कलावस्तू म्हणून, एक सौंदर्यवस्तू म्हणून पाहण्याची नवी दृष्टी सौंदर्यशास्त्राने दिली होती. भाषेविषयीच्या नव्या संशोधनामुळे अभिव्यक्तीचे स्वरूप पालटून साहित्याचे रूप नवे नवे वाटू लागले होते. अशा रीतीने साहित्याचा आशय, अनुभवविश्व, साहित्याची नवी अभिव्यक्ती, साहित्याकडे पाहण्याची नवी सौंदर्य मूल्यात्मक दृष्टी यांच्यामुळे साहित्य अंतर्बाह्य 'नवे' झाले होते. त्यातूनच नवसाहित्याचा प्रवाह रेखांकित झाला होता. या नवस्थितीचा परिणाम १९४५ च्या आसपास मराठी साहित्यावर होऊ लागला. नवसाहित्य जन्माला आले. १९५० च्या आसपास मराठी साहित्याचे 'नवे स्वरूप' स्पष्टपणे जाणवू लागले. १९६० च्या आसपास नवमराठी साहित्य आपल्या क्षेत्रात स्थिर होऊन प्रतिष्ठा पावले.

हे सर्व घडण्यासाठी त्या वेळच्या मराठी समाजात वाङ्मयीन स्थिती अनुकूल होती. १९४५ च्या आसपास जगाच्या पाठीवरची विशेषत: युरोपमधील साम्राज्यशाहींच्या अंतर्गत उद्योगप्रधान संस्कृतीमुळे शहरे चेहऱ्यामोहऱ्यांनी एकसारखी झाली होती. विविध प्रकारच्या कारखानदारीमुळे शहरी समाजव्यवस्थेतील ताणतणाव, जीवनशैली, अर्थव्यवस्था, मध्यमवर्गीयांची नोकरीप्रधान कुटुंबव्यवस्था, त्यांची शहरनिष्ठ मानसिकता, घनदाट शहरी लोकसंख्येचे विविध परिणाम जवळजवळ एकसारखे होते. दोन्ही महायुद्धांचे परिणाम मुंबई आणि तेथील शहरी, उद्योगप्रधान समाजव्यवस्थेवर अल्प प्रमाणात पण युरोपातल्या प्रमाणे झालेले होते. त्यामुळे युरोपातील तत्कालीन साहित्य व त्यातील माणूस महाराष्ट्रातील उद्योगप्रधान पट्टा असलेल्या पुणे-मुंबईतील मध्यमवर्गीयांना ओळखीचा वाटत होता. तो त्यांच्याही मानसिक प्रतिबिंबासारखा होता.

दुसऱ्या बाजूने मराठी सुशिक्षित समाज आणि विशेषत: मराठी साहित्य पाश्चात्त्यांच्या साहित्याचे अनुकरण करण्यात, त्या साहित्याचा मनोमन आदर्श ठेवण्यात, पाश्चात्त्यांची जीवनशैली, विचारसरणी अनुकरणीय मानण्यात स्वत:ला अत्याधुनिक आणि प्रगत समजत होते. त्यात त्यांना धन्यताही वाटत होती. त्यामुळे तिकडील वाङ्मयीन प्रेरणा-प्रवृत्तींची इकडच्या मराठी वाङ्मयात आणि जीवनात आयात होत होती.

पुणे-मुंबईचा उद्योगप्रधान पट्टा हा महाराष्ट्रातही प्रगत समजला जातो. साहित्याच्या क्षेत्रात तर पुणे-मुंबई पट्ट्यातील वाङ्मयाला आणि वाङ्मयदृष्टीला प्रमाण मानून सबंध महाराष्ट्रातील साहित्यविश्वात, साहित्य केंद्रात त्याचे पडसाद उमटत होते.

१९७० पर्यंत पुणे-मुंबई हेच साहित्याचे प्रमुख मध्यवर्ती केंद्र मानले जात होते. बहुतेक मराठी प्रकाशन संस्था पुणे-मुंबईत त्या काळात केंद्रित झाल्या होत्या. याच पट्ट्यात प्रकाशकांची अर्धी-अधिक पुस्तके विकली जात होती. याच पट्ट्यात महाराष्ट्राची प्रमुख नियतकालिकेही जन्माला आलेली होती. बहुतेक मराठी साहित्यिक पुणे-मुंबईत केंद्रित झालेले होते. ते प्रामुख्याने मध्यमवर्गीय आणि उच्चवर्णीय होते. १९४५-५० च्या काळात मराठी समाजात काही प्रमाणात तरी सामाजिक आणि वाङ्मयीन क्षेत्रात स्थिरता होती. मूलभूत स्वरूपाच्या उलथापालथी या क्षेत्रात होत नव्हत्या. उच्च वर्णीयांकडे वाङ्मयीन नेतृत्व परंपरेने चालत आलेले होते .त्याला ते सांभाळत होते. साहित्यिक, साहित्यनिर्मिती, त्यांचा वाचकवर्ग, प्रकाशन-व्यवसाय, नियतकालिकांचे संपादक, मुद्रक, प्रकाशक हे सर्वच प्रामुख्याने या वर्गातील होते. त्यामुळे या काळात अनेक वाङ्मयीन नियतकालिकांचा जन्म या वर्गात झाला.

या काळात मध्यमवर्गीय समाजामध्ये ललित साहित्याला अर्थपूर्ण स्थान होते. माफक स्वरूपात प्रबोधन, विरंगुळ्याचे वाचन, मनोरंजन, आत्माविष्काराचे माध्यम, साहित्याविषयी घरात वाचन, त्यावर चर्चा हे मध्यमवर्गीयात सांस्कृतिक प्रतिष्ठेचे समजले जात होते. नाटक,चित्रपट, साहित्य याशिवाय मनोरंजनाचे, सांस्कृतिक वातावरण ठेवण्याचे दुसरे साधन समाजात नव्हते. या समाजात साहित्यिकांना सामाजिक प्रतिष्ठा होती. हे सर्व सांगण्याचा हेतू एवढाच की वाङ्मयीन नियतकालिके या काळात विशेष जन्मायला वरीलप्रमाणे काही म्हत्त्वाची कारणे घडली. अर्थात सामाजिक सांस्कृतिक आणि वाङ्मयीन नियतकालिकांना सांस्कृतिक प्रतिष्ठा पूर्वीपासूनच म्हणजे १९ व्या शतकाच्या उत्तरार्धापासूनच मध्यमवर्गीय शहरी मराठी समाजामध्ये होती.

१९६० पर्यंत नवसाहित्यकांची पहिली पिढी साहित्य क्षेत्रात स्थिर आणि प्रतिष्ठित झाली. या काळाच्या आसपास ती निर्वेधपणे लेखन करीत होती. या पिढीच्या लेखणीतून साहित्याचे नवे उन्मेष अधिक समृद्धपणे व्यक्त होत होते. एका बाजूला हे उन्मेष व्यक्त होत होते आणि दुसऱ्या बाजूने नवसाहित्यिकांच्या दुसऱ्या पिढीचा उदय याच काळात झाला होता.

पहिल्या पिढीच्या आणि दुसऱ्या पिढीच्या साहित्यस्वरूपात फरक पडत चालला होता. नवसाहित्याची गुणवत्ता पहिल्या पिढीने आत्मसात केली होती. तिचा आविष्कार तिने आपल्या साहित्यातून केला होता. आशयअनुभव विश्वातून उद्योगप्रधान संस्कृतीतील क्षुद्र, किडलेला, संकुचित वृत्तीचा, मनातल्या मनात घुसमटणारा, अंत:करणात बीभत्स विचारांचा उकिरडा साचलेला, समाजव्यवस्थेत केविलवाणे जगावे लागणारा नववास्तवातील माणूस अभिव्यक्त झाला होता. शहरी मध्यमवर्गीय समाजाची मानसिकता या साहित्यातून उमटली होती. या नवसाहित्याबरोबरच अगदी

खालच्या विशेषत: कामगारविश्वातून मार्क्सच्या साम्यवादी, समाजवादी उद्याच्या उज्ज्वल वास्तवाची आशावादी प्रतीक्षा करणाराही 'नवा मानव' मराठी साहित्यातून उमटत होता. प्राप्त समाजात स्त्रीची होणारी कुचंबणा आणि विटंबना यांचीही चित्रे रेखाटली जात होती. नव-साहित्यातून स्त्रीपुरुष संबंधांचे मुक्तचित्रण येत होते. नव मानसशास्त्र आणि नव तत्त्वज्ञान यांच्या उदयामुळे मानवी मनातले आणि अनुभवातले आजवर अज्ञात असलेले अनेक कानेकोपरे, कंगोरे, बारीकसारीक पदर ज्ञात झाल्यामुळे आशय-अनुभवांना एक नवी ताकद, एक नवे चैतन्य, एक प्रकारची आंगिक नवता प्राप्त झाली होती. जोडीला नवी भाषिक अभिव्यक्ती, नवा प्रतिमावाद, प्रतीकवाद, घाटाची नवी जाणीव यामुळे पहिल्या पिढीचे साहित्य उजळून निघाले होते. अशा प्रकारचे साहित्य नवी वाङ्मयीन नियतकालिके हिरीरीने प्रसिद्ध करीत होती. त्यावरील चर्चा, लेख, समीक्षा यांनाही योग्य ती प्रसिद्धी मिळत होती. त्यामुळे सांस्कृतिक क्षेत्रात मध्यमवर्गीय शहरी समाजात एक सळसळते, नव चैतन्याचे वाङ्मयीन वातावरण निर्माण झाले होते. वाङ्मयविषयक जुने रूढ लेखन मागे पडले. साहित्याला नवी कळा नव्या पिढीने प्राप्त करून दिली. या पिढीला तत्कालीन वाङ्मयीन नियतकालिकांनी फुलवले; तिचे पोषण, संगोपन केले. हे सर्व नवे होते.

१९६० च्या आसपास दुसरी पिढी उदयाला आली तेव्हा हे सर्व ओळखीचे झाले होते. या ओळखीच्या विश्वाचीच पुनरावृत्ती करण्यात पुरुषार्थ नव्हता. त्यामुळे या नव्या पिढीसमोर आव्हान उभे राहिले. वाङ्मयक्षेत्रात वेगळे साहित्यिक व्यक्तिमत्त्व, वेगळे अनुभवविश्व यांना नेहमीच प्रतिष्ठा असते. 'अनन्य साधारणतेला' विशेष महत्त्व असते. नववाङ्मयाच्या कालात प्रयोगशीलतेलाही विशेष महत्त्व प्राप्त झाले होते. या सर्वांचा मानसिक दाब मनावर घेऊन दुसरी पिढी १९६० च्या नंतर लेखन करू लागली.

१९७० पर्यंत या पिढीने निर्माण केलेल्या साहित्याकडे पाहिल्यास तिच्या साहित्याचे स्वरूप स्पष्ट होते. १९७५ च्या आसपास ही पिढी वाङ्मयक्षेत्रीय वर्चस्वाच्या दृष्टीने संपुष्टात आली. कारण कलावादोत्तर जीवनवादी साहित्याचा व्यापक पातळीवर आविष्कार मराठी समाजात प्रभावीपणे उदय पावला.

१९७० पर्यंत निर्माण केलेल्या दुसऱ्या पिढीच्या साहित्याचे स्वरूप कसे होते, याचा विचार करू लागल्यास असे दिसते की, पहिल्या पिढीच्या तुलनेने या पिढीचे आशय-अनुभवविश्व शहरी नवसमाजाच्या व्यापकतेच्या दिशेने जाण्याऐवजी त्यात खाजगी, वैयक्तिक पातळीवरच्या, अर्धसुप्त मनातील मुक्त लैंगिक, विधिनिषेधविहीन, बीभत्स अनुभवांचे आविष्करण विशेष दिसते. या आविष्करणात अनुभवांचे बौद्धिकीकरण, विश्लेषण, पिंजण करण्याची प्रवृत्ती विशेष वाढीला लागली. दुर्बोधता, संदिग्धता, प्रतिमांची व्यामिश्रता विशेष प्रभावी ठरली. त्याची भावनिक, प्रत्ययकारकता संपुष्टात

येऊन बौद्धिक आकलन शक्तीला आवाहन करण्याची प्रवृत्ती वाढली. ज्याला हे साहित्य कळत नाही, त्या सामान्य वाचकाला निकालात काढण्यात आले. साहित्य समजायलाही खास बौद्धिक ताकद लागते, असा पवित्रा घेतला गेला. त्यामुळे हे साहित्य एका लहान वर्तुळात, तथाकथित चलाखी आणि हुशारी असलेल्या बौद्धिक (स्कॉलर) वर्गात घोटाळत राहिले. त्याचा सामाजिक संपर्क तुटला. अनुभवाचे खाजगीपण वाढले, तसेच समीक्षा-व्यवहारात त्याचे चातुर्यपूर्ण समर्थनही वाढले. ओढूनताणून आणलेल्या, आग्रही, एकांगी प्रयोगशीलतेला अवाजवी महत्त्व आले.

सौंदर्यशास्त्रीय आणि कलावादी भूमिकेत वाङ्मयीन गुणवत्ता वाढविणारे काही मूलभूत विचार आहेत, तसे त्या भूमिकांचा एकांगी अतिरेक केल्याने किंवा बुद्धिभेद करून त्यांचा स्वीकार केल्याने साहित्याला हानिकारक काही धोकेही संभवतात. या धोक्यांना किंवा त्यांतून निर्माण झालेल्या दोषांना दुसऱ्या पिढीचे साहित्य बळी पडलेले दिसून येते. उदाहरणार्थ १) सौंदर्यमूल्ये वेगळी आणि जीवनमूल्ये, सामाजिक मूल्ये वेगळी. त्या दोहोंचा संबंध नाही. सौंदर्यमूल्ये स्वायत्त आहेत. किंवा २) कलेत चैतन्यपूर्ण अनुभवाला, त्यातील व्यामिश्रतेला महत्त्व असते. अनुभवाला कलेत 'अनुभव' म्हणूनच महत्त्व असते. तो सामाजिक, नैतिक वगैरे आहे की नाही याला महत्त्व नसते. या दोन्ही भूमिका एकमेकीला पूरक, पोषक अशाच आहेत.

यांतील पहिली सौंदर्यशास्त्रीय आणि दुसरी कलावाद्यांची भूमिका आहे. या भूमिकेचे साहित्यकलाक्षेत्रात उपयोजन वा स्वीकार करताना फार सावध राहण्याची आवश्यकता होती; तसेच साहित्यकलेचे साहित्यक्षेत्रांतर्गत काही वेगळेपण आहे, या कलेची काही अंगोपांगे इतर कलांच्यापेक्षा वेगळ्या प्रकृतीची आहेत, याचे भान ठेवण्याची आवश्यकता होती. ते न ठेवल्याने दुसऱ्या पिढीच्या साहित्यनिर्मितीत काही दोष शिरलेले दिसतात. साहित्यातील आशय-अनुभवविश्वाचा समाजाशी, मानवी मूल्यांशी अपरिहार्य संबंध येतो. भाषा हे माध्यमच मुळी सामाजिक, सांस्कृतिक अर्थ संदर्भ घेऊन साहित्यक्षेत्रात वावरणारे आहे. याचे भान दुसऱ्या पिढीला काही कारणांनी राहिले नाही किंवा लक्षात येऊ शकले नाही. त्यामुळे त्यांच्या साहित्याचा आशय-अनुभवविश्वाच्या अंगाने समाजाशी संबंध तुटलेला दिसतो. त्यामुळे या पिढीचे नवसाहित्य समाजाला मानवले नाही. ते हळूहळू मंदतेज होऊन १९७५ च्या आसपास विझून गेल्यासारखे झाले.

याचा परिणाम अशा प्रकारचे साहित्य प्रसिद्ध करणाऱ्या नियतकालिकांवर झाला. तीही समाजापासून तुटून, हळूहळू एकाकी पडू लागली. त्यांचा वाचकवर्ग हळूहळू त्यांच्यापासून अलग होऊ लागला. त्यांना पूर्वप्रतिष्ठेवर निभावून नेणे फार दिवस जमू शकले नाही. ती १९७५ नंतर संपुष्टात येऊन यथाकाळ बंद पडली.

ही नियतकालिके बंद पडण्याची इतरही काही आनुषंगिक कारणे दिसतात.

१९४५ च्या आसपास महाराष्ट्रात जी सामाजिक, सांस्कृतिक, वाङ्मयीन स्थिती होती तिच्यात १९६० नंतर पुष्कळ बदल झाला होता. या बदलाची प्रक्रिया १९५० मध्ये भारत प्रजासत्ताक लोकशाहीवादी झाल्याने सुरू झाली. महाराष्ट्रात ती १९६० नंतर झपाट्याने गतिमान झाली.

लोकशाही निवडणूक-पद्धतीमुळे बहुजन समाजाचे प्रतिनिधी निवडून राजसत्तेवर येऊ लागले. हळूहळू त्यांच्या हाती राजसत्ता, अर्थसत्ता आणि शिक्षणसंस्थांच्या रूपाने ज्ञानसत्ता एकवटत गेली. स्वातंत्र्यपूर्व काळात उच्चवर्णीय प्रामुख्याने सरकारी नोकर, पदाधिकारी असत. हा वर्ग त्यामुळे समाजात मध्यमवर्गाचा महत्त्वाचा भाग होऊन राहिलेला असे. सरकारी नोकरीमुळे आणि परंपरागत जमीनदारीमुळे त्याची आर्थिक स्थिती बरी आणि स्थिर असे. सरकारी वा तत्सम नोकरीमुळे राजसत्तेच्या नाड्या त्याच्या हातात असत. परंपरेने तो ज्ञानाचा आणि धर्माचा पोशिंदा आणि उपासक असल्याने ज्ञानसत्ता आणि सांस्कृतिक सत्ता त्याच्याकडेच होती. त्यामुळे साहित्यक्षेत्रीय संस्कृती व निर्मिती तोच करत असे व सांभाळतही असे. एका अर्थी समाजाचे वैचारिक नेतृत्व आणि सांस्कृतिक नेतृत्व त्याच्याकडेच होते.

राजसत्ता, अर्थसत्ता, ज्ञानसत्ता ज्या वर्गाकडे असतात तो वर्ग आधुनिक समाजव्यवस्थेमध्ये बदल, स्थित्यंतर किंवा विकास घडवून आणू शकतो. या सत्ता ज्या वर्गाकडून काढून घेतल्या जातात तो वर्ग नंतर काही काळ निराश, हतबुद्ध, अंतर्मुख होतो. आपल्या जीवनशैलीचे प्रस्थापित स्वरूप पालटून नव्या समाजव्यवस्थेत अनुकूल अशी नवी जीवनशैली निर्माण करतो, किंवा जुन्या जीवनशैलीत आवश्यक ते बदल घडवून आणून तिची नवी मांडणी करतो.

१९६० नंतर महाराष्ट्रातील उच्चवर्णीयांमध्ये ही प्रक्रिया गतिमान झाली. हा वर्ग नव विकासोन्मुख बहुजन समाजापासून मनाने प्रथम अलग पडला. परंपरेने चालत आलेले समाजजीवनातील त्याचे प्रस्थापित स्थान संपुष्टात आल्याचे त्याला जाणवले. तो खिन्न, निराशमनस्क झाला. त्याचे प्रतिबिंब १९६० च्या आसपासच्या मराठी नव साहित्यात पडलेले दिसते. सामाजिक जाणिवेबद्दल अनास्था, अंतर्मुख निराशा, व्यक्तिकेंद्रितता, विमनस्कता यांनी या काळातील नवसाहित्य व्यापून गेलेले दिसते. हा वर्ग आणि त्याचे साहित्य अशा रीतीने एकूण नवसमाजरचनेशी सुसंगत राहिले नाही.

१९७५ नंतरच्या टप्प्यावर असे दिसते की, या वर्गाची जीवनशैली बदलली. शैक्षणिक, सांस्कृतिक सत्ता हातातून गेल्यामुळे व कूळकायदे आल्याने आणि नव्या समाजव्यवस्थेत शासकीय व तत्सम पातळीवर नोकऱ्या मिळणे अशक्य झाल्याने या वर्गाला जीवनस्थैर्यासाठी म्हणजे अर्थार्जन करण्यासाठी स्वत:चे मार्ग शोधावे लागले. त्यामुळे तोपर्यंतच्या काळातील त्याची प्रतिभा आणि बुद्धी साहित्य-

संस्कृतीच्या क्षेत्रातून बाहेर पडून इंजिनिअर्स, डॉक्टर्स, व्यापार, उद्योग, इतर धंदे यांसारख्या प्रत्यक्ष व स्वतंत्र अर्थार्जनास उपयुक्त अशा क्षेत्रांकडे वळली. परिणामी १९७५ नंतरच्या काळात या वर्गातून नवे साहित्यिक वा प्रतिभावंत पुढे आलेले दिसत नाहीत. त्यांनी आपल्या प्रतिभेचा आणि बुद्धीचा मोहरा अर्थार्जनाकडे वळवला.

याचा परिणाम त्याच वर्गाने जन्माला घातलेल्या वाङ्मयीन नियतकालिकांवरही झाला. त्यांची कोंडी झाली. त्या वर्गातून नवे साहित्यिक पुढे येईनात, प्रस्थापित साहित्यिकांचे साहित्य व त्यांची निर्मितिकक्षा वाचकांच्या भरपूर परिचयाची झाल्याने (वाचकवर्गाची) जिज्ञासा संपुष्टात आली. दुसऱ्या पिढीचे नवसाहित्य व्यक्तिकेंद्रित, दुर्बोध, संदिग्ध, खाजगी प्रकृतीचे झाल्याने आणि समाजात मात्र नवी आणि वेगळीच आव्हाने असल्यामुळे प्रस्थापित वाचकवर्ग दुसऱ्या साहित्यिक पिढीपासूनही तुटला. नवी जीवनानुभूती, नवी आव्हाने स्वीकारणारा साहित्यिक वर्ग निर्माणच न झाल्याने त्या वर्गाचे, नव्या उन्मेषाचे साहित्य निर्माण होईना. अशा स्वरूपाची ही कोंडी होती.

दुसरे असे की, १९७० च्या आसपास पुणे-मुंबईच्या पट्ट्याबाहेर समाजात परिवर्तन, प्रबोधन चळवळी, नव्या शिक्षणसंस्थांतून निर्माण होणारा बहुजन समाजीय सुशिक्षित वर्ग यांचा एकसंध परिणाम होऊन नवे जीवनवादी, परिवर्तनवादी, प्रबोधनवादी साहित्य मोठ्या प्रमाणात जन्माला येत होते. पण त्याचे नेतृत्व करण्यासाठी किंवा ते साहित्य प्रसिद्ध करण्यासाठी प्रस्थापित नियतकालिकांना आपली (कलावादी, मध्यमवर्गीय जीवनाशयाचा आविष्कार करणाऱ्या साहित्याला आपलेसे मानणारी) भूमिका सोडावी लागणार होती. ही भूमिका सोडणे म्हणजे स्वत:चे भूतकालीन कार्य आणि अस्तित्व नाकारणे किंवा सोडणे असे या नियतकालिकांच्या संपादक, प्रकाशक, यांना मनोमन वाटत होते. ते वाटणे स्वाभाविकही होते. सारांश या नियतकालिकांनी एकेकाळी स्वीकारलेली वाङ्मयीन भूमिका आणि कार्य या दोन्ही गोष्टी कालौघात संपुष्टात आल्या होत्या. नवी भूमिका व कार्य स्वीकारणे त्यांच्या व्रतधारी एकनिष्ठेला मानवणारे नव्हते. म्हणून ती बंद करण्याशिवाय किंवा होण्याशिवाय दुसरा पर्याय नव्हता.

१९६० मध्ये महाराष्ट्र राज्याची स्थापना झाल्यावर व्यापक पातळीवर महाराष्ट्रीय समाजात अंतर्बाह्य विकासाला गती मिळाली. लोकशाही प्रस्थापित झाली होती. तिच्यामुळे जनतेला तिच्या हक्कांची जाणीव झाली. आजवर दबल्या गेलेल्या अनेक सामाजिक स्तरांना, जाती-जमातींना वाच फुटू लागली. त्यांच्या विविध संघटना निर्माण होऊन त्या राजकीय, सामाजिक, सांस्कृतिक, आर्थिक दृष्ट्या सक्रिय झाल्या.

बहुजन समाजाच्या हातात राजकीय सत्ता आल्याने ग्रामीण विभागात सुधारणांचे आणि विकासाचे नवे वारे प्रविष्ट झाले होते. सहकारक्षेत्रात नवीनवी उद्योगव्यवस्था निर्माण झाली होती. साखर कारखाने वाढत होते. नवी बियाणे, नवी खते, नवी

औतअवजारे, खेड्यापाड्याच्या अंतरंगात विजेचा आणि विद्युत उपकरणांचा विस्तार, सुधारित शेती-पद्धती, धरणे-पाटबंधारे हे येऊ लागले होते. मुख्य म्हणजे ग्रामीण समाजात स्थानिक पातळीवर शिक्षणसंस्था जन्माला येऊन शिक्षणप्रसार झपाट्याने होत होता. अनेक प्रकारच्या शैक्षणिक सवलतींमुळे ग्रामीण समाजाचे आजवरचे उपेक्षित स्तर शिक्षण घेत होते. त्यांत शेतमजूर, दलित, इतर मागास जाती, भटक्या, आदिवासी जमाती यांच्यांतील तरुण पिढी शिक्षण घेत होती. ती नव विस्तारित शासकीय नोकरी क्षेत्रांत नोकऱ्या मिळवत होती. समाजाची मानसिकता बदलत होती.

या सर्वांचा एकत्रित परिणाम होऊन १९६० नंतर ग्रामीण समाजाचा कायाकल्प होत होता. नाना प्रकारच्या चळवळी आकाराला येत होत्या. त्यांत दलित साहित्याची चळवळ राजकीय आणि सामाजिक जागृतीच्या आणि विकासाच्या हेतूने १९७० च्या आसपास प्रभावीपणे सक्रिय झाली. १९७५ च्या आसपास ग्रामीण समाजाच्या खालच्या स्तरातून ग्रामीण साहित्याची चळवळ सामाजिक आणि सांस्कृतिक जागृतीच्या आणि विकासाच्या हेतूने आकाराला आली. या दोन्ही चळवळींचा परिणाम होऊन आदिवासी, भटक्या समाजातही साहित्यनिर्मिती होऊ लागली.

या साहित्य चळवळीतून निर्माण होणारी जागृती ही व्यापक पातळीवरची होती. महाराष्ट्राच्या सर्व दलित, ग्रामीण, आदिवासी, भटक्या समाजाला ती व्यापून सक्रिय झाली होती. या नवजागृत समाजाला १९७० ते १९९० या वीस वर्षांत साहित्यनिर्मितीचे स्फुरण चढले होते. मोठ्या प्रमाणात साहित्यनिर्मिती होत होती. ही निर्मिती जीवनवादी, देशी प्रकृतीची होती. समाजपरिवर्तन, समाजसुधारणा, उपेक्षित समाजाच्या व्यथावेदनांचा विद्रोही, व्याकुळ आविष्कार हे या निर्मितीचे ध्येय होते. या साहित्यनिर्मितीची प्रेरणा समाजांतर्गत स्थितिगतीची होती. ती बाहेरून आयात केलेली नव्हती. स्वत:च्या बोलीभाषेचे माध्यम ती प्राचुर्याने उपयोजीत होती.

या चळवळींची साहित्यसंमेलने, शिबिरे, चर्चासत्रे, व्याख्याने जोरात सुरू झाली होती. 'अस्मितादर्श', 'अक्षरवैदर्भी' सारखी एकदोन स्थिरपद नियतकालिके सोडली, तर 'गावरान', 'रानमळा', 'समुचित', 'आम्ही', यांसारखी अनेक नियतकालिके जन्मत होती आणि काही काळ काही अंक प्रसिद्ध करून आर्थिक दुर्बलतेमुळे बंद पडत होती. वार्षिक अंक दिवाळीच्या निमित्ताने काढत होती. त्यातून चळवळीचे साहित्य प्रसिद्ध करत होती. 'बळीराजा', 'विचारभारती' यांसारख्या मासिकांनी काही काळ ग्रामीण साहित्य-प्रवाहाला मदत केली.

१९८० च्या आसपास मराठी दैनिकांनी धोरणात बदल केला. तोपर्यंतच्या काळात महाराष्ट्रीय पातळीवरची दैनिके प्रामुख्याने पुणे-मुंबईत प्रसिद्ध होत होती. औरंगाबाद, नागपूर येथून त्यांच्या खालोखाल प्रसिद्ध होत होती. १९८० नंतर या

दैनिकांनी आपल्या शाखा ग्रामीण विभागातील विविध जिल्ह्यांची केंद्रवर्ती शहरे, तालुके हेरून तिथे काढल्या. तेथून दैनिकांचे विभागीय अंक प्रसिद्ध होऊ लागले. परिणामी दलित, ग्रामीण, आदिवासी साहित्याला त्या अंकांच्या प्रदेशनिहाय साप्ताहिक रविवारच्या पुरवण्यांमधून प्रसिद्धी मिळू लागली. या साहित्याचा रेटा मोठा होता– याही कारणांमुळे मध्यमवर्गीय नागरी साहित्याची पीछेहाट झाली. प्रस्थापित वाङ्मयीन नियतकालिकांवर याचाही मानसिक परिणाम होऊन ती बंद होण्याच्या मन:स्थितीकडे वेगाने खेचली गेली.

१९७०-७५ च्या आसपास महाराष्ट्रात 'दूरदर्शन'चा प्रसार मोठ्या प्रमाणात झाला. साहित्यसंस्कृतीवर त्याचा हळूहळू परिणाम होऊ लागला आणि तो नंतर प्रभावीपणे वर्चस्व गाजवू लागला. दूरदर्शनपूर्वकाळात फावल्या वेळात विरंगुळा, मनोरंजन, वेळ घालवण्याचे साधन म्हणूनही साहित्याचे वाचन करणारा मोठा वर्ग होता. दूरदर्शनच्या काळात तो दूरदर्शन पाहण्यात रमू लागला. कशातही विरंगुळा शोधणाऱ्या या वर्गाला स्वस्थ बसल्या बसल्या विविधतेने नटलेला, रंगीबेरंगी विरंगुळा आणि उत्तेजक मनोरंजन मिळू लागल्याने तो दूरदर्शनकडे वळला. याचाही परिणाम एकूणच नियतकालिकांवर झाला. वाङ्मयीन नियतकालिके या परिणामातूनही सुटली नाहीत. नियतकालिक संस्कृतीची जागा दूरदर्शन संस्कृतीने घेतली. कालौघात हा खांदेपालट योग्य नसला तरी अपरिहार्य होता. दूरदर्शन-सेट खरेदी करू शकणाऱ्या शहरी संस्कृतीवर याचा विशेष परिणाम झाला.

पुण्या-मुंबईच्या दैनिकांच्या मुख्य केंद्रातून त्याच उद्योगसमूहांची 'साप्ताहिक' स्वरूपात नियतकालिके याच काळात निघू लागली. ती व्यापारी स्वरूपाची होती. ती माफक स्वरूपात कथा, कविता, पुस्तक परीक्षणे, नाटक-चित्रपट परीक्षणे छापत असली, तरी त्यांचा दृष्टिकोण मनोरंजनवादीच असल्याने त्यातून प्रसिद्ध होणारे साहित्य वाङ्मयीन दर्जाचे नसते. ते लोकप्रिय वृत्तीला अनुसरून प्रसिद्ध होणारे असते. तेव्हा त्यांच्याकडून वाङ्मयीन अपेक्षा करणे अनाठायी असते. ही नियतकालिके रंगीबेरंगी नटनट्यांची चित्रे, आणि सिनेमांतील उत्तेजक, मनोरंजक प्रसंग-चित्रे यांनी भरलेली, सनसनाटी शीर्षके, उपशीर्षके यांनी व्यापलेली असतात. नोकरीतील तरुण वर्गाला प्रवासाच्या काळात ती असल्या 'साहित्याचे वाचन' करायला प्रवृत्त करतात. परिणामी तथाकथित वाङ्मयीन नियतकालिकांकडे तरुण वाचकवर्गही वळू शकत नाही. तसेच या साप्ताहिक-वर्गातून नवा साहित्यिक वर्गही घडू शकत नाही. मात्र त्यांच्यामुळे मनोरंजन हाच हेतू ठेवून सनसनाटी लेखन करण्याची प्रवृत्ती वाढीला लागते किंवा लागली आहे. त्यालाच 'साहित्यनिर्मिती' म्हणण्याची संस्कृती जन्माला आलेली आहे. बरेचसे नव्या पिढीचे साहित्यिक या संस्कृतीचे बळी ठरत आहेत.

या पार्श्वभूमीवर १९४५ नंतर जन्माला आलेल्या आणि आवश्यक ती वाङ्मयीन भूमिका अनेक वर्षे बजावून बंद पडलेल्या वाङ्मयीन नियतकालिकांचे कार्य उठून दिसते. त्यांनी तत्कालीन नागरी जीवनाचे आशय-अनुभवविश्व साहित्यात आणले, ही त्यांची कामगिरी महत्त्वाची होतीच, शिवाय त्यांनी साहित्य-कला समृद्ध केली. तिच्या कलात्मकतेच्या अंगांचा सांगोपांग विचार केला. साहित्याचे क्षेत्र इतर जीवनक्षेत्रापासून कुठे आणि कसे वेगळे आहे, या वेगळ्या क्षेत्रात त्याची वेगळी कलामूल्ये कोणती आहेत, कला घटकांचे निर्मितीत स्थान कोणते आहे यांचा सांगोपांग अभ्यास केला. प्रत्यक्ष साहित्यनिर्मिती करून चांगल्या, वेगळ्या, उत्तम साहित्यिक कलाकृतींचे नमुने दाखवून दिले. मराठी साहित्यप्रवाहात हे केव्हा तरी दाखवून देण्याची नितांत गरज होती. अन्यथा मराठी साहित्यविश्वाला अपुरेपणा, एकांगीपणा आला असता. वाङ्मयीन नियतकालिकांची ही कामगिरी महत्त्वाची आहे. तिला तोड नाही.

कलात्मकतेचे व कलाशुद्धतेचे भान असलेल्या या नियतकालिकांना साहित्य चळवळींतून निर्माण होणारे नव्या साहित्यप्रवाहांतील ठोस जीवनवादी साहित्य मानवणे शक्य नव्हते. या नव्या प्रवाहांतील जीवनाशय व जीवनानुभव या नियतकालिकांच्या प्रस्थापित जीवनाशयापेक्षा व जीवनानुभवापेक्षा सामाजिक दृष्ट्या वेगळा, काहीसा विरोधी, आक्रमक, त्याला अपराधी ठरविणारा, तुच्छ लेखणारा होता. म्हणूनही या नियतकालिकांच्या चालक, प्रकाशक, संपादक यांना अशा प्रकारचे चळवळीतील नवे साहित्य प्रसिद्ध करण्यापेक्षा नियतकालिकेच बंद करणे मानवले असावे. तसेच या नियतकालिकांचा वाचकवर्गही प्रस्थापित जीवनक्षेत्रातील असल्याने त्यालाही हे साहित्यप्रवाह मानवले नसते व त्याने ती नियतकालिके स्वखर्चाने वाचणे सोडून दिले असते. परिणामी प्रस्थापित नियतकालिके बंद पडली असती. असो.

१९७० नंतरच्या काळात सामाजिक, सांस्कृतिक, राजकीय प्रेरणांतून साहित्यचळवळी आकाराला आल्या. त्यांनी साहित्यनिर्मिती केली. साहित्य चर्चा, साहित्य संमेलने अनेक घडवून आणली. साहित्यसमीक्षाही आपल्या परीने केली. त्यातूनच नवे साहित्यप्रवाह जन्माला आले. हे सर्व करण्यामागे समाज आणि साहित्य यांचा घनदाट, अनेक पदरी जीवनसंबंध असतो, हे त्यांचे गृहीतकृत्य पक्के होते. हे गृहीत कृत्य सशक्त आणि ठोस होते; तरी त्यांनी साहित्याची कलात्मकदृष्ट्या काहीशी उपेक्षा केली. साहित्य हे प्रथम ‘साहित्य’ असते, ती एक कला आहे, साहित्यातील कलात्मकतेची म्हणजे कलामूल्यांची योग्य ती जोपासना साहित्याला साहित्यपण आणते, त्यामुळे जीवनवादी गृहीत कृत्यांचा आविष्कार हा अधिक प्रभावी होतो, हे या साहित्यप्रवाह निर्माण करणाऱ्या चळवळींच्या बहुसंख्य साहित्यिकांच्या ध्यानात आले नाही. त्यासाठी कुणी साहित्याचा कला म्हणून सखोल व मन:पूर्वक

अभ्यास केला नाही. साहित्याच्या केवळ प्राथमिक कल्पना त्यांनी उराशी बाळगल्या. त्यामुळे अर्थातच चळवळी चालल्या, नवे प्रवाह निर्माण झाले, तरी साहित्य क्षेत्राची काहीशी हानी झाली. बरेचसे प्राथमिक दर्जाचे, सरधोपट केलेले, एकांगी लेखन 'साहित्य' या नावाने प्रसिद्ध झाले. अर्थात त्याला अनेक सन्मान्य अपवाद हे आहेतच.

या चळवळीतील वाङ्मयीन नियतकालिकांना खंबीरपणे, प्रखरपणे उभे राहून वाङ्मयीन दृष्ट्या, कलादृष्ट्या उत्तम साहित्य घडवता आले असते, पण नियतकालिकांच्या हातून ते कार्य अनेक अटळ कारणांनी घडू शकले नाही. ती मुख्यत: एका आर्थिक कोंडीत सापडून घुसमटली. कारण या काळात कागद खूप महाग झाला. वस्तूंच्या किमती भराभर वाढत गेल्या. त्यामुळे जनसामान्यांच्या समाजाला नियतकालिके चालवणे, विकत घेऊन वाचणे, वर्गणीदार होणे परवडले नाही.

आज घडीला समाज-स्वरूपाकडे प्रस्तुत संदर्भ घेऊन पाहताना काय दिसते?– समाज खूपच गतिमान झाला आहे. देशातील, महाराष्ट्रातील लोकसंख्या प्रचंड प्रमाणात वाढलेली आहे. जगण्याचे प्रश्न आणि समस्या बिकट झालेल्या आहेत. सुशिक्षित वर्गात अनेक शाखोपशाखांतील विविध प्रकारचे शिक्षण घेऊनही तरुणांना नोकऱ्या मिळत नाहीत. या वर्गात बेकारी आणि खोलवरची अस्वस्थता वाढलेली आहे. कितीही उत्तम साहित्यनिर्मिती केली, तरी ती काही चरितार्थाचे साधन होऊ शकत नाही. उलट जीवनात निर्मितीसाठी स्वास्थ्य आणि स्थैर्य मिळाले तरच उत्तम आणि दर्जेदार साहित्यनिर्मिती होऊ शकते. 'निर्मितीसाठीचे स्वास्थ्य' याचा नीट अर्थ लक्षात ठेवला पाहिजे. साहित्यिक व्यक्तिमत्त्वाचे वैशिष्ट्य दुपाखी असते. त्याला अनुभव घेण्यासाठी वणवण करावी लागते. स्वत:चे जीवन नाट्यपूर्ण अनुभवांतून रेटावे लागते. त्याच्या भोवताली समाजात नाना प्रकारचे जीवनमंथन गतिमानतेने चाललेले असते. ते त्याच्या अंगावर कोसळत असते. तो त्यात नाकातोंडात पाणी जाऊन अर्धमेला झालेला असतो. त्याचे हे अनुभवविश्व यथार्थ संस्कार घडून, अर्थपूर्ण होऊन आशय-अनुभवांच्या स्थानी साहित्यात येत असते; ही गोष्ट खरी. पण त्या अनुभवविश्वाची संघटना बांधण्यासाठी, त्याच्यावर संस्कार करण्यासाठी, त्याला अर्थपूर्णता देण्यासाठी साहित्यिकाला संकलन, अध्ययन, चिंतन-मनन, नोंदी, पहिले, दुसरे लेखन अलिप्तपणे करावे लागते. तरच तो चांगली साहित्यनिर्मिती करू शकतो. त्यामुळे नव्या प्रवाहांचेही पोषण नीटपणे होऊ शकते. या सर्वांसाठी त्याला आर्थिक, मानसिक स्वास्थ्याची आणि स्थैर्याची गरज असते. हे दुपाखीपण साहित्यिकाला सतत सांभाळावे लागते.

मूळ मुद्दा असा की, साहित्यिकाला निर्मितीसाठी लागणारे स्वास्थ्य आणि स्थैर्य

समाजात मिळण्याची गरज असते. पण समाजात साहित्यिकाच्या सर्वच शक्ती जगण्याचे, जीवनाचेच प्रश्न सोडविण्यात खर्ची पडत असतील, तर उत्तम साहित्यनिर्मिती होऊ शकत नाही. प्रसंगी निर्मिती झालीच तर ती पोटार्थी सामान्य निर्मिती असण्याचीच मोठी शक्यता असते– अशा सामाजिक अस्वास्थ्याच्या अवस्थेत उत्तम साहित्य निर्माण होत नसल्यामुळे नव्या साहित्यप्रवाहांच्या पोषणाच्या संदर्भातही पोकळी जाणवणे स्वाभाविक आहे. खरे तर आजच्या समाजस्थितीत जीवनाच्या प्रत्येक क्षेत्रात मूल्ये ढासळत आहेत. त्यामुळे साहित्याच्या क्षेत्रातही पोकळी निर्माण झाली आहे. ही पोकळी भरून काढण्याचे प्रयत्न हे झालेच पाहिजेत. प्रत्येक साहित्यिक-समीक्षकाने आपआपल्या कार्यक्षेत्रात त्यासाठी मन:पूर्वक कार्य करण्याची आवश्यकता आहे. नियतकालिके काढण्याची तर नितांत आवश्यकता आहे. पुस्तकेही निघालीच पाहिजेत.

१९४५ ते ९५ या पन्नास वर्षांतील वाङ्मयीन नियतकालिकांचा इतिहास पाहताना असे दिसून येते की, पहिल्या पस्तीस वर्षांत महाराष्ट्रात वाङ्मयीन नियतकालिकांची संख्या विपुल होती. या काळात साहित्याला समाज जीवनात प्रतिष्ठाही होती. तसेच कलावाद, सौंदर्यवाद यांचा जन्म, विकास आणि विस्तार होऊन साहित्याला अंतर्बाह्य नवे रूप प्राप्त झाले. या काळात प्रामुख्याने शहरी मध्यमवर्गीय जीवनात ब्राह्मण वर्गाचा विशेष भरणा होता. त्यांच्या जीवनात वाङ्मयनिर्मितीची परंपरा दीर्घकालीन होती. तसेच कलावादी, सौंदर्यवादी नव साहित्यातून व्यक्त होणारा जीवनाशय त्या वर्गाचा होता. या सर्व कारणांमुळे या काळात नवसाहित्याचा वाङ्मय-प्रवाह सर्वांगांनी विकास-विस्तार पावायला भरपूर मदत झाली. हा नवा प्रवाह त्यामुळे मराठी साहित्यात नीटपणे स्थिर झाला.

या प्रवाहाच्या स्थिरतेनंतर म्हणजे १९७० च्या आसपास दलित साहित्य, ग्रामीण साहित्याचे नवे प्रवाह जन्मले. या प्रवाहासंबंधीची अनुकूल, प्रतिकूल चर्चा, किंवा या प्रवाहांचा जन्म शहरी जीवनकक्षेच्या बाहेर झालेला असल्यामुळे त्यांच्याविषयीची अनास्था, गैरसमज या प्रस्थापित नियतकालिकांच्या द्वारा प्रसृत होऊ लागले. त्यातून वाङ्मय-क्षेत्रात अंतर्गत साहित्यसंघर्ष निर्माण झाले. पण या दोन प्रवाहांचा रेटा अनेक कारणांनी वाढल्याने व नवसाहित्याला स्थिरता आल्याने तसेच त्याचा केवळ विस्तार सुरू झाल्याने व समाजस्थितीत स्थित्यंतर होऊन शहरातील तरुण सुशिक्षित वर्ग साहित्यनिर्मितीपासून विन्मुख होऊन व्यवसाय-उद्योग क्षेत्राकडे वळल्याने ही प्रस्थापित नियतकालिके बंद पडली. दलित साहित्याच्या व ग्रामीण साहित्याच्या तरुण प्रवाहांना जोम चढला. ते लोकप्रियतेच्या लाटेवर आरूढ झाले. त्यांना दैनिके, साप्ताहिके, पाक्षिके, दिवाळीत निघणारी वार्षिके यांनी उचलून धरले. त्यामुळे हे दोन्ही प्रवाह जोमदारपणे गतिमान झाले. पण वाङ्मयीन नियतकालिकांमधून त्यांची तात्त्विक चर्चा झाली; ती

फारशी झाली नाही. झाली तीही अवाङ्‌मयीन कारणांसाठी. या नव्या प्रवाहांचे पोषण प्रामुख्याने व्याख्याने, परिसंवाद, त्यांची शिबिरे व साहित्यसंमेलने यांतूनच झाले.

आर्थिक दृष्ट्या जनसामान्यांना परवडणारे नसल्यामुळे या नव्या प्रवाहांना नितांत गरज असूनही नियतकालिके मिळाली नाहीत किंवा नवी चालू करता आली नाहीत. शेवटी वाङ्‌मयीन नियतकालिकांची नव्या प्रवाहांना गरज असली तरी आर्थिक कारणांमुळे दीर्घजीवी नियतकालिके निर्माण करता आली नाहीत. साहित्य प्रवाहांची नीटपणे जोपासना व्हावयाची असेल तर त्या त्या प्रवाहाचे निदान एक तरी नियतकालिक मुखपत्र असण्याची गरज असते. ते असेल तर त्यात अग्रक्रमाने त्या प्रवाहाचे साहित्य, त्याचा इतिहास, त्यातील साहित्यकृतींची योग्य समीक्षा, त्याच्या साहित्यपणाचे डोळस भरण-पोषण, अडचणींची, समस्यांची सोडवणूक वेळीच होत असेल, तर ते प्रवाह बाळसे धरतात. त्यांची अशी एक आस्था-संघटना नकळत निर्माण होते. असे काही होत नसेल, तर ते प्रवाह हळूहळू नष्ट होऊ लागतात. म्हणून साहित्यप्रवाहांच्या संदर्भात नियतकालिके महत्त्वाची ठरतात.

◆

कादंबरी आणि आधुनिक समाज

कादंबरी ही साहित्य-संकल्पना आधुनिक युगातील समाजव्यवस्थेमध्ये जन्मलेली आहे. मुद्रणपूर्व काळात ती नव्हती. मुद्रणोत्तर काळात ती जन्मली. नंतर तिचा अखंड प्रवाह आणि परंपरा या बाबी निर्माण झाल्या.

कादंबरी ही प्राकारिक वस्तू आधुनिक साहित्यातील असली, तरी तिच्यातून जीवनदर्शन जे घडते ते घडविण्याची किंवा जीवनदर्शनाचे निवेदन करण्याची ऊर्मी ही सनातन, कादंबरीकाळाच्याही पूर्वीपासून स्वाभाविकपणे चालत आलेली आहे. भारतीय संस्कृतीत ती नाटके, महाकाव्ये, पुराणे, प्रवचने, कीर्तने इत्यादींमधून आपणास दिसून येते. या मानवी कथनप्रेरणेलाच आधुनिक सुसंस्कृत समाजात कादंबरीरूप प्राप्त झाले.

महाराष्ट्रीय जीवनात आधुनिकतेचा प्रवेश ब्रिटिश अमदानीपासून सुरू झाला. ब्रिटिशांची राजकीय, सामाजिक दृष्टी, जीवनविकासाच्या कल्पना, सांस्कृतिक बैठक हे सर्व भारतीय परंपरांपेक्षा पूर्णपणे वेगळे होते. या सगळ्यांचा सर्वांगीण परिणाम भारतीय समाज, संस्कृती, साहित्य आणि जीवनदृष्टी यांच्यावर होऊ लागला. त्यातूनच आधुनिकतेचे युग मराठी समाजात अवतरू लागले. 'प्रबोधनकाळ' म्हणून त्याला ओळखले जाते.

याचा परिणाम होऊन हळूहळू आधुनिक मराठी साहित्य जन्माला येऊ लागले. या साहित्यक्षेत्रांतर्गत कादंबरी जन्माला आली आणि तिचा नवा प्रवाह आकाराला आला. कादंबरीसारख्या दीर्घपट असलेल्या साहित्यप्रकाराचे नीटपणे भरण-पोषण होण्यासाठी व तिच्या प्रवाहात सातत्य राहण्यासाठी समाजात तीन गोष्टींची विशेष आवश्यकता असते. मुद्रणसुलभता, वाढता वाचकवर्ग आणि समाजाची विकासोन्मुखता व त्यासाठी कराव्या लागणाऱ्या

संघर्षातील सक्रियता; या त्या तीन बाबी होत. मुद्रणसुलभतेमुळे 'कादंबरी' ही वस्तू समाजातील सामान्य वाचकालाही सहज उपलब्ध होऊ शकते. वाढत्या वाचकवर्गामुळे ती समाजाच्या अंगोपांगात जाऊन पोचू शकते. तिच्याविषयी समाजात चर्चा होऊ शकते आणि तिची मागणी वाढू शकते. परिणामी ती समाजाची गरजेची वस्तू होते; त्यामुळे 'कादंबरी' वस्तूचे समाजात सातत्य निर्माण होऊ शकते. तिचा प्रवाह निर्माण होऊ शकतो, तिच्यात विविधता येऊ शकते, तिच्या निर्मितीला चालना, उत्साह मिळू शकतो. तिसरी बाब : समाज विकासोन्मुख असेल तर त्याला अपेक्षित विकासासाठी संघर्ष करावा लागतो. विशेषत: सामाजिक, धार्मिक, सांस्कृतिक, कौटुंबिक, भौतिक सुधारणा घडवावयाच्या असतील तर जुन्या-नव्या मूल्यांमध्ये संघर्ष निर्माण होतो. हा संघर्ष मानसिक पातळीपासून तो भौतिक, सांस्कृतिक, धार्मिक पातळीपर्यंत सर्वत्र पसरतो आणि भावना, विचार, संवेदना, कल्पना, श्रद्धा, जाणिवा यांना हादरे बसून प्रदीर्घ जीवननाट्य घडू लागते. त्यातून कादंबरीला भरपूर कच्ची सामग्री मिळते. चिंतनशील, संवेदनशील मनाला जीवनाविषयी नवे काही कळू-आकळू लागते आणि तो कादंबरीलेखनाला प्रवृत्त होतो. समाजाची आधुनिक मूल्ये ही प्रामुख्याने भौतिकवादी असल्याने ती सतत विकसनशील राहतात. ती जीवनशैलीच सतत विकास पावणारी असते. कादंबरीतून व्यक्त होणाऱ्या आशयद्रव्याला ही शैली उपकारक असते. याचा मथितार्थ एवढाच की, आधुनिक समाज आणि कादंबरी यांचे नाते अतूट स्वरूपाचे आहे, असे जाणवते. समाजाच्या वळणाबरोबर कादंबरीही सतत नवे वळण घेताना दिसते.

कादंबरीचे स्वरूप मराठी साहित्यक्षेत्रात १८६० च्या आसपास हळूहळू स्पष्ट होत होते. जास्त अचूक बोलायचे तर कादंबरीला मराठी रूप हळूहळू प्राप्त होत होते, तिचे मराठीकरण होत होते, किंवा तिला मराठी पेहराव चढत होता. सर्व प्रकारची सत्ता हरवून स्वस्थ बसलेल्या आणि परकीयांच्या पूर्ण स्वाधीन झालेल्या निष्क्रिय समाजात केवळ मनोरंजनवादी कादंबऱ्या जन्माला आल्या. निरुद्योगी समाजाला त्याची गरज होती. पण त्यानंतरचा काळ हा प्रबोधनाचा काळ होता. मराठी समाज मध्ययुगातून आधुनिक युगात हळूहळू प्रवेश करत होता. शिक्षणक्षेत्र प्रथमच सार्वजनिक झाले होते. इंग्रजी भाषा अवगत होत होती. तिच्याबरोबरच इंग्रजी संस्कृतीचा परिचय होत होता. ब्रिटिशांच्या वेगळ्या जीवनदृष्टीचा परिचयही होत होता. भारतीय मध्ययुगीन पारलौकिक जीवनदृष्टी आणि ब्रिटिशांची, युरोपीय संस्कृतीची भौतिक जीवनदृष्टी; भारतीय धर्मप्रधान व अनेक पंथांना प्रमाण मानणारी जीवनमूल्ये आणि ब्रिटिशांची विज्ञाननिष्ठेतून, बुद्धिवादातून निर्माण झालेली समता, स्वातंत्र्य, बंधुता, एकेश्वरवाद, यांसारखी आधुनिक मूल्ये; यांच्यामध्ये संघर्ष निर्माण झाला होता. त्या काळात जगाच्या पाठीवर ब्रिटिश साम्राज्याचा उदय-विकास होत होता.

त्यांची संस्कृती, जीवनदृष्टी जगज्जेती ठरली होती. तिच्याविषयी आकर्षण निर्माण होऊन आपलाही समाज असा झाला पाहिजे, जुनी मूल्ये, जुनी जीवनदृष्टी टाकून दिली पाहिजे, असे अनेक महाराष्ट्रीय नवशिक्षितांना वाटू लागले. आपल्या प्राचीन ऋषिमुनींच्या, कवि-नाटककारांच्या वाङ्मयापेक्षा ब्रिटिश संस्कृतीतील भौतिकवादी वाङ्मय नवशिक्षित मनाला जवळचे वाटू लागले. त्या संघर्षातूनच मराठी कादंबरी आकाराला येऊ लागली आणि कादंबरीचा दुसरा टप्पा समाजाच्या दुसऱ्या टप्प्याबरोबर सक्रिय झाला.

'यमुनापर्यटन' (१८५७), 'मुक्तामाला' (१८६१), 'मंजुघोषा' (१८६६), 'नारायणराव व गोदावरी' (१८७९), 'मधली स्थिती' (१८८८), यांसारख्या कादंबऱ्यांतून मराठी कादंबरीची पहिली पावले कशी उमटली, त्याची माहिती वाङ्मयेतिहासात मिळते.

या दुसऱ्या टप्प्यावर हरि नारायण आपटे यांच्या 'मधली स्थिती' नंतरच्या वास्तववादी, सामाजिक कादंबऱ्या आणि वा. म. जोशी यांच्या ध्येयवादी कादंबऱ्या आपणांस भेटतात. या दोघांच्या कादंबऱ्यांचा काळ म्हणजे मराठी कादंबरीला मराठीपण प्राप्त झाल्याचा आणि मराठी कादंबरीची स्वरूपसिद्धी झाल्याचा काळ आहे. या दोघांनी मराठी कादंबरीचे शारीर स्वरूप स्पष्ट केले.तिची वैशिष्ट्ये, तिची जीवनदर्शनाची ताकद दाखवून दिली. कादंबरी या नव्या साहित्यप्रकाराची कालसुसंगती स्पष्ट केली. चाचपडणाऱ्या अवस्थेतून व केवळ मनोरंजनाच्या प्रेरणेतून मराठी कादंबरी बाहेर पडली. ती वास्तवाकडे झुकली. या दोघांच्या कादंबऱ्यांमुळेच सामाजिक व वास्तववादी मराठी कादंबरीचा प्रवाह सुरू झाला. त्या दृष्टीने गंगोत्रीचे स्थान या कादंबऱ्यांना प्राप्त झाले. अशा रीतीने पहिल्या टप्प्यावरचा स्थितिशील समाज गतिमान झाल्यावर कादंबरीसुद्धा गतिमान होऊन दुसऱ्या टप्प्यात प्रवेश करती झाली.

प्राचीन काळात महाकाव्याला जे समाजजीवनात स्थान होते, ते स्थान आधुनिक काळात कादंबरीला प्राप्त झाले. मात्र स्थानाच्या महत्त्वाच्या बाबतीत समानता असली, तरी दोन्ही साहित्यप्रकारांचे स्वरूप एक नाही; ते वेगवेगळे आहे. दोन्ही प्रकारांत कथात्मता, निवेदनात्मता, कालपट मोठा, भरपूर दीर्घता किंवा प्रदीर्घता असते; पण कादंबरी हा गद्यभाषात्म प्रकार आहे. तिची भाषा ही त्या सर्वसामान्य समाजाची बोलली जाणारी, पण वाङ्मयीन गुणयुक्त भाषा असते. कादंबरी प्रामुख्याने त्या समाजातील वर्तमान वास्तवावर प्रकाश टाकते, त्यावर भाष्य करता करता नव्या दिशा सुचवू शकते. ती ऐतिहासिक, पौराणिक, मनोरंजक कादंबरी असली, तरी तिचा प्रत्यक्षाप्रत्यक्षपणे समाजवास्तवाशी संबंध असतो. वर्तमान वास्तवाच्या अंगाने ती पुराण, इतिहास हलकेफुलके प्रसंग यांच्यावर क्षीण वा प्रखर प्रकाश टाकू

शकते. 'माणूस' समजून देण्याची प्रेरणा कादंबरीच्या सर्वच प्रकारांत महत्त्वाची असते. प्राचीन धर्मप्रधान काळातील महाकाव्यासारखा साहित्यात नीतिपाठ, धर्मतत्त्वांचे विशदीकरण, पात्रांची सुष्ट-दुष्ट अशी दृढ मांडणी, ठराविक उच्चस्थानीय किंवा उच्चवर्गीय नायक-नायिका, लालित्याच्या नियमांनुसार संस्कृत भाषेचा वापर, काव्यशास्त्राच्या तत्त्वांनुसार आरंभ, मध्य, शेवट इत्यादी रचनात्मक मांडणी असा संकेत असला, तरी आधुनिक काळातील कादंबरीत तसा तो नसतो. दोन्हींची रचनातत्त्वे व हेतूच वेगळे आहेत किंवा असतात. महाकाव्य हे प्राचीन समाजाचे तर कादंबरी हे आधुनिक समाजाचे अपत्य जाणवते.

कादंबरीचा आवाका इतका मोठा आहे की तिला कोणताही विषय वर्ज्य नसतो. एखादा विषय व्यापक असला तरी तो सांगोपांग मांडता येतो. कादंबरीकार हा प्रतिभावंत असला तरी इतर दृष्टींनी तो सर्वसामान्य समाजातील एक नागरिक असतो. महाकवीप्रमाणे त्याची भूमिका प्रेषिताची, सर्व कळलेल्या विद्वानाची किंवा पंडिताची नसते. कादंबरीकार इतर दृष्टीने सामान्य असला तरी तो आपले म्हणणे, जीवनाविषयीचे त्याचे असे एक 'माणूस' म्हणून असणारे आकलन निर्वेधपणे कथन करू शकतो. कालपट मोठा असल्याने आकलन झालेल्या जीवनातील कार्यकारण वा अन्य संबंध, जीवनातील परिवर्तने, त्यांचे उलट-सुलट फायदे-तोटे वा परिणाम तो कादंबरीत विस्तृतपणे मांडू शकतो. महाकाव्याचे संकेत जसे प्राचीन महाकवी काटेकोरपणे पाळत असत, तितका काटेकोरपणा कादंबरीच्या बाबतीत नसतो. कादंबरी हा एका अर्थी मुक्तबंध आहे. हा मुक्तबंध आधुनिक समाजातील जनसामान्यांच्या मालकीचा आहे, तर महाकाव्य हा प्रकार प्राचीन समाजातील प्रतिभावंत, असामान्य जनांच्या किंवा ऋषीमुनींच्या मालकीचा आहे. आधुनिकता ही कादंबरीलेखनाला अतिशय अनुकूल आहे. आधुनिकतेत व्यक्तिस्वातंत्र्य हे महत्त्वाचे मूल्य मानले गेल्याने कोणतीही व्यक्ती आपले अनुभव, विचार, मते, जीवनविषयक एकूण आकलन मुक्तपणे, तिला हव्या तेवढ्या विस्तृतपणे मांडू शकते. कादंबरी हा साहित्यप्रकार त्याला अतिशय अनुकूल आहे. आधुनिक साहित्यप्रकारात कविता, ललित गद्य, कथा, नाटक इत्यादी प्रकारांतूनही आत्माविष्कार करता येत असला, तरी त्यांच्यावर प्राकारिक बंधने बरीच येतात. कवितेत आत्मनिष्ठेला आणि मानवी वृत्तींतील काव्यात्मतेलाच प्राधान्य असते. कवितेची भाषा, नाही म्हटले तरी, व्यवहारातील भाषेपेक्षा वेगळी पडते. ललित गद्यात गद्य भाषेला स्थान असले, तरी त्यातही आत्मनिष्ठेला प्राधान्य नसेल तर तो प्रकार कथेकडे, निवेदन-प्रकृतीकडे झुकतो. कथेत कोणताही अनुभव व्यक्त करता येत असला, तरी त्याला तिच्या लांबीची, कालपट किती घ्यायचा याची अंगभूतच मर्यादा असते. नाटक हा प्रकारही सादरीकरणामुळे बंदिस्त झाला आहे. संवादापलीकडे जाऊन तिथे भाषेचा मुक्तपणे

वापर करता येत नाही. कादंबरी ह्या साहित्यप्रकाराच्या बाबतीत अशी काही बंधने येत नाहीत. तिच्यात वर सांगितलेल्या इतर साहित्य-प्रकारांची जी वैशिष्ट्ये आहेत, ती तर आवश्यकतेनुसार आणता येतातच, पण मानवी जीवनव्यवहारातील सर्वांगांना स्पर्श करण्यासाठी जी भाषा तिला वापरणे आवश्यक वाटत असेल, ती काव्यात्म, गद्यात्म, आत्मनिष्ठ, वस्तुनिष्ठ, प्रमाणभाषा, बोलीभाषा कादंबरीकार आवश्यकतेनुसार योजू शकतो. जेणेकरून सामान्य माणसांच्या समाजाचे प्रतिबिंब, किंवा त्याचे स्वत:चे समाजविषयक आकलन त्याला मांडता येईल ते ते प्रसंग, घटना, पात्रे, भाषा, बोली, वृत्ती-प्रवृत्ती घेऊन तो मांडू शकतो. या अर्थाने हा साहित्यप्रकार मुक्तबंधासारखा आहे. त्यामुळे तो प्रौढ, चिंतनशील साहित्यिकाला मानसिकदृष्ट्या जवळचा असतो; तसाच तो जनसामान्य वाचकांनाही स्वप्रतिबिंबामुळे जवळचा वाटतो.

आजच्या व्यक्तिवादी, व्यक्तिस्वातंत्र्यवादी आणि गतिमान समाजामध्ये सुसंस्कृत, सुशिक्षित आणि संवेदनशील मनाची अवस्था एका विशिष्ट प्रकारची झालेली असते. व्यक्तिवादी मूल्यांमुळे माणूस नात्यागोत्यांपासून, कुटुंबीयांपासून, स्नेह्यासोबत्यांपासून एकटा पडलेला असतो. कारण व्यक्तिस्वातंत्र्यमूल्यामुळे जो तो स्वत:ला प्रमाण मानून, स्वत:ला योग्य वाटेल तसे जगण्याचा प्रयत्न करत असतो. त्यामुळे एक दुसऱ्याच्या संगतीत फार काळ राहू शकत नाही, एक दुसऱ्याचे म्हणणे फार काळ ऐकू शकत नाही, एक दुसऱ्याला फार काळ सक्रिय साहाय्य करत नाही. कारण तसे करण्याने व्यक्तिस्वातंत्र्यावर, व्यक्तिवादी दृष्टीवर, मतावर एकाचा वेळ दुसऱ्याने किती घ्यायचा यावर बंधने येतात. या आधुनिक मूल्यांमुळे व्यक्ती स्वतंत्र, स्वत:ची स्वत: जशी असू शकते; तशी ती दुसऱ्या बाजूने एकटी, एकाकी पडण्याची बरीच शक्यता असते. अशी व्यक्ती जर संवेदनशील, चिंतनशील असेल, तर तिची मानसिक कोंडी आणि कुचंबणा होते. कुणाजवळ मत व्यक्त करायचे तर त्या 'कुणाच्या' व्यक्तिस्वातंत्र्यावर आक्रमण होते; असे त्या मन व्यक्त करू पाहणाऱ्या संवेदनशील, सुसंस्कृत व्यक्तीला वाटते. समजा, कुणाजवळ थोडा वेळ मन व्यक्त केले, तरी व्यवहारात अनेक अडथळे, वेळेच्या मर्यादा, दुसऱ्याची मन:स्थिती अनुकूल नसणे, शंका-प्रतिशंका, प्रश्न-प्रतिप्रश्न निर्माण होणे, असे व्यावहारिक व्यत्यय येतात; त्यामुळे निर्वेधपणे मन व्यक्त करता येत नाही. व्यवहारात आपली मन:स्थिती व्यक्त करताना स्वत:ला संकोचही वाटतो. पण मन संवेदनशील आणि चिंतनशील असेल तर 'आपणांस खूप काही कळले आहे, आपणाला जे जाणवते, दिसते, भासते, ते इतरांना सहसा भावत नाही' असे वाटून, काही सांगण्याचा, निवेदन करण्याचा उत्साहही वाढत असतो.

अशा वेळी (साहित्यनिर्मितीची क्षमता असेल तर) ती व्यक्ती लेखनाकडे

वळते. कारण अशा मानसिक अवस्थेत तिला लेखनाकडे वळण्याशिवाय दुसरा पर्याय नसतो. कारण लेखन निर्वेधपणे करता येते. त्यात व्यवहारातील अडथळे किंवा व्यत्यय येत नाहीत. आपण आपल्याशी असल्याने चित्ताची एकाग्रता साधते. जे जाणवते ते विचारपूर्वक नेटकी शब्दरचना करून अधिक प्रभावीपणे सांगता येते. एकांत लाभल्याने लेखन करता करता अनुभवातील गुंतागुंत सामोरी येते, तीही समजून घेता येते. ती व्यक्त करण्यासाठी पूर्वीची मांडणी बाद करता येते, सुधारता येते किंवा नवी मांडणी करून अनुभव-चिंतनातील व्यामिश्रतेचा समावेश करून घेता येतो. अशा वेळी कादंबरी हा साहित्यप्रकारच सर्वसमावेशक वाटू लागतो. आधुनिक समाजव्यवस्थेतील वाचकालाही याचा फायदा होतो. स्वत:चे जीवन अधिक समृद्ध होण्यासाठी दुसऱ्याचे जीवन समजून घेणे आणि त्यातून जीवनाविषयी ज्या नव्या जाणिवा तयार होतात, त्यांच्या आधारे स्वत:च्या जीवनातील प्रश्न सोडवणे, भावनांना अधिक सुजाण, अधिक पैलूदार करणे, आपणास जे जीवनातील धूसर धूसर समजलेले असते त्यांना स्पष्टता आणणे, स्वत:च्या चाचपडणाऱ्या निष्कर्षांना अधिक ठळकपणा आणणे, स्वत:सारखेच अनुभव इतरांनाही येतात या जाणिवेने आनंदित होणे त्याला शक्य होते आणि हे सर्व दुसऱ्याचे स्वातंत्र्य जपून, दुसऱ्याच्या व्यक्तिस्वातंत्र्यावर आक्रमण न करता त्याला प्राप्त होते. जो वाचक कादंबरीकाराला मनोमन आपला मित्र मानतो, तो त्याला पत्रोपत्री प्रतिसाद देतो किंवा जागच्या जागी तृप्त होऊन मनोमन त्याला दुवा देतो. सारांश, आधुनिक समाजात सर्व व्यक्तींची सर्व मूल्ये सांभाळून, कुणावर आक्रमण न करता मानवी जीवन समजून घ्यायचे असेल आणि स्वत:ला जीवनात यशस्वी होण्यासाठी इतरांची उदाहरणे समजून घ्यायची असतील, तर चांगल्या कादंबऱ्या वाचणे, या मार्गाची त्याला ओळख होते. समजा, काही कारणांनी वाचकाला कादंबरीकाराने आपल्या साहित्यकृतीत जे व्यक्त केले आहे, ते आवडत नसेल किंवा पटत नसेल, तर वाचक ती कादंबरी मिटून मुक्त-मोकळा होऊ शकतो. एवढेच नव्हे, तर स्वत:च्या सवडीनुसार यथावकाश टप्प्याटप्प्याने कादंबरी वाचू शकतो, काही वेळा वाचन थांबवून तिच्यातून निर्माण झालेल्या स्वत:च्या मनातील विचारांवर चिंतन करू शकतो, पुन्हा कादंबरीकडे, वाचनाकडे वळू शकतो. अशी प्रक्रिया चित्रपट, नाटक, सार्वजनिक व्याख्याने, भाषणे पाहताना किंवा ऐकताना किंवा अनुभवताना निर्माण होऊ शकत नाही. त्यांचे कालबद्ध सादरीकरण पूर्ण झाल्याशिवाय स्वत:च्या आस्वादगत चिंतनप्रक्रियेला निर्वेध प्रारंभच करता येत नाही. त्यामुळे वाचकाचे कादंबरीशी जेवढे घनिष्ठ सख्य जमते, तेवढे चित्रपट, नाटक, भाषणे यांच्याशी सहसा जमत नाही. दुसऱ्या भाषेत असे म्हणता येईल की, कादंबरी आणि रसिक वाचक कलाकृतीच्या आस्वादन-प्रक्रियेत जेवढ्या समान पातळीवर येतात आणि

व्यवहाराच्या अंगाने ताणरहित भावावस्थेत (रिलॅक्स मूडमध्ये) आस्वादमग्न होतात, तेवढ्या समान पातळीवर ते चित्रपट, नाटक, भाषणे आस्वादताना येऊ शकत नाहीत. त्या अर्थाने साहित्यकृती (इथे कादंबरी) आधुनिक मानसिकतेला अधिक जवळची असते. साहित्यकृती आस्वादताना वाचक-रसिक जेवढा सजग होऊ शकतो, तेवढी सजगता इतर कलाकृतीच्या बाबतीत निर्माण होऊ शकत नाही. इतर कलाकृती त्यामुळे रसिकावर एकतर्फी आक्रमण करत राहतात, रसिकाला काही प्रमाणात 'पॅसिव्ह' ठेवतात. त्याला मनमुक्तपणे स्वत:च्या कलाकलाने आस्वाद घ्यायला सामान्यत: मनाई करतात. अर्थात असे निष्क्रिय राहून वेळ घालवण्यातही (टाइम-पास) काहींना बरे वाटते.

बदलत्या समाजरचनेला अतिशय अनुकूल असा साहित्यप्रकार कोणता असेल, तर तो कादंबरी आहे, असे अभ्यास करताना दिसून येते. समाजप्रवाहानुसार कादंबरीने वळणे घेतलेली दिसतात. समाजाच्या गरजेनुसार, साहित्यिकाच्या व्यक्तिमत्त्वानुसार आणि समाजात निर्माण होणाऱ्या जीवनविषयक विचारांनुसार कादंबरी वळणे घेते, असे इतिहास सांगतो.

खरे तर मराठी कवितेनेही अशीच वळणे घेतलेली आहेत. पण कविता हा प्रामुख्याने आत्मनिष्ठ भावनात्मक दृष्टीचा प्रभाव असलेला स्फुट प्रकार आहे आणि कादंबरी हा प्रामुख्याने वस्तुनिष्ठ अलिप्त दृष्टीला अधिक अवसर देणारा दीर्घपटधारी साहित्यप्रकार आहे. त्यामुळे त्यात समाजाची प्रतिबिंबे, त्याची वाकवळणे जेवढ्या ठळकपणे, तपशिलाने, घटना-प्रसंग, पात्रे यांच्या आधारे प्रकट होतात, तेवढी भावकवितेत व्यक्त होऊ शकत नाहीत. शिवाय कवितेची भाषा ही त्या त्या विशिष्ट कवीची, कवितेसाठी वापरावयाची आणि समाजभाषेपासून काहीशी दूर गेलेली, कवीच्या मालकीची, कवीला हवी तशी शब्दांची निवड व रचना करणारी असते. त्यामुळे ती भाषा सामान्य जनमानसाला जरा दूरची वाटते. कादंबरीची भाषा तुलनेने समाजाच्या (गद्य भाषात्मक व्यवहाराला) बोलभाषेला जवळची असते. त्यामुळेही कादंबरीतील समाजप्रतिबिंबात आणि कवितेतील समाजप्रतिबिंबात वास्तवाच्या दृष्टीने काहीसा फरक पडतो. तुलनेने कादंबरी हा साहित्यप्रकार समाजप्रतिबिंब उमटवण्यासाठी अधिक सोयीचा असतो. गेल्या शंभर वर्षांच्या साहित्याच्या इतिहासात याचे भरपूर पुरावे सापडतात.

१८५० ते १८७५ चा काळ हा मराठी समाजात जागृतीचा प्रारंभ काळ होता. सामाजिक सुधारणावादी विचार या काळात प्रभावीपणे मांडले जात होते. जुन्या समाजरचनेला हादरे बसत होते. समाजामध्ये स्थितिशील आणि सुधारणावादी यांच्यात संघर्ष सुरू होता. या पार्श्वभूमीवर हरिभाऊ आपटे सामाजिक कादंबऱ्या लिहू लागले. विशेषत: ब्राह्मण समाजाची स्थितिगती मांडू लागले. स्त्रियांच्या दु:खांना

वाचा फोडू लागले. लोकहितवादी, रानडे, भांडारकर यांच्या आणि गो. ग. आगरकरांच्या क्रांतिकारक सामाजिक विचारांच्या प्रकाशात सामाजिक स्थिती व तिच्या मर्यादा दाखवून देणाऱ्या कादंबऱ्या त्यांनी लिहिल्या.

ब्राह्मण समाजात नवशिक्षणाचा प्रसार होणारा हा काळ होता. नवशिक्षणाबरोबरच ब्रिटिशांची अपरिचित, वेगळी संस्कृती; त्यांचा पुरोगामी, आधुनिक, बुद्धिवादी समाज; जगावर साम्राज्य गाजविणारी त्यांची विजिगीषू वृत्ती यांचा परिचय शिक्षणाद्वारा समाजातील तरुण पिढीला होत होता आणि त्यातून सामाजिक, शैक्षणिक, सांस्कृतिक, मूल्यात्मक संघर्ष घडत होता. परिणामी हरिभाऊंची सामाजिक कादंबरी आकाराला येऊ लागली. आधुनिक मराठी कादंबरीच्या जनकत्वाचा मान त्यांना मिळाला. या जन्मकाळापासून कादंबरी समाजाशी दृढ नाते बांधून आहे, असे दिसते.

हरिभाऊ आपटे यांच्या कादंबऱ्यांचे स्वरूप सामाजिक होते, तर वा. म. जोशी यांच्या कादंबऱ्यांचे स्वरूप ध्येयवादी होते. वा. म. जोशी हे स्वत: तत्त्वज्ञ होते. त्यांच्या कादंबऱ्यांच्या लेखनाचा काळ १९१५ ते १९३४-३५ असा होता. या काळात महाराष्ट्रात गांधीवाद, मार्क्सवाद, समाजवाद इत्यादी विचारप्रणाली मराठी जागरूक माणसाला भारून टाकत होत्या. त्यातूनच मराठी मनात वैचारिक संघर्ष चालू झाला होता. कोणती विचारधारा प्रभावी मानावी या संभ्रमात तरुण पिढी पडत होती. अशा वेळी वामनराव जोशी यांची कादंबरी ध्येय आणि कर्तव्ये, बुद्धी आणि श्रद्धा, व्यक्तिस्वातंत्र्य आणि समाजिक नीती, कलाजीवन आणि आदर्शजीवन यांची मीमांसा आपल्या वैचारिक कादंबऱ्यांच्या माध्यमातून करताना दिसते. संतुलित जीवनाचा मार्ग नव्या पिढीस सुचवताना दिसते.

स्वातंत्र्यपूर्व काळात मराठी कादंबरीत सामाजिक प्रेरणा प्रभावी होती, तर स्वातंत्र्योत्तर काळात पहिल्या पर्वात व्यक्तिवादी प्रेरणा कादंबरी लेखनाला विशेष कारणीभूत झालेली दिसते. या व्यक्तिवादाला जागतिक पातळीवरील मानवी मनाचे नवे ज्ञान आणि त्यातून निर्माण झालेले नवतत्त्वज्ञान कारणीभूत झालेले दिसते. दोन महायुद्धांमुळे तोपर्यंतच्या एकूण मानवी समाजाच्या ज्या विविध कल्पना, तत्संबंधी विविध तत्त्वज्ञाने जन्माला आलेली होती, त्यांना प्रचंड हदरा बसला. मानवाच्या मनातील संतवृत्तीपेक्षा सैतानी वृत्तींचा या युद्धकाळात भीषण आविष्कार घडला. परिणामी मानवी मनाचा अज्ञात तळ जो नेणिवेत पडून होता, त्याच्याकडे अधिक लक्ष गेले. त्यातूनच फ्रॉइड, सार्त्र, काम्यू यांची नवी तत्त्वज्ञाने पुढे आली. यातूनच समाजात वावरणारी सर्वसामान्य व्यक्ती कोणत्या सहज सुप्त, अर्धसुप्त प्रेरणांनी (इन्स्टिक्ट्स्) जगत असते याचा व्यक्तिवादी आणि व्यक्तिकेंद्री शोध कादंबरी घेऊ लागली. लिंगवाद, अस्तित्ववाद, अतिवास्तववाद इत्यादींचा प्रभाव पडून स्वातंत्र्योत्तर व्यक्तिवादी कादंबरी आकाराला येऊ लागली. भाषेविषयीचेही नवे मानसशास्त्रीय

आकलन मांडले गेले. त्यातून व्यक्तिनिष्ठ प्रतिमावाद जन्माला येऊन संज्ञाप्रवाही मांडणी होऊ लागली. त्यामुळे कादंबरीचे आशयविश्व, अनुभवविश्व आणि अभिव्यक्ती यांना नवीनता प्राप्त झाली. परिणामी कादंबरीचे अंतरंग आणि बहिरंगही समाजाबरोबर पालटून गेले. माणसाच्या एकटेपणावर भर दिला जाऊ लागला. या दृष्टीने गाजलेल्या कादंबऱ्या पाहण्यासारख्या आहेत. 'रथचक्र' (श्री. ना. पेंडसे), 'अजगर', 'रात्र काळी घागर काळी' (चिं. त्र्यं. खानोलकर), 'चक्र' (जयवंत दळवी), 'वासूनाका' (भाऊ पाध्ये), 'कोसला' (भालचंद्र नेमाडे) या सहज आठवणाऱ्या काही कादंबऱ्या आहेत, हे स्वातंत्र्योत्तर पहिले पर्व साधारणपणे १९५० ते १९७० या वीसएक वर्षांत संपुष्टात आले.

स्वातंत्र्योत्तर दुसऱ्या पर्वाचा प्रारंभबिंदू महाराष्ट्रात १९७० च्या आसपास दिसतो. देशाला स्वातंत्र्य मिळून वीस-बावीस वर्षे झाली होती. पंचवार्षिक योजनांचा, लोकशाही स्वातंत्र्याचा, स्वत:च्या हक्कांचा, नव्या शैक्षणिक धोरणांचा, विकासयोजनांचा, मागास जातींना दिल्या जाणाऱ्या सोयीसवलतींचा प्रभाव मराठी समाजव्यवस्थेवर पडत होता. नव्या समाजसुधारणा येत होत्या. स्वातंत्र्य मिळेपर्यंत उपेक्षित राहिलेले समाजातील खालचे स्तर या सोयीसवलतींमुळे व विकासामुळे जागृत होत होते. त्यांच्यात नवसुशिक्षित पहिली पिढी तयार होत होती. याउलट स्वातंत्र्य मिळेतोपर्यंतच्या काळातील पूर्वप्रस्थापित उच्चवर्णीय समाजस्तराला या काळात हदरे बसू लागले. हे हदरे धार्मिक, सांस्कृतिक, शैक्षणिक, आर्थिक, सामाजिक, राजकीय असे सर्वांगीण स्वरूपाचे होते. बहुजनसमाजात स्वत:च्या अस्तित्वाविषयीच्या जाणिवांचा, हक्कांचा उदय झाल्याने, समाजांतर्गत प्रस्थापित वर्ग आणि नवजागृत बहुजनांचा, बहुसंख्यांकांचा वर्ग यांच्यात संघर्ष निर्माण झाला आणि त्याचे प्रतिबिंब साहित्यात उमटू लागले. १९७० च्या आसपास दलित साहित्य, ग्रामीण साहित्य, आदिवासी साहित्य, जनसाहित्य, भटक्या समाजाचे साहित्य इत्यादी सामाजिकस्तरनिहाय व जातिनिहाय समाजगटांच्या साहित्याची निर्मिती झाली. यातूनच नवी कादंबरी आकाराला आली. दलित साहित्याने तर साहित्यनिर्मितीसाठी प्राकारिक शिस्त न पाळता बंडखोर किंवा विद्रोही वृत्तीने सरळ सरळ आत्मनिवेदनात्मक गद्य साहित्य निर्माण केले. कुणी अशा साहित्याला आत्मकथा म्हणू लागले, तर कुणी आत्मचरित्रात्मक कादंबऱ्या म्हणू लागले.

इथे कादंबरीने आत्मनिवेदनाच्या अंगाने स्वत:चे स्वरूप धारण केलेले दिसते. हकीकती लिहून काढाव्यात तसे या आत्मनिवेदनात्मक कादंबऱ्यांचे स्वरूप आहे. मुळात 'कादंबरी' हा साहित्यप्रकार इंग्रजीमधून आलेला आहे आणि तो 'ऱ्दनत इग्मूदह' या शब्दांचा प्रतिशब्द आहे. थोडक्यात कादंबरीत कल्पनीय व काल्पनिक (Imaginative and Imaginary) घटनांनाही अवसर असतो. पण दलित

'आत्मनिवेदनात्मक कादंबऱ्या' तशा काल्पनिक नाहीत. त्या त्या व्यक्तींच्या त्या हकीकती आहेत. त्यांची मांडणी आत्मचरित्राप्रमाणे वस्तुनिष्ठ व साधार नसली तरी व कादंबरीच्या शैलीच्या अंगाने निवेदित केलेली असली तरी, ती बव्हंशी घटिते असतात, घडून गेलेल्या भूतकाळातील घटना व्यक्तीला जशा जाणवतील तशा अभिव्यक्त करणारी ती आत्मवृत्ते असतात. तरीही त्यांना 'आत्मचरित्रात्मक कादंबरी' असे संबोधले जाते. मराठीमध्ये कादंबरीचे हे रूप अनपेक्षित होते, नवीन होते. नंतरच्या काळात कादंबरीचे हे रूप अनेक नवजागृत जातीजमातींतील साहित्यिकांनी स्वीकारलेले दिसते. सारांश, कादंबरी असेही रूप सामाजिक गरजेनुसार घेऊ शकते. त्यात काही चूक होत असते असे मला वाटत नाही; कारण कादंबरी ही एक मुक्तबंधात्मक व्यवस्था आहे, हे पूर्वीच आपण पाहिले आहे. इंग्रजीमध्येही विनोदाने 'तिचे स्वरूप होल्डॉलसारखे आहे', असे म्हटले जाते. वास्तविक पाहता ऐतिहासिक कादंबरी, चरित्रात्मक कादंबरी, पौराणिक कादंबरी, इत्यादी कादंबरीच्या स्वरूपांना जर आपण मान्यता देतो, तर मग आत्मकथन केलेल्या दलित साहित्यकृतींना आत्मचरित्रात्मक कादंबरी म्हटल्याने काही चूक होते, असे मला वाटत नाही.

मात्र इथे 'कादंबरी'चा आत्मा काल्पनिक (Fictive) नसून तो 'घटिताचा' आहे, हे कटाक्षाने लक्षात ठेवावे लागते. असे म्हणण्याचे कारण असे की, मराठीमध्ये 'आत्मचरित्रात्मक कादंबरी' हा रूढ असलेला शब्दप्रयोग एरवी 'आत्मचरित्रातील काही घटनाप्रसंग घेऊन त्यात गौणस्थानी काही कल्पनीय आणि काल्पनिक घटना-प्रसंग घालणे, तसेच पात्रांची मूळ नावे बदलून ती काल्पनिक देणे, प्रत्यक्षातील काही घटना-प्रसंगांची काटछाट करणे किंवा कल्पनानिष्ठ अधिक भर घालणे' अशा बाबी गृहित धरून वापरला जातो. 'दलित आत्मचरित्रात्मक कादंबरी' च्या बाबतीत सहसा असे नसते. यावरून हे सिद्ध होते की, कादंबरी बदलण्यासाठी नवनवे वाङ्मयीन प्रयोग करावे लागत नाहीत. ती बदलत्या समाजाबरोबरच स्वयंगतीने बदलत जाते. कथा, कविता, नाटक यांमध्ये मात्र वाङ्मयीन प्रयोग करावे लागतात आणि नवी कथा, कविता, नाटक आकाराला आणावे लागते.

ना. सी. फडके पद्धतीच्या मनोरंजनात्मक किंवा स्वप्नरंजनात्मक कादंबऱ्यांतूनही समाजाची मानसिक गरज भागविली जाते. ध्येयवादी, महत्त्वाकांक्षी माणसांचीही स्वप्ने असतात, पण त्यांचा संबंध भोवतालचे समाजवास्तव किंवा आपल्या जीवनाभोवतालचे परिस्थितिजन्य वास्तव प्रयत्नपूर्वक बदलण्याकडे असतो व त्यासाठी त्यांची स्वप्ने आकारलेली असतात. पण माणूस म्हणून सामान्यातील सामान्य माणसाचीही स्वप्ने असतात, मात्र ती साकार करण्यासाठी तो धडपडत नसतो. तो फक्त निष्क्रिय राहून मनवांच्छी स्वप्ने पाहतो, भोवतालचे वास्तव विसरून त्या स्वप्नांत तो बुडून जातो, काल्पनिक विश्व मनात निर्माण करून त्यात रमतो. अशा

व्यक्तीसाठी लिहिलेल्या कादंबऱ्यांनाच फक्त आपण स्वप्नरंजनात्मक, मनोरंजनात्मक कादंबऱ्या अशी संज्ञा वापरत असतो. अशा व्यक्तींची स्वप्ने प्रत्यक्षात नसली तरी कादंबरीच्या विश्वात पूर्ण झालेली त्या व्यक्तीच्या अनुभवाला येतात, आणि ती व्यक्ती प्रत्यक्षातील वास्तव त्या मानसिक तृप्तीमुळे सहन करू शकते, स्वीकारू शकते, त्यामुळे अशा प्रकारच्या स्वप्नंरजनात्मक कादंबऱ्यांचीही गरज समाजाला असते. पण ही गरज थकल्याभागल्या व्यक्तीला मिळालेल्या उत्तेजक पेयासारखी असते. सकस अन्नाचे स्थान अशी पेये घेऊ शकत नाहीत. अशा पेयांचीच दुकाने समाजामध्ये जास्त चालतात. पण त्यामुळे सकस अन्नाचे महत्त्व कमी होते, असे म्हणता येत नाही.

म्हणूनच कादंबरीवाङ्मयाच्या इतिहासात अशा प्रकारच्या कादंबऱ्यांना सहसा स्थान दिले जात नाही. त्याचबरोबर केवळ प्रतिकृतिवादी चित्रण करणाऱ्या कादंबऱ्यांनाही (रिफ्लेक्शनॅलिस्ट नॉव्हेल्स) वाङ्मयाच्या इतिहासात स्थान नसते. कारण त्या समाजात घडणाऱ्या घटनांच्या केवळ तपशिलांवर आणि बाह्य वर्णनावरच भर देत असतात; त्यांचा अन्वय लावू शकत नाहीत, केवळ गत-इतिहास नाट्यात्म पद्धतीने सांगणाऱ्या ऐतिहासिक कादंबऱ्या, किंवा थोर व्यक्तींची चरित्रे शैलीदार भाषेत सांगणाऱ्या चरित्रात्मक कादंबऱ्या किंवा पुराणे रंगवून सांगणाऱ्या सजावटवादी पौराणिक कादंबऱ्या यांनाही वाङ्मयेतिहासात नोंदीपलीकडे स्थान नसते.

विद्यमान समाजव्यवस्थेला एका विशिष्ट ध्येयाच्या दिशेने खेचावे लागते. अशा वेळी एखाद्या ऐतिहासिक व्यक्तीचे वा घटनांचे आकलन नव्याने करून सद्य:परिस्थितीवर प्रकाश टाकला जातो. एखादा अज्ञात घटक इतिहासाने दुर्लक्षित केला असेल किंवा दोन घटनांच्या मधला नवा अन्वय कादंबरीकाराने आपल्या प्रतिभेच्या, कल्पकतेच्या जोरावर लावून नवाच प्रकाश पाडला असेल, तर त्या ऐतिहासिक, पौराणिक, चरित्रात्मक कादंबऱ्यांची नोंद समाज आवर्जून घेत असतो. पण अशा प्रकारे नोंद घ्यावी अशा कादंबऱ्या मराठीत फार थोड्या आहेत.

समाजवास्तवातील सामाजिक, सांस्कृतिक, कौटुंबिक, धार्मिक, शैक्षणिक, ध्येयात्मक, समाज-मानसिक इत्यादी महत्त्वाच्या घटकांवर विशेष प्रकाश टाकणाऱ्या कादंबऱ्यांची नोंद वाङ्मयेतिहास आवर्जून घेत असतो. समाजाच्या आणि कादंबरीचा असाही संबंध असतो.

वरील सर्व विवेचनाचा एकत्रित विचार करता आधुनिक समाजातील सामान्य माणसाचा सांस्कृतिक इतिहास कादंबरीत लिहिला जात असतो, असे म्हणता येते. समाजप्रवाह कालमानानुसार बदलत जातो. अशा समाजप्रवाहाचे दर्शन घडविणे आणि कालमान बदलण्यामागील प्रेरणा व संघर्ष यांचे कलात्म मांडणीच्या द्वारा अंतरंग विशद करणे, हे कार्य साहित्यक्षेत्रात प्रामुख्याने कादंबरीच करत असते.

याचा अर्थ कादंबरी हे इतिहासाचे पुस्तक असते, असा नव्हे. समाजप्रवाहातील जनसामान्यांचे जीवनदर्शन ती घडवते आणि त्या जीवनदर्शनाच्या आधारे आपण (सुजाण रसिक, वाचक, समीक्षक) त्या समाजाविषयी ऐतिहासिक निष्कर्ष काढू शकतो. अंतिमत: ती एक आशयाच्या, अनुभवांच्या अंगांनी जीवनमूल्ये स्वाभाविकरीत्या जोपासणारी आणि साहित्यमूल्यांनाही सांभाळणारी द्वंद्वात्मक कलाकृती असते. तिच्या आशयद्रव्याचा अनुभवद्रव्याचा प्रभाव रसिक मनावर विशेष पडतो आणि हा प्रभाव विशेष पडावा, अशी दक्षता तिची कलामूल्ये विशेषत्वाने घेत असतात. कादंबरीची प्रस्तुत द्वंद्वात्मकता ज्यांच्या लक्षात येत नाही, ते कादंबरीकार अपयशी ठरतात. केवळ पूर्वसिद्ध सामाजिक आशयांना किंवा वरवरच्या चित्रणाला महत्त्व देणाऱ्या कादंबऱ्या प्रचारकी ठरतात. त्यांनी कलात्मकतेकडे दुर्लक्ष केल्याने त्या कलाकृती न ठरता केवळ लेखनकृती ठरतात. त्यामुळे साहित्यकृती म्हणून त्या दुय्यम स्थानी जातात. उलट निर्जीव, क्षीण, तकलुबी आशय असलेल्या पण चटपटीतपणे लिहिलेल्या, तंत्राचा चपखल अवलंब केलेल्या कादंबऱ्याही मनोरंजनवादी ठरतात. कादंबऱ्या म्हणून दुय्यम दर्जाच्याच ठरतात. म्हणून जीवनमूल्ये आणि कलामूल्ये दोन्हीही सकस आणि संतुलित दृष्टींनी साहित्यकृतीत योजावी लागतात.

या सर्व पार्श्वभूमीवर असे म्हणावेसे वाटते की, आजचा म्हणजे इ.स. वीसशेच्या आसपासचा दशकभराचा काळ कादंबरी लेखनाला फारच अनुकूल आहे. जागतिक स्थित्यंतरे मोठ्या प्रमाणात होत आहेत. भारतीय पातळीवर राजकीय घडामोडी प्रचंड प्रमाणात होत आहेत, पक्ष आणि त्यांचे तत्त्वज्ञान विविध कारणांनी उद्ध्वस्त होऊन त्यांचे रूपांतर टोळ्या व टोळक्यांत होऊ लागले आहे. तत्त्वज्ञानाचे मुखवटे धारण करून गटांचा आणि राक्षसी महत्त्वाकांक्षा असलेल्या व्यक्तींचा संधीसाधूपणा आतून क्रियाशील झालेला आहे. शहरे आणि खेडी, वरच्या जाती आणि खालच्या जाती , धर्म आणि राजकारण, नीती आणि प्रत्यक्ष आचरण, सामान्य माणसाचे जीवन व मन:स्थिती यांच्यात निकराचे संघर्ष निर्माण होऊन दुष्ट शक्तींचा आणि प्रवृत्तींचा वरचष्मा होतो आहे. त्याची धास्ती जनमानसाला वाटते आहे. त्यामुळे अव्वल दर्जाच्या कादंबऱ्यांना जवळचे वाटणारे कितीतरी विषय समाजात जन्माला येत आहेत. जाणकार कादंबरीकारांना आव्हान देणारे हे विषय आहेत. सामाजिक संघर्ष हा नेहमीच उत्कृष्ट कादंबऱ्यांना जन्माला घालत असतो.

दुसऱ्या बाजूने प्रसारमाध्यमांचे आक्रमण सर्वच कलांवर झालेले आहे. त्यात पुन्हा दूरदर्शन व वर्तमानपत्रे यांच्यासारख्या माध्यमांतून सप्तरंगात भडक चित्रदर्शन आणि त्यांच्या जोडीला भडक जीवनाचे भडक भाषांच्या व बोलण्यांच्या द्वारा उथळ दर्शन केले जात आहे. विशेष गतिमान झालेल्या दैनंदिन जीवनात असा रंगीत-संगीत शेवचिवडा रिकाम्या वा उसंतीच्या वेळांच्या तुकड्यांत समाजाला खायला

मिळतो आहे. त्यामुळे दर्जेदार कलांचा आस्वाद घेण्यासाठी मनाची जी निर्वेध, कलाशरण अवस्था निर्माण व्हायला पाहिजे, ती रसिकांत आज निर्माण होऊच शकत नाही. त्यामुळे विविध क्षेत्रांतील सर्जनशील कलानिर्मात्यांना, ती कला सादर करणाऱ्या जाणकार कलावंतांना, चिंतनशील प्रौढ साहित्यिकांना व कादंबरीकारांना मोठीच आव्हाने निर्माण झालेली आहेत. निर्माते, प्रायोजक, प्रकाशक यांचा धंदेवाईक अर्थप्रधान दृष्टिकोणही जातिवंत कलानिर्मिती व साहित्यनिर्मितीत अडथळे निर्माण करतो आहे. अशा वेळी सर्जनशील कलावंत, साहित्यिकांची सत्त्वपरीक्षा होत असते. शेवटी आव्हाने, अडथळे, अडचणी यांच्यावर मात करूनच जातिवंत कलावंतांना व साहित्यिकांना निष्ठेने उभे राहावे लागते. म्हणून त्यांच्या सत्त्वपरीक्षेचा हा काळ आहे.

प्रसारमाध्यमांच्या महापुरात ओंडक्यासारख्या वाहवत जाणाऱ्या कादंबरीच्या वाचकांची अवस्था दयनीय झालेली आहे. त्या दृष्टीने त्याचीही सत्त्वपरीक्षा होते आहे. उत्तम दर्जाच्या सकस कलात्मक कादंबऱ्यांतून आधुनिक समाजाच्या मानसिकतेचे दर्शन घडत असते. या दर्शनाच्या सान्निध्यात जाणीवपूर्वक सातत्याने राहण्याची आवश्यकता असते; अन्यथा दिशाभूल होण्याची स्थिती जीवनात नकळत निर्माण होते. म्हणून चांगल्या कादंबऱ्या सतत वाचल्या पाहिजेत. त्यामुळे व्यापक सामाजिक भान येते.

असे भान आणणाऱ्या कलात्मक, दर्जेदार कादंबऱ्या आज साहित्यक्षेत्रात अपेक्षित संख्येने निर्माण होत नाहीत. त्या शोधून काढाव्या लागतात. तुलनेने उत्तेजक, मनोरंजक, चटपटीत वा धंदेवाईक कादंबऱ्या लिहून पैसा, प्रसिद्धी मिळविण्याकडे कल वाढतो आहे. व्यापक सामाजिक भान असलेले आणि त्याचबरोबर कलात्मक असलेले कादंबरीकार कमी कमी होत चालले आहेत. वास्तविक समाजजीवन व कला या दोन्ही क्षेत्रांचा अभ्यास सतत करण्याची गरज असते; तसेच संख्येनेही विपुल आणि उत्तम कादंबऱ्या लिहिण्याची गरज असते. असे झाले तरच प्रसारमाध्यमांचा वाचकमनावरील प्रभाव हटू शकेल आणि गेल्या काही वर्षांत हळूहळू वाढत जाणारी साहित्यक्षेत्राविषयीची समाजाची अनास्था, उपेक्षा आणि दुर्लक्ष कमी होऊ शकेल.

◆

समाजाची साहित्यातील रुची म्हणजे अभिरुची नव्हे

'रुची' म्हणजे एखाद्या गोष्टीविषयीची आवड. 'रुची' पासूनच 'अभिरुची' हा शब्द तयार झाला. 'अभिरुची' म्हणजे शास्त्रशुद्ध संस्कार केलेली आवड. एखाद्या गोष्टीत आपणास स्वाभाविक रुची असते. तीच आपली रुची आपण हेतुपूर्वक आणि शास्त्रीय दृष्टीने अनेक अंगांनी संस्कारित करून विकसित केली की तिलाच आपण 'अभिरुची' असे मानतो. उदा. 'व्यक्ती' म्हणजे स्वाभाविक आविष्करण. 'व्यक्त करणे' या धातूपासून 'व्यक्ती' हे नाम बनविलेले आहे. 'अभिव्यक्ती' म्हणजे संस्कारांनी युक्त असे आविष्करण किंवा आविष्कार; असे शब्द बनवले जातात. तसेच 'अभिरुची' या शब्दार्थात शास्त्रीय संस्कारयुक्तता अभिप्रेत असते. 'साहित्याची अभिरुची' या शब्दप्रयोगात साहित्यविषयक शास्त्रीय संस्कारयुक्त रुची, असा अर्थ होतो. हे संस्कार अनेक अंगांनी करता येतात.

'वाचकाची साहित्यविषयक अभिरुची' या शब्दसमूहात 'वाचक' असा एक शब्द आहे. 'वाचक' म्हणजे वाचन करणारा. हा शब्द सामान्य अर्थाचा आहे. कोणाही वाचन करणाऱ्या व्यक्तीला हा शब्द लागू पडतो. उदा. 'वर्तमानपत्राचा वाचक', असा शब्दप्रयोग आपण करतो. पण 'वर्तमानपत्राचा रसिक' असा शब्दप्रयोग आपण करीत नाही. मात्र 'साहित्याचा रसिक' असा शब्दप्रयोग आपण नेहमी करतो. याचा अर्थ काय?

याचा अर्थ हे दोन्ही शब्द एका अर्थी नाहीत. त्यांच्या अर्थात काही प्रमाणात फरक आहे. 'साहित्याचा रसिक' याचा अर्थ 'साहित्याचा रस चाखणारा वाचक.' अर्थात साहित्याचा रस म्हणजे काय, हे ज्याला माहीत आहे; तोच

वाचक साहित्याचा रस चाखू शकतो. नुसता वाचन करणारा 'वाचक' रस चाखू शकणार नाही. पर्यायाने 'रसिक' या शब्दाचा इथे जो अर्थ होतो तो साहित्यरसाची जाणकारी असलेला 'अधिकारी वाचक' असा असतो.

साहित्याची जाणकारी प्राप्त होण्यासाठी 'साहित्य' म्हणजे काय, हे वाचकाने नीटपणे समजून घेण्याची आवश्यकता असते. साहित्याचा आशय, अनुभव, अभिव्यक्ती, भाषामाध्यम, ध्वनी, प्रतिमा, रूप, साहित्यसृष्टीचे खास वेगळे नियम, साहित्याकडे पाहण्याच्या विविध समीक्षापद्धती, साहित्याचा इतर जीवनक्षेत्रांशी असलेला संबंध, जीवनमूल्ये, कलामूल्ये इत्यादी गोष्टी समजून घेण्याची आवश्यकता असते. साहित्यकृतीत साहित्यिकाचा कलानुभव व्यक्त झालेला असतो. त्या कलानुभवातील नाट्य, काव्य, घटना, कल्पना, विनोद, उपहास, उपरोध, भावना, कल्पना, चिंतन इत्यादी घटक बारकाईने समजून घ्यावे लागतात. त्या कलानुभवातील त्यांचे कार्य, त्यांचा इतर घटकांशी असलेला संबंध, ते स्थापन करण्याची शैली किंवा मांडणी-विशेष या सर्वांचे आकलन बारकाईने व्हावे लागते. त्यासाठी स्वस्थ चित्ताने, सावध-सजगतेने वाचन करावे लागते. तसे केले तरच कलानुभव नीटपणे समजतो. या बाबी समजून घेतल्या की साहित्याचा आत्मा असलेला 'रस' चाखता येणे शक्य होते. अन्यथा 'चोथ्यालाच रस मानण्याची चूक' होऊ शकते. 'वाचकाचा' 'रसिक' होण्यासाठी या अभ्यासाची किंवा ज्ञानाची गरज असते.

नुसत्या एवढ्या ज्ञानानेच रसिक होऊ शकतो काय? एवढ्या ज्ञानाने रसिकतेला परिपूर्णता येऊ शकत नाही. त्याला दुसऱ्या काही बाबींची गरज असते, त्या व्यक्तिमत्त्वातच असाव्या लागतात. संवेदनशीलता, सहृदयता, सहानुभूती, कल्पकता हे व्यक्तिमत्त्वाचे घटक त्या दृष्टीने महत्त्वाचे असतात. साहित्यकृतीतील प्रत्येक शब्द सहेतुक असतो. वर्तमानपत्रातील शब्द त्या योग्यतेचा नसतो. म्हणून वर्तमानपत्राचे वाचन-आकलन करण्याची रीत वेगळी ठरते व साहित्यकृतीचे वाचन-आस्वादन करण्याची रीत वेगळी पडते. वर्तमानपत्राचे लेखन अतिशय भरड स्वरूपाचे असते; साहित्यकृतीचे लेखन हे कलात्मक स्वरूपाचे असते; तिच्यातील प्रत्येक शब्द हेतुतः अर्थयुक्त, अर्थपूर्ण असतो, त्या प्रत्येक शब्दाने निर्माण केलेली अर्थसंवेदना टिपण्याची क्षमता रसिकाजवळ नसेल, तर त्याला साहित्यकृतीचे रूपसौंदर्य, अर्थसौंदर्य कळू शकणार नाही; म्हणून संवेदनशीलता असणे अत्यावश्यक ठरते.

सहृदयतेचा संबंध दुसऱ्याला गंभीरपणे समजून घेण्याशी, दुसऱ्याच्या भावना आत्मसात करण्याशी असतो. साहित्यकृतीतील पात्रे, प्रसंग, वातावरण, मानवी जीवन आत्मीय वृत्तीने समजून घेण्याची क्षमता म्हणजे सहृदयता होय.

सहानुभूती हा सहृदयतेला अगदी जवळ असलेला शब्द आहे. साहित्यकृती

निर्माण करणाऱ्या साहित्यिकाने जो कलानुभव घेऊन साहित्यकृती निर्माण केली; त्या कलानुभवाशी एकात्म होण्याची क्षमता म्हणजे सहानुभूती होय. सहृदयता असल्याशिवाय सहानुभूती निर्माण होऊ शकणार नाही. स्वत:चे आग्रह, दृष्टिकोण किंवा वैचारिक स्वत्व बाजूला ठेवण्याची कुवत असल्याशिवाय ही सहानुभूती निर्माण होऊ शकत नाही. सहानुभूती नसेल तर साहित्यकृती समजू शकणार नाही; तिच्यावर रसिकाकडून अन्याय होऊ शकतो.

साहित्यकृतीच्या आस्वादाला कल्पकतेची गरज असते. साहित्यकृती नीटपणे समजून घेण्यासाठी ती जीवनापेक्षा वेगळी आहे, तिचे नियम वेगळे आहेत, हे गृहित धरावे लागते. साहित्यकृतीचे जे घटक आहेत त्यांचे गौणप्रधान स्थान तारतम्याने समजून घेण्याची गरज असते. मुख्य म्हणजे साहित्यकृतीचा ध्वन्यर्थ, तिचा व्यापक पातळीवरील अन्वयार्थ, साहित्यकृतीच्या अनुभवप्रक्रियेतून निर्माण होणारे दर्शन, चिंतन व विचार यांना फुलवण्याची वृत्ती इत्यादीसाठी कल्पकतेची नितान्त गरज असते.

व्यक्तिमत्त्वात हे चार घटक नसतील, तर 'वाङ्मयीन अभिरुची' एखाद्या व्यक्तीत रुजणे अशक्य असते. म्हणून अभ्यासाबरोबरच रसिकाच्या ठायी वरील गुणवत्तेची गरज असते. ही गुणवत्ता साहित्यशास्त्राने संस्कारित आणि डोळस झालेली असेल, तर तो 'अधिकारी रसिक-वाचक' होऊ शकतो. त्याच्या 'रुची'ला 'अभिरुची'ची योग्यता प्राप्त होऊ शकते. अन्यथा तो वर्तमानपत्राच्या वाचकाप्रमाणेच साहित्यकृतीचा केवळ वाचक ठरतो. त्याला साहित्य-रस कळणार नाही.

'अभिरुचीवर' परिणाम करणारे काही बाह्य घटक आहेत. परंपरा, परिसर, कौटुंबिक वातावरण, सामाजिक स्तर, वर्तमानपत्रे, शासन, प्रकाशक, लेखक, शिक्षक, असे नऊएक घटक तरी प्रमुख मानावे लागतात. ते आपापल्या परीने अभिरुचीवर परिणाग घडवू शकतात.

१) समाजात अनेक परंपरा चालू असतात. त्यात वाङ्मयीन परंपराही असतात आणि त्यातच अभिरुचीचीही एक परंपरा असू शकते. समाजांतर्गत या परंपरेला वेगवेगळी वळणे, विकास समाजपरिस्थितीनुसार व तिच्यातील बदलानुसार मिळत असतात. म्हणून एखादी साहित्यकृती एखाद्या समाजात प्रभावी ठरली तरी तिचा अनुवाद दुसऱ्या एखाद्या समाजात प्रभावी ठरेलच असे नाही. याचा अर्थ असा की, त्या त्या समाजाच्या परंपरा भिन्न असतात. अभिरुचीवर या परंपरा नियंत्रण ठेवू शकतात.

२) भोवतालचा परिसरही तेथील विशिष्ट अभिरुचीवर नियंत्रण ठेवण्यात प्रभावी ठरू शकतो. एखाद्या तीर्थक्षेत्रातील रसिकांची अभिरुची धार्मिक प्रकृतीचे साहित्य वाचण्याकडे विशेष झुकणारी असू शकते. उद्योगी-व्यापारी शहरातील किंवा मुंबईसारख्या

कारखानदारीयुक्त महानगरात तेथील विशिष्ट परिसरात जी अभिरुची असते ती एखाद्या ग्रामीण विभागात नसते. एवढेच नव्हे, तर कामगार रंगभूमीची नाटके मुंबईत नेहमी चालतात; पण ती पुण्यात चालू शकत नाहीत. शहरात चालणारे एखादे नाटक ग्रामीण विभागात चालू शकत नाही. परिसराचा प्रभाव त्या विशिष्ट क्षेत्रातील अभिरुचीवर असतो, म्हणून हे असे होते, असे मानता येणे शक्य असते. ग्रामीण साहित्याला फार मोठा प्रतिसाद ग्रामीण विभागातून मिळतो; तसा पुणे-मुंबईसारख्या शहरातून मिळत नाही; याचे कारणही तेच मानावे लागते.

३) एखाद्या कुटुंबातील प्रमुख व्यक्ती शिक्षक असतात, दुसरे एखादे कुटूंब कारखानदाराचे असते, तिसरे एखादे कामगाराचे असते. या तीनही घरांतील वाङ्मयीन अभिरुची भिन्न असू शकते. त्या कुटुंबात जे आदर्श असतात, त्या कुटुंबाचे जे वास्तव असते, त्याची जगण्याची जी शैली असते, त्या कुटुंबाचे जे जगण्याविषयीचे प्रश्न असतात, त्या सर्वांचा परिणाम त्या कुटुंबातील वाङ्मयीन अभिरुचीवर होऊ शकतो. त्यातून कुटुंबातील व्यक्तीची अभिरुची विशिष्ट रीतीने आकारू शकते.

४) व्यक्ती ज्या सामाजिक स्तरात जगत असते, त्या स्तराचा परिणाम तिच्या अभिरुचीवर होऊ शकतो. कारण त्या सामाजिक स्तराचा प्रभाव त्या व्यक्तीचे व्यक्तिमत्त्व घडण्यावर होत असतो. उदाहरणार्थ कारखानदारवर्गाला कामगारवर्गातून निर्माण झालेले उत्तम साहित्यही आत्मीय वाटू शकणार नाही. पांढरपेशांचे प्रश्न, समस्या किंवा जीवन ज्या साहित्यात प्रतिबिंबित झालेले आहे ते उत्तम साहित्यही दलित समाजाला आत्मीय वाटू शकणार नाही. उच्च वर्गात इंग्रजी वाङ्मय, लैंगिक वाङ्मय, व्यक्तिवादी वाङ्मय वाचण्याची अभिरुची विशेष दिसते; तर बहुजन कनिष्ठ वर्गात त्यांच्या भाषेतील वाङ्मय, त्यांचा सामाजिक आशय असलेले, समाजजीवन प्रतिबिंबित झालेले साहित्य वाचण्याकडे विशेष कल असतो, असे दिसते.

५) वर्तमानपत्रे, साप्ताहिक-पाक्षिकांसारखी लोकप्रिय नियतकालिके, वाङ्मयीन नियतकालिके यांचा प्रभाव अभिरुचीवर असू शकतो. विशेषत: दैनिके, साप्ताहिके यांतून येणारी पुस्तक परीक्षणे सातत्याने येत असल्याने त्यांचा परिणाम अभिरुचीवर विशेष होऊ शकतो. वर्तमानपत्रे ज्या पुस्तकांची निवड करतात, जे लोक ती परीक्षणे लिहितात त्या निवडीचा व दृष्टिकोणाचा प्रभाव सामान्य मनावर विशेष असतो, हे नाकारता येत नाही.

६) शासकीय पातळीवर चाललेले साहित्यसंस्कृतिमंडळाचे कार्य, त्यातून मिळणारी अनुदाने, पुरस्कार, पुस्तकयोजना, सत्कार यांची मदत अभिरुची घडायला किंवा बिघडायला होऊ शकते. शासनाशी, संस्कृतिमंडळाशी ज्यांचे संबंध असतात अशा साहित्यसंस्था, त्यांच्या मुखपत्रांना मिळणारी कागद-पैशांची सरकारी मदत

यांतून सरकारविरोधी साहित्य प्रसिद्ध करू नये, असा कल होतो; किंबहुना अनुकूल साहित्य प्रसिद्ध करण्याकडे वृत्ती झुकते. अभिरुचीवर याचा परिणाम होऊ शकतो.

७) प्रकाशक कोणत्या प्रकारचे साहित्य लिहवून घेतात व प्रसिद्ध करतात, तसेच कोणत्या प्रकारचे साहित्य अधिक खपवतात, कोणत्या प्रकारच्या पुस्तकांचे जाहिरातीतून कौतुक करतात याचा प्रभावही अभिरुचीवर होऊ शकतो.

८) लेखकांच्या बाबतीतही हेच म्हणता येईल. कोणत्या साहित्यिकाला समाजात प्रतिष्ठा असते, लोकप्रियता असते, याचा परिणाम अभिरुचीवर होऊ शकतो. 'हा लेखक लोकप्रिय आहे; याचं साहित्य वाचा.' 'या लेखकाचं साहित्य खूप छान असतं; ते तुम्ही वाचा.' अशा प्रकारची प्रक्रिया समाजात सुरू असते. तीतून अभिरुची घडू शकते. लोकप्रिय लेखक विशिष्ट प्रकारचे साहित्य सातत्याने निर्माण करून समाजातील एखाद्या प्रकृतीची अभिरुची जोपासू शकतो; तिची लाट निर्माण करू शकतो.

९) संस्कारक्षम विद्यार्थिदशेत अभिरुची घडवणारा शिक्षक हा महत्त्वाचा घटक असतो. त्यामुळे शिक्षकांची अभिरुची महत्त्वाची ठरते. तिच्या संस्काराने विद्यार्थ्यांच्या पिढ्या घडत असतात.

अभिरुचीला आकार देऊ शकणारे हे बाह्य घटक आहेत. हे घटक सगळेच समान योग्यतेचे आहेत, असे नाही. त्यांचा प्रभाव कमीजास्त प्रमाणात पडू शकतो. हा प्रभाव पडण्याचे प्रमाण मानवी स्वभावाच्या गुणवैशिष्ट्यांवरही अवलंबून असते. उदा. वरीलपैकी एखाद्या घटकाचा प्रभाव एखाद्या व्यक्तीवर जेवढा पडेल त्याच्यापेक्षा कमी किंवा जास्त प्रभाव दुसऱ्या व्यक्तीवर पडू शकतो. एखाद्या घटकाचा अतिरेक किंवा अभाव यांचाही अभिरुचीवर अंशतः परिणाम होऊ शकतो.

अभिरुची घडवण्यात हे सगळेच आंतरिक व बाह्य घटक कमीअधिक प्रमाणात सहभागी असल्याने अमुक एका घटकावरच भर देऊन अभिरुची संपूर्णपणे विकसित करता येते, असे मानता येत नाही. त्या भराचा परिणाम अंशतः घडतो; संपूर्ण अभिरुची विकसित करण्यास तो घटक सदैव तोकडाच पडतो.

प्रत्येक घटकाची अभिरुचीवर संस्कार करण्याची क्षमता किती आहे, त्या घटकाचे घटक या नात्याने अंतर्बाह्य स्वरूप काय आहे, त्याची रचना कशी आहे, यासंबंधी विस्ताराने खूप काही सांगता येण्यासारखे आहे. त्याचा ग्रंथ होऊ शकेल. इथे तो अभिप्रेत नाही.

समाजात किंवा व्यक्तीच्या जीवनात अभिरुची स्थिर नसते; ती प्रवाही असते. तिच्यात बदल, विकास होऊ शकतो. समाजाच्या व व्यक्तीच्या विकासाशी या प्रवाहाची स्थितिगती अवलंबून असते, तसेच समाजाला व व्यक्तीला आपल्या अभिरुचीविषयी किती आस्था आहे, यावरही तिची स्थितिगती अवलंबून असते.

सामान्यपणे अभिरुचीचे तीन स्तर किंवा पातळ्या कल्पिता येतात. तिची एक प्राथमिक स्वरूपाची घटनाप्रधान पातळी दिसून येते. दुसरी जाणकारीची पातळी दिसून येते. तिसरी केवळ बौद्धिक स्वरूपाची पातळी जाणवते. प्राथमिक स्वरूपाची अभिरुची ही सामान्यत: साहित्याच्या पृष्ठभूमीवर, वरवरच्या शारीरभागावर रेंगाळताना दिसते. साहित्यकृतीतील घटनांवर तिचा इंटरेस्ट अवलंबून असतो. घटनाप्रधान वाङ्मयात ती विशेष रमते.

दुसऱ्या प्रकारची अभिरुची ही साहित्यातील मानवी जीवन आणि त्याला साहित्यपणामुळे प्राप्त झालेले सौंदर्य या दोहोंचा जाणकारीने आस्वाद घेते.

तिसऱ्या प्रकारची अभिरुची ही केवळ बौद्धिक स्वरूपाचा क्रीडाविहार करणारी असते. मानवी मनाच्या आंदोलनात ती मानसशास्त्रीयदृष्ट्या, तत्त्वज्ञानात्मकदृष्ट्या रमलेली असते. ही अभिरुची प्रबुद्धांची मानावी लागते. समाजात असे प्रबुद्ध संख्येने नेहमीच कमी असतात.

समाजात अभिरुचीची मध्यवर्ती धारा दुसऱ्या प्रकारच्या अभिरुचीने प्रभावित झालेली असते. ही अभिरुचीच प्रामुख्याने लक्षणीय वाङ्मय घडवीत असते, त्याचा आस्वाद घेत असते. वाङ्मयाचा इतिहास निर्माण करीत असते. (अभिरुचीच्या तीन स्तरांसंबंधी सविस्तर चर्चा मी 'मराठी साहित्य, समाज आणि संस्कृती' या ग्रंथात सविस्तर केली आहे.)

अभिरुचीचे हे तीन स्तर 'वॉटरटाइट कंपार्टमेंट' सारखे नसतात. त्यांच्या सीमारेषा एकमेकींत मिसळलेल्या असतात. एखाद्या व्यक्तीत एके काळी पहिल्या प्रकारची अभिरुची असू शकेल, तर नंतरच्या प्रौढपणाच्या काळात दुसऱ्या प्रकारची असू शकेल. कारण हे प्रकार व्यक्तीच्या आणि समाजाच्या विकासाशी निगडित असू शकतात.

अभिरुचीचा विकास प्रत्येक व्यक्तीने आपआपल्या वैयक्तिक पातळीवरच साधण्याची आवश्यकता असते. कारण साहित्यकृतीचे वाचन ही अंतिमत: वैयक्तिक घटना असते, आपण कोणती साहित्यकृती आस्वादावयाची याचे स्वातंत्र्य व्यक्तीला पूर्णपणे असते. त्यामुळे अभिव्यक्तीचा विकास वैयक्तिक पातळीवर करणे सोपे, सोयीचे आणि आनंदाचेही असते. या विकासासाठी आरंभी सांगितलेले अभ्यास, संवेदनशीलता, सहृदयता, सहानुभूती, कल्पकता, हेच घटक अधिक निर्णायक ठरतात. बाह्य घटक कमी निर्णायक ठरतात. याचे भान ठेवण्याची आवश्यकता आहे.

◆

मराठी साहित्यातील ग्रामीण स्त्री

स्त्रीविषयक सामाजिक, सांस्कृतिक जाणिवा आधुनिक मराठी साहित्याच्या आरंभापासूनच मराठी साहित्यिकांना आणि विचारवंतांना झालेल्या दिसतात. म. जोतीराव फुले यांच्या शिक्षणविषयक व स्त्रीविषयक कार्यातून, बाबा पदमनजी यांच्या 'यमुनापर्यटन' या कादंबरीमधून, आगरकरांच्या स्त्रीविषयक विचारांतून मराठी स्त्रीविषयक जाणिवा प्रथम प्रगट झाल्या. नंतर त्या केशवसुतांची कविता, हरिभाऊ आपटे– वा. म. जोशी यांच्या कादंबऱ्या, देवलांचे 'शारदा' हे नाटक, त्यानंतरच्या काळात डॉ. श्रीधर व्यंकटेश केतकर यांच्या कादंबऱ्या, म. धोंडो केशव कर्वे यांच्या शिक्षणविषयक संस्था व सामाजिक कार्य यांतून त्या प्रगट झालेल्या आहेत. या काळात स्त्रियांनी लिहिलेली आत्मचरित्रे आणि मालतीबाई बेडेकर यांनी 'विभावरी शिरुरकर' या टोपण नावाने लिहिलेल्या कथा-कादंबऱ्या, कुसुमावती देशपांडे यांच्या काही कथा यांतूनही स्त्रीविषयक जाणिवा प्रगट झालेल्या दिसून येतात. अशा रीतीने साधारणपणे १८७० ते १९४० या साठ-सत्तर वर्षांच्या काळात आधुनिक मराठी स्त्रीची सुख-दुःखे आणि तिच्याविषयीच्या सामाजिक, सांस्कृतिक जाणिवा मराठी साहित्यात प्रगट झाल्या आहेत.

पण ही स्त्री मध्यमवर्गीय, पांढरपेशी, शहरी जीवनातील आहे. तिच्या जोडीने सर्वसाधारण ग्रामीण स्त्रीची सुख-दुःखे, तिच्याविषयीच्या सामाजिक सांस्कृतिक जाणिवा प्रगट व्हायला हरकत नव्हती. पण त्या प्रगट झाल्या नाहीत, ही वस्तुस्थिती आहे. त्याला सामाजिक, सांस्कृतिक, पारंपरिक, रूढीविषयक अनेक कारणे आहेत.

१९२५ नंतरच्या काळात मराठी साहित्यात ग्रामीण स्त्री लक्षणीय

स्वरूपात प्रगट होऊ लागली. इंग्रजीतील पॅस्टोरल पोएट्रीच्या प्रेरणेने आणि म. गांधींच्या 'खेड्याकडे चला' या चळवळीच्या प्रेरणेने काही कवी व कथाकार-कादंबरीकार यांनी तिचे रेखाटन केले आहे. कविवर्य चंद्रशेखर, गिरीश, यशवंत, ग. ल. ठोकळ आणि 'सुगी' या ग. ल. ठोकळांनी संपादित केलेल्या प्रातिनिधिक ग्रामीण कवितासंग्रहातील सर्व कवींच्या काव्यातून, तसेच र. वा. दिघे, ग. ल. ठोकळ यांच्या १९४० च्या आसपास लिहिल्या जाऊ लागलेल्या ग्रामीण-प्रादेशिक कथा-कादंबऱ्यांतून ते दिसते. बा. भ. बोरकर ('भावीण') किंवा भा. वि. वरेरकर ('चिमणी') यांच्यासारखे साहित्यिकही अधूनमधून आपल्या कादंबऱ्यांतून ग्रामीण स्त्री रेखाटताना दिसतात. पण या सर्व साहित्यातील ग्रामीण स्त्री ही रोमँटिक वृत्तीची आहे. ती प्रियकर किंवा पती यांची आतुरतेने, व्याकुळतेने वाट पाहणारी, त्यांच्याबरोबर प्रेमक्रीडा करणारी, निसर्गाच्या मांडीवर मुक्त वृत्तीने उमाडणारी आहे. जणू ती निसर्गाचे नैसर्गिक भावभावनांनिशी वागणारे तरुण लेकरू आहे.

या साहित्यातील ग्रामीण स्त्री अशी स्वच्छंदवादी असली तरी याच काळातील श्री. म. माटे यांच्या कथांतून किंवा र. वा. दिघे यांच्या काही कादंबऱ्यांतून येणारी ग्रामीण स्त्री ही ग्रामीण जीवनाच्या एकदम खालच्या स्तरातील असून, ती दलित किंवा आदिवासी समाजातील आहे. कुटुंबात तिचे असलेले दुय्यम स्थान, नवरा, मुले-बाळे यांना मानसिक दृष्ट्या जोपासणारी, स्वतःची सुखदुःखे बाजूला ठेवून, प्रसंगी उपाशी राहून कुटुंबाचे भरण-पोषण करणारी आहे. पोटासाठी दिवसभर शेतावर किंवा श्रीमंतांच्या घरीदारी राबराब राबणारी, रात्री जागून आणि पहाटे लौकर उठून घरच्यांच्या साठी, स्वैपाकपाणी करण्यासाठी सतत कामाला जुंपलेली अशी ही स्त्री आहे. समाजात तिचे स्थान घरच्याहून दुय्यम किंवा नगण्य स्वरूपाचे आहे. घरच्यांच्या पोटात चार घास पडावेत म्हणून ढोरकष्ट करूनही ती स्वत: मात्र उपाशी राहते आहे आणि स्वतःच्या भावभावना, स्वप्ने, सुखाच्या कल्पना हे सर्व घरातील केरकचरा बाजूला सारावा तसे सारून पुरुषांसाठी म्हणजे पती, मुले, वडील, भाऊ, दीर यांच्यासाठी जनावरासारखी राबते आहे. तिच्या सुखदुःखांकडे, भावभावनांकडे, मानसिकतेकडे या पुरुषप्रधान संस्कृतीत घरच्यांचे आणि बाहेरच्यांचेही लक्ष नाही, अशी तिची अवस्था आहे. अशी स्त्री कुसुमावती देशपांडे यांच्या काही कथांतून, श्री. म. माटे यांच्या काही कथांतून, र. वा. दिघे यांच्या काही कादंबऱ्यांतील प्रादेशिक जीवनातून भेटताना दिसते. पण तिचे हे ग्रामीण-प्रादेशिक साहित्यातील दर्शन फारच तुरळक प्रमाणात आलेले आहे. जाणीवपूर्वक ते शोधावे लागते.

१९५०च्या आसपासच्या काळात आणखी दोन-तीन प्रादेशिक कादंबरीकार साहित्यिक नात्याने लक्ष वेधून घेतात; ते म्हणजे श्री. ना. पेंडसे, गो. नी. दांडेकर आणि अण्णाभाऊ साठे होत. पण काही ना काही कारणांनी या साहित्यिकांनी

वास्तववादी किंवा प्रातिनिधिक स्वरूपात आपआपल्या प्रदेशातील स्त्रीकडे पाहिले नाही. त्यामुळे यथार्थ स्त्रीदर्शन याही कादंबऱ्यांत होऊ शकले नाही. या कादंबऱ्यांतील काही स्त्रिया लक्षवेधी असल्या तरी त्या आपआपल्या अपवादात्मक व्यक्ति-वैशिष्ट्यांमुळे वाचकांचे आपल्याकडे लक्ष वेधून घेतात. उदाहरणार्थ पेंडशांच्या कादंबऱ्यांतील स्त्रिया नाट्यपूर्ण घटनांमुळे, संघर्षामुळे, स्वभावातील विशिष्ट पण प्रदेशनिरपेक्ष गुणधर्मांमुळे, लैंगिक संबंधांमुळे, रोमँटिक वृत्तीमुळे लक्षवेधक ठरतात. गो. नी. दांडेकरांच्या स्त्रिया स्वत: दांडेकरांच्या मनातील आदर्श मूल्ये, परंपरांविषयीचे भावूक प्रेम, उदात्ततेची अनावर ओढ, निसर्ग, अध्यात्म यांचे आकर्षण यांमुळे लक्षवेधक ठरल्या आहेत; तर अण्णाभाऊ साठे यांच्या कादंबऱ्यांतील स्त्रिया मुक्त प्रेमसंबंधांमुळे, त्यांच्या गावरान रोमँटिक, धाडशी, बेफिकीर वृत्तींमुळे आकर्षक वाटतात. पण जेव्हा आपण 'स्त्रीदर्शन' असा शब्दप्रयोग करतो, तेव्हा आपली अपेक्षा अशी असते की, साहित्यिक ज्या ग्रामीण विभागावर किंवा प्रदेशावर साहित्यनिर्मिती करतो त्या ग्रामीण विभागातील अथवा प्रदेशातील ती स्त्री वास्तववादी किंवा त्या विशिष्ट प्रदेशातील सामाजिक, सांस्कृतिक, पारंपरिक मूल्यांचे प्रतिनिधित्व करणारी (किंवा त्या प्रदेशाचे प्रतिबिंब तिच्यामध्ये पडलेले) अशी स्त्री असावी. पण दुर्दैवाने असे झाले नाही. व्यंकटेश माडगूळकरांची 'बनगर वाडी', रणजित देसाई यांच्या 'बारी' आणि 'माझा गाव' या ग्रामीण-प्रादेशिक कादंबऱ्यांतही- जरी त्या कादंबऱ्या वास्तववादी असल्या तरी- त्या कादंबऱ्यांमागे ग्रामीण स्त्रीदर्शन घडवण्याची प्रेरणा दिसत नाही. त्यामुळे त्यांच्या साहित्यकृतींत स्त्रिया असल्या तरी त्यांना स्वतंत्र आणि लक्षणीय ग्रामीण किंवा प्रादेशिक व्यक्तिमत्त्वे प्राप्त झालेली नाहीत. या दोघा ग्रामीण साहित्यिकांच्या कथांतूनही ग्रामीण स्त्रिया आलेल्या आहेत; पण त्याही आपल्या वैयक्तिक स्वभाववैशिष्ट्यांमुळे लक्षात राहतात.

१९२५ ते ६० या काळातील ग्रामीण साहित्यातील स्त्रीदर्शन अशा रीतीने काही ना काही कारणाने असमाधानकारक राहिलेले आहे. याची कारणमीमांसा खूप खोलात जाऊन करणे आवश्यक असले, तरी जागेअभावी फक्त काही ठळक कारणांची यादी देऊन पुढे जात आहे. हा जो पस्तीसएक वर्षांचा काळ आहे, या काळावर रोमँटिसिझमचा म्हणजे स्वच्छंदतावादाचा प्रभाव मराठी साहित्यावर फार मोठ्या प्रमाणात होता. वास्तववादाचा प्रभाव १९२० नंतर हळूहळू कमी होत गेलेला दिसतो. ना. सी. फडके यांच्या वाङ्मयीन दृष्टीचा आणि वाङ्मयनिर्मितीचा फार मोठा प्रभाव १९५० पर्यंत मराठी साहित्यावर होता. त्यामुळे स्वप्नरंजन, प्रेम प्रकरणे, वैयक्तिक स्वभाववैशिष्ट्यांनी युक्त अशी पात्रे उभी करणे, साहित्यिकाच्या जीवनदृष्टीचा किंवा जीवनमूल्यांचा साहित्यकृतींतील पात्रांवर प्रभाव ठेवणे, गांधीवादाचा व मार्क्सवादाचा प्रभाव ठेवून साहित्यनिर्मिती करणे, कादंबरीचे कथानक अटळपणे

प्रेमप्रकरणाने प्रभावित ठेवणे इत्यादी कारणांमुळे ग्रामीण व प्रादेशिक साहित्यातील ग्रामीण स्त्रीचे दर्शन वास्तवापासून दूर राहिले. दुसरे असे की, व्यंकटेश माडगूळकर यांची 'करुणाष्टक' ही आत्मचरित्रात्मक कादंबरी सोडली, तर त्यांनी ग्रामीण स्त्रीची मर्मस्थळे जाणून, तिची सामाजिक स्थितिगती जाणून तिचे दर्शन घडवावे अशी त्यांना कधी प्रेरणा झालेली दिसत नाही. रणजित देसाई यांच्या बाबतीतही हेच विधान करता येण्यासारखे आहे.

१९६० नंतर मात्र स्त्रीदर्शनाच्या दृष्टीने ग्रामीण साहित्यात परिवर्तन झालेले दिसून येते. त्याचे श्रेय शंकर पाटील यांच्या पहिल्या दोन कथासंग्रहानंतरच्या 'ऊन', 'आभाळ' यांसारख्या कथासंग्रहांना द्यावे लागते. विशेषत: 'ऊन' या कथासंग्रहातील ग्रामीण स्त्रीमनाचे अनेक पापुद्रे उकलून दाखविण्यात ते यशस्वी झाले. स्त्रीमनाला पुरुषमन समजूनच कसे घेऊ शकत नाही, स्त्रीशिवाय पुरुष कसा पोरका होऊन जीवनातील उत्साहच गमावून बसतो, आई नसेल तर पुरुषाला म्हणजे 'बापा'ला मुले सांभाळणे आणि त्यांचे नीट पालनपोषण करणे कसे अशक्य असते, घरातील स्त्रीचे केवळ अस्तित्वच पुरुषाला आणि सबंध कुटुंबालाच किती मोठा मानसिक आधार असते, लग्न होऊन सासरी गेलेली स्त्री कशी दोन्हीही घरांना मानसिक दृष्ट्या (आणि पुरुषप्रधान संस्कृतीमुळे) गमावून बसते, लग्न झालेला भाऊ कसा एका पत्नीमुळे म्हणजे स्त्रीसहवासामुळे सख्ख्या बहिणीलाही दूर करतो, बहिणीचे माहेरी येणे त्याला कसे अडचणीचे होते, सासरी गेलेल्या मुलीविषयी आईचे काळीज कसे तुटत राहते, स्त्री ही फक्त श्रमाची धनीणच कशी शेवटी ठरते, याचे अत्यंत मर्मस्पर्शी मानसशास्त्रीय, कौटुंबिक स्त्री-दर्शन शंकर पाटील यांनी आपल्या कथांतून घडविले आहे. 'टारफुला' सारख्या कादंबरीतील जगावेगळी स्त्री मराठी वाचकांना अपरिचित वाटत असली तरी तिच्यातून एका ग्रामीण स्त्रीमानसिकतेचे प्रभावी दर्शन घडते, हे विसरता येत नाही.

वास्तविक शंकर पाटील हे कलावादी प्रेरणेने प्रभावित झालेले लेखक आहेत. आपल्या परीने त्यांनी आपल्या साहित्यात प्रयोगशीलतेला सतत अग्रक्रम दिला. मानवी जीवनातील आणि मनातील 'ताण' पकडण्याची धडपड त्यांनी सतत केली. त्यात ग्रामीण स्त्रीमनाचे आणि जीवनाचे 'ताण' मराठी कथेत अजून अस्पृष्ठच राहिले आहेत, याच कलावादी प्रेरणेने त्यांनी 'ऊन' आणि 'आभाळ' मधील स्त्रियांविषयीच्या कथा लिहिल्या. त्यांच्या या धडपडीत स्त्रीदर्शन योगायोगाने पण अतिशय प्रभावीपणे घडून गेले.

याच काळात रणजित देसाई यांचे अनेक ग्रामीण कथासंग्रह प्रसिद्ध झालेले आहेत. रणजित देसाई यांची लेखकप्रकृती कणव, कारुण्य, सहानुभूती यांनी प्रभावित झालेली आहे. त्यांच्या ग्रामीण कथा वाचताना याचा प्रत्यय येतो. ते पश्चिम

महाराष्ट्राच्या दक्षिण टोकाला 'कोवाड' सारख्या देश-कोकण यांच्या सीमेवरील खेड्यात अनेक वर्षे राहत होते. तेथील जनसामान्य ग्रामीणांचे जीवन त्यांनी आपल्या छोटेखानी कथांत रेखाटले आहे. सामान्य स्त्रीच्या जीवनातील दारिद्र्य, कष्ट, अन्याय, सोशिकता, उपेक्षा इत्यादी वैशिष्ट्ये तन्मयतेने, नाट्यात्मतेने आणि कलात्मतेने रेखाटलेली आहेत. त्या भागातील सर्वसामान्य कष्टाळू स्त्रीचे वास्तव चित्रण त्या कथांतून प्रतिबिंबित झालेले दिसते.

स्वातंत्र्योत्तर काळातील ग्रामीण साहित्यिकांची दुसरी पिढी १९६० च्या आसपास लेखन करू लागली. या पिढीत पहिल्या पिढीच्या तुलनेने ग्रामीण लेखकांची संख्या जास्त होती. शिवाय सामाजिक दृष्ट्या अधिक खालच्या स्तरातून हे ग्रामीण लेखक पुढे आलेले दिसतात. त्यांची सामाजिक जाणीव पहिल्या पिढीच्या तुलनेने अधिक दृढ स्वरूपाची, आपआपल्या ग्रामीण समाजाला अधिक चिकटलेली, त्या समाजाची सुखदु:खे मांडण्यात अधिक रमणारी, विशेषत: सुखापेक्षा आपले कष्ट, अज्ञान, दु:ख, उपेक्षा, वरच्या स्तराने केलेले अनेक जुलूम, जबरदस्ती, शोषण यांच्यावर आपल्या कथांतून विशेष भर देणारी ही पिढी होती. या पिढीत कविता, कथा, कादंबरी, ललितगद्य इत्यादी विविध साहित्यप्रकारांत लेखन करणारे अनेक साहित्यिक होते. या साहित्यिकांनी आपल्या या ग्रामीण साहित्यातून जे ग्रामीण स्त्रीदर्शन घडविले आहे, ते पहिल्या पिढीच्या तुलनेत वाचकाचे अधिक लक्ष वेधून घेते. याचे कारण स्वत: लेखकवर्गच त्या सामाजिक स्तरातून आलेला आहे.

ग्रामीण स्त्रीदर्शन प्रभावीपणे घडविणाऱ्या या पिढीतील निवडक लेखक म्हणून उद्धव शेळके, रा. रं. बोराडे, आनंद यादव, चंद्रकुमार नलगे, महादेव मोरे यांची नावे घेता येण्यासारखी आहेत. समग्रतेने ग्रामीण स्त्रीदर्शन घडविण्यासाठी कथा, कविता, ललितगद्य यांसारखे साहित्यप्रकार अवकाश-मर्यादेमुळे सामान्यत: कमी पडतात. एखाद्या व्यक्तीची पूर्ण जीवनरेखा काढण्यासाठी तुलनेने कादंबरी हा साहित्यप्रकार समर्थ वाटतो. त्यामुळे वरील पाचही ग्रामीण लेखकांनी कादंबरी-प्रकार हाताळून ग्रामीण स्त्रीदर्शन प्रभावीपणे घडविल्याचे दिसून येते. या लेखकांनी कादंबरीशिवाय इतरही आपल्या साहित्यप्रकारांत स्त्रीदर्शन घडविले आहे; नाही असे नाही. पण त्यांच्या कादंबऱ्यांतील स्त्रीदर्शन हे प्रभावी आणि संस्मरणीय झालेले आहे. शेळके यांच्या 'धग' मधील 'कौतिक', बोराडे यांच्या 'पाचोळा' मधील 'पारबती' किंवा यादवांच्या 'झोंबी-घरभिंती' मधील 'तारा' या स्त्री व्यक्तिरेखा ग्रामीण विभागातील स्त्रीचे वास्तव आणि प्रातिनिधिक चित्रण घडवणाऱ्या स्त्रिया आहेत. दारिद्र्य, अज्ञान, कष्ट, उपासमार आणि पोरवडा यांनी पिचलेल्या आणि शेवटी निष्क्रिय झालेल्या नवऱ्यांचे संसार स्वत:च्या हातावर तोलताना या स्त्रिया आपल्या एकाकी हातांनी जीवनसंघर्षाला, नियतीला, येईल त्या परिस्थितीला सामोऱ्या जाताना दिसतात.

चंद्रकुमार नलगे यांच्या कथा-कादंबऱ्यांतील स्त्री हीही पारंपरिक ग्रामीण स्त्रीचे भावगर्भ वास्तवदर्शन घडविणारी आहे. ही स्त्री ग्रामीण जीवनात रूढीने चालत आलेली आदर्श मूल्ये मानणारी, सर्वस्व वेचून स्त्री मूल्यांची जोपासना करणारी, कुटुंबाला एकत्र ठेवण्याचा प्रयत्न करणारी, प्रतिकूल परिस्थितीतही घरकूल विसकटू न देणारी आहे. नलगे यांचे साहित्य स्त्री-व्यक्तिरेखा-प्रधान आहे. त्यांच्या साहित्यात विविध रूपांत स्त्री भेटते. त्यांच्या 'आगीनफूल' कादंबरीतील सावित्री याच कारणांमुळे लक्षात राहून जाते.

महादेव मोरे यांनीही आपल्या अनेक कथा-कादंबऱ्यांतून ग्रामीण समाजाच्या अगदी खालच्या स्तरांचे चित्रण केलेले आहे. त्यातूनच त्या समाजातील स्त्रीदर्शन घडते. तंबाखूच्या वखारीत काम करणाऱ्या, शेतावर रोजगाराला जाणाऱ्या, परिस्थितीचा बळी ठरल्याने वेश्याव्यवसाय पत्करावा लागलेल्या, देवदासी, डोंबारी, मांग, गारुडी या समाजातील विविध स्तरांतील स्त्रियांची चित्रे त्यांनी रेखाटलेली आहेत. त्या दृष्टीने त्यांच्या 'आडगार', 'वर आभाळ खाली धरती' यांसारख्या कादंबऱ्या पाहण्यासारख्या आहेत.

ग्रामीण साहित्यिकांची तिसरी पिढी १९८० च्या आसपासच्या काळापासून लेखन करत आहे. ही पिढीही जनसामान्यांच्या खालच्या सामाजिक स्तरातूनच पुढे आलेली आहे. बदलत्या स्त्रीजीवनाचा मागोवा घेण्याचा ती प्रयत्न करीत आहे. तिच्याविषयी आताच लिहिणे योग्य नसले, तरी या पिढीतील अनुराधा गुरव आणि विदर्भातील प्रतिमा इंगोले या दोन साहित्यिक स्त्रियांचा आवर्जून उल्लेख केला पाहिजे, इतक्या योग्यतेचे आधुनिक ग्रामीण स्त्रीचे दर्शन त्यांनी आपल्या साहित्यातून घडविले आहे. विरल स्वरूपात असली तरी साहित्यिक स्त्रियांची एक परंपरा ग्रामीण साहित्याला लाभलेली आहे. बहिणाबाई चौधरी, सरोजिनी बाबर, अनुराधा गुरव, प्रतिमा इंगोले अशी ती सांगावी लागेल. बहिणाबाईंनी आणि बाबरबाईंनी आपल्या कवितेतून लोक संस्कृतीतील ग्रामीण स्त्रीचा आत्मा पकडलेला आहे. परंपरागत उदात्त जीवनमूल्ये, कुटुंबमूल्ये आणि स्त्रीमूल्ये आत्मसात केलेली स्त्री त्यांच्या कवितेतून आणि गद्य साहित्यातून व्यक्त झालेली दिसते. गुरव-इंगोले यांच्या सर्वच साहित्यकृतींत आधुनिकतेची जाणीव झालेली, स्वत:च्या स्त्री-अस्तित्वाचे भान आलेली, पुरुषाला त्या भानाची स्पष्टपणे जाणीव देणारी, स्वत:वर होणाऱ्या अन्यायाला वाचा फोडणारी, स्त्रीजीवनाच्या सामाजिक दुय्यम स्थानाची आपआपसात चर्चा करणारी अशी मनस्वी आधुनिक ग्रामीण स्त्री त्यांच्या साहित्यातून प्रगट होऊ लागलेली आहे. नव्या ग्रामीण स्त्रीचे दर्शन घडविणारे त्यांचे साहित्य अधिक समृद्ध आणि सखोल होण्याची गरज आहे. असे झाले, तर उद्याची ग्रामीण सुशिक्षित स्त्री कोणत्या दिशेने वाटचाल करील याच्या पाऊलखुणा त्यांच्या साहित्यात अधिक

स्पष्टपणे उमटतील असे वाटते.

१९२५ ते १९९५ या सत्तर वर्षांच्या काळातील ग्रामीण साहित्यातील ग्रामीण स्त्रीचे दर्शन विविध प्रकारचे आहे. ग्रामीण समाजाच्या गाभ्यातील स्त्रीची विविध रूपे पकडण्याचा प्रयत्न अनेक लेखकांनी आपापल्या परींनी केलेला आहे. ग्रामीण साहित्याच्या निर्मितीमागे विविध प्रेरणा असल्या तरी ग्रामीण समाजजीवनाचे वास्तव दर्शन घडविण्याची प्रमुख प्रेरणा या साहित्याने सतत जोपासली आहे. त्याचेच फलित म्हणून ग्रामीण स्त्रीदर्शनाकडे पाहावे लागते.

◆

कथाकार माटे आणि मी

गुरुवर्य माटे मास्तर,
तुमच्या स्मृतीस आदरपूर्वक नमस्कार.

शिक्षक म्हणून तुम्ही मला प्रत्यक्ष कधी शिकविले नाही, तुम्हाला प्रत्यक्ष कधी पाहूही शकलो नाही, तरी तुम्ही गुरुतुल्य वाटता. याला अनेक कारणे आहेत. ग्रामीण जीवन हे दारिद्र्याने, अज्ञानाने, प्रस्थापितांच्या शोषणाने भरलेले असले, तरी त्यालाही मोल आहे; साहित्यात त्यालाही स्थान आहे, याची विशेष जाणीव तुमच्या साहित्यामुळे मला झाली. तुमच्या भाषाविषयक जाणिवेने भारला जाऊन मी माझ्या ग्रामीण मायबोलीलाच यथाशक्ती माझ्या साहित्यकृतींचे आवश्यकतेनुसार माध्यम म्हणून नि:संकोचपणे वापरले. 'स्वकीय समाजाकडे मोहरा वळवा, आपल्या समाजाचे स्वत्व शोधा.' असे तुम्ही १९४३ सालीच सांगितले. त्या जाणिवेचा परिपाक म्हणजेच अलीकडील ग्रामीण साहित्याची चळवळ आहे. 'ग्रामीण' हे विशेषण केवळ भौगोलिक न मानता मी ते 'सांस्कृतिक' मानले. वेदपूर्व काळापासून तो अगदी विसाव्या शतकाच्या अंतापर्यंत भारतीय संस्कृतीचे आद्य विशेषण जर कोणते असेल, तर ते 'ग्रामीण'आहे. समग्र भारतीय समाजाला ते अंतर्बाह्य व्यापून आहे, अशी माझी आज धारणा व्हायला तुमच्या ग्रामीण साहित्याचीच गंगोत्री कारणीभूत आहे. आजच्या ग्रामीण साहित्याचा, विशेषत: कथेचा विस्तार हा मूलत: तुम्ही लावलेल्या रोपट्याचाच विस्तार आहे. 'स्वातंत्र्योत्तर काळात विष्णुशास्त्री चिपळूणकरांचे कार्य संपुष्टात आले आहे; आणि आता ज्योतिराव फुले यांच्या घोषणांचा अंमल सुरू होणार आहे' अशा अर्थाचे मत ज्या म. फुल्यांच्या कर्तृत्वाविषयी तुम्ही नोंदविले आहे; त्या फुल्यांनीच ह्या वृक्षाचे

बीज रुजविले आहे, असे मी मानतो. माझी झेप तुमच्याइतकी उंच मुळीच नसली, तरी तुमची वाङ्मयविषयक जाणीव ही मला माझीच जाणीव वाटते, इतकी तिच्याविषयी मला आत्मीयता आहे. म्हणूनच वेळोवेळी मी माझ्या साहित्यविचारांतून आपणास भेटत राहिलो, मानत राहिलो.

पहिल्यांदा तुम्ही भेटलात ते क्रमिक पुस्तकातून. 'पिऱ्या काय म्हणतो?' हा तुमचा धडा प्राथमिक शाळेतच होता. पण हा धडा शाळेत मास्तरांनी कधी घेतलाच नाही. तो गाळून टाकला. मात्र त्या धड्याच्या आरंभीचे तुमचे रेखाटलेले चित्र अजून लक्षात आहे. भरघोस मिशा असलेले, टोपी घालणारे, बंद गळ्याचा कोट व त्याच्या आत कॉलर नसलेला सदरा घालणारे तुमचे चित्र माझ्या गावरान मनाला जवळचे वाटत होते. माझ्या गावात अशी माणसे होती. ती चार इयत्ता शिकलेली, गावात रुबाब असलेली, इनामदार, वतनदार असत किंवा सरकारी कचेरीत कारभारी असत.

त्या धड्याशी जिज्ञासेपोटी काही झटापट केल्याचे आठवते. पण पिऱ्याचा खरा प्रश्न मला त्या वेळी कळलाच नाही. पिऱ्या कुणीतरी 'गरीब' माणूस आहे, आमच्या गावच्या महारवाड्यात, मांगवाड्यात असा माणूस भेटू शकतो, एवढेच कळले. त्याला कळून घेण्याचे ते वयही नव्हते.

महाविद्यालयाच्या पहिल्या वर्षाला गेल्यानंतर मात्र खरी भेट झाली. तुमचे 'उपेक्षितांचे अंतरंग'हे अभ्यासालाच होते. वय वाढले होते. समाज म्हणजे काय, गरिबी म्हणजे काय, उपेक्षित म्हणजे कोण, हे कळत होते. त्याचे काही चटकेही बसत होते. त्यामुळे 'उपेक्षितांचे अंतरंग' काळजाला भिडले. प्रा. रा. वा. चिटणीस यांची शिकवण्याची पद्धतही त्याला कारणीभूत असेल. ही गोष्ट १९५५ सालची आहे.

तुमच्या या पुस्तकाने मला फार मोठा आत्मविश्वास दिला. तो इतका की, चिटणीस सरांनी दिलेले तुमचे 'माणुसकीचा गहिवर' हे पुस्तक एका दिवसात घळघळत्या डोळ्यांनी रत्नागिरीत वाचून काढल्याचे आठवते. तुमचा 'बन्सिधर' मात्र हृदयाचा ठाव घेऊन गेला. ज्या परिस्थितीत मी आईवडिलांना सोडून पोरका होऊन बाहेर पडलो होतो; ती परिस्थितीही कदाचित त्याला कारणीभूत असेल. ते वयही त्याला कारणीभूत असेल. पण तुमच्या त्या दोन्ही पुस्तकांनी तुमच्याविषयीची एक आत्मीय भावना निर्माण केली. हा माणूस गोरगरिबांना समजून घेणारा आहे, त्यांच्या पाठीवरून माणुसकीचा हात फिरविणारा आहे, याची जाणीव झाली. या माणुसकीची मलाही त्या वेळी गरज होती.

त्या काळातील माझ्या कोवळ्या, अनघड वाङ्मयीन व्यक्तिमत्त्वाला तुम्ही आणखी दोन महत्त्वाच्या गोष्टी दिल्या. ग्रामीण जीवन हे गद्य साहित्याचाही विषय

होऊ शकते याची जाणीव तुमच्या या पुस्तकांनी करून दिली. दुसरी जाणीव ग्रामीण भाषेविषयीची. गद्य साहित्यातही आपण आपली भाषा वापरू शकतो, हे प्रथम मला त्या वेळी कळले. तुम्ही दिलेल्या या दोन जाणिवांनी माझा वाङ्मयीन आत्मविश्वास द्विगुणित झाला. तुम्ही एका महाविद्यालयात प्राध्यापक आहात, समाजसुधारक आहात, विज्ञाननिष्ठ आहात, मराठी साहित्य संमेलनाचे एकदा अध्यक्ष झालेले आहात, याची माहिती तुमचा परिचय करून देताना प्रा. चिटणीसांनी दिली होती. त्यामुळे हा आत्मविश्वास आणखीन वाढला... 'म्हणजे हा लेखक साधासुधा नाही. एखाद्या खेड्यात राहून जे पाहिले आहे ते लिहितो आहे, जमेल ती ग्रामीण ढंगाची भाषा लिहून साहित्यनिर्मिती यथाशक्ती करतो आहे, अशी याची रुकूटुकूची अवस्था नाही. ग्रामीण जीवन आणि तेथील माणसे हा विषय आणि ग्रामीण ढंगाची अभिव्यक्तीची भाषा ही त्याने जाणीवपूर्वक, सन्मानपूर्वक स्वीकारलेली आहे. अशी या लेखकाने ती स्वीकारली आहे, त्याअर्थी या जीवनाला, या भाषेला समाजजीवनात काहीतरी महत्त्व आहे, काहीतरी स्थान निश्चित आहे.' असा विचार माझ्या मनात आला आणि मला माझे हात गगनाला लागल्यासारखे वाटू लागले. मी माझ्या ग्रामीण, दरिद्री जीवनावर, माणसांवर अधिकच प्रेम करू लागलो. खरे तर हे सगळे वाङ्मयबाह्य आहे, हे मला आज जाणवते. पण त्या वेळी हे संस्कार महत्त्वाचे होते, असे मला वाटते.

१९५३-५४ पासूनच 'हिरवे जग'मधील ग्रामीण कविता लिहीत होतो. त्यात ग्रामीण जीवन ग्रामीण भाषेत येत होते. शिक्षक तिचे जेव्हा आणि जसे रसग्रहण करत, तेव्हा तिच्यापासून केवळ आनंद लुटावयाचा; त्यासाठीच कविता असते, असे मला वाटे. रविकिरणमंडळकालीन ग्रामीण कविता वाचून माझी अशी धारणा त्या वेळी झाली होती.

पण महाविद्यालयात तुमचे 'उपेक्षितांचे अंतरंग' ज्या गांभीर्याने चिटणीस सरांनी शिकविले आणि ज्या पद्धतीने तुमचा मोठेपणा मला पटवून दिला; त्यामुळे माझ्या मनात ग्रामीण जीवन आणि ग्रामीण भाषा याविषयी एक वेगळा प्रकाश पडला. तो तलस्पर्शी होता. त्यामुळे ग्रामीण साहित्याकडे गंभीरतापूर्वक वळायला माझ्या मनात अभिमानयुक्त आत्मविश्वास निर्माण झाला. मला माझ्या जीवनार्थाची आणि ग्रामीण भाषेची खरी योग्यता त्या वेळी कळली.

माझी ही जाणीव भक्कम करायला मला पुढे लौकरच व्यंकटेश माडगूळकर, शंकर पाटील, रणजित देसाई, बहिणाबाई चौधरी 'सत्यकथा'तून, पुस्तकांतून भेटले. पु. ल. देशपांडे, प्राचार्य य. द. भावे, प्रा. रा. वा. चिटणीस यांनी ते भेटवले.

तुम्ही गेलेल्या वाटेने तुमच्या मागोमाग जे जे गेले ते अनेक ग्रामीण साहित्यिक मग १९६०-६१ पर्यंत मी मन:पूर्वक अभ्यासले.

या काळात म्हणजे १९६० च्या आसपास मी पुण्यात शिकायला आणि नोकरीला आलो होतो. त्या वेळी एक मजेशीर गोष्ट कळली की, पुण्यातील अनेक सनातनी मंडळी तुमचा उल्लेख तुच्छतेने 'महार माटे' असा करीत असत. मला त्याचे आश्चर्य वाटले. आणि तुम्हाला असे म्हणत असूनही तुम्ही सदाशिव पेठेतल्या गाभ्यातल्या शाळांतच शिक्षक होता व नंतर एका महाविद्यालयात मराठीचे प्राध्यापक होतात; याचेही आश्चर्य वाटले. तुमचे मनापासून गोडवे गाणारी, तुमच्याविषयी आदर, आस्था असणारी, प्राध्यापक या नात्याने मानसिक जवळीक असणारीही अनेक मंडळी भेटली. तुमचे शिष्य म्हणवून घेणारेही अनेकजण भेटले. तुमच्याविषयी असे प्रेम असणारी मंडळी मला मनाने जवळ वाटत होती. तुमचे ज्यांनी शिष्यत्व पत्करले आहे, तुमचा ज्यांच्या मनावर काही संस्कार आहे, असे लोक मलाही नीटपणे समजून घेतील अशी माझी सुप्त अपेक्षा होती.

१९६० हा ग्रामीण साहित्याच्या धामधुमीचा काळ होता. स्वातंत्र्योत्तर ग्रामीण साहित्यिकांची पहिली पिढी बहराला आली होती. व्यंकटेश माडगूळकर, शंकर पाटील, द. मा. मिरासदार, शंकरराव खरात, रणजित देसाई दणकून लिहीत होते. विशेषत: माडगूळकर, पाटील, मिरासदार यांच्या होणाऱ्या चर्चा मी ऐकत होतो. व्यक्तिश: माझ्या आणि शंकर पाटील यांच्या वाङ्मयीन गप्पा विशेष रंगत होत्या. मी स्वत: या काळात कथा लिहीत नव्हतो; रेडिओसाठी भरपूर ग्रामीण श्रुतिका मात्र लिहीत होतो आणि ग्रामीण कविताही लिहीत होतो.

या मंडळींशी प्रत्यक्ष गाठीभेटी होत असल्याने आणि हा काळ विशेष कलात्मक जाणिवेचा, नववाङ्मयीन प्रवृत्तींचा होता, त्यामुळे कलात्मक जाणिवा आणि नववाङ्मयीन प्रवृत्ती या विषयीच चर्चा फार होत असत. या काळात जीवनजाणीव काहीशी गौणस्थानी गेली होती. या वेळी अग्रगामी असलेल्या 'सत्यकथा', 'छंद' मासिकांतील वाङ्मयीन समीक्षेचा, विवेचनाचा परिणाम मनावर होतच होता.

माझ्या भोवतालच्या या वातावरणामुळे तुम्ही काही काळ माझ्या नजरेआड झालात. कलात्मक जाणिवांनी मीही भारून गेलो. नववाङ्मयीन प्रवृत्तींचा माझ्यावरही परिणाम झाला. पण मी या काळात रेडिओच्या श्रुतिका सोडल्या, तर गद्यलेखन करीत नव्हतो. एम.ए. च्या परीक्षेला बसणारा वाङ्मयाचा एक विद्यार्थी म्हणून गद्य साहित्याचे वाचन करत होतो.

१९६१ मध्ये एम.ए. झालो आणि रेडिओची पुण्याची नोकरी सोडून पंढरपूरला मराठीच्या प्राध्यापकाची नोकरी पत्करली. वरील ताज्या दमाच्या मंडळींचे ग्रामीण साहित्य पंढरपुरातही जाणीवपूर्वक वाचत होतो. पंढरपुरातील माझ्या दोन वर्षांच्या काळात या नव्या दमाच्या कथाकारांच्या 'ग्रामीण कथेच्या' अनेक मर्यादा जाणवू लागल्या. ही कोंडी फोडण्याचे आपणांस जमले तर आपण करून पाहावे, या ईर्षेने

मी माझ्या परीने 'कथा' लिहू लागलो. या काळातही तुम्ही नजरेआडच होता.

पण दोन वर्षे पंढरपुरात राहून परत १९६३ साली पुण्याला आलो. नंतर १९६५-६७ पर्यंत भरपूर कथालेखन केले. यश मिळते आहे, असे वाटू लागले. जिद्द वाढली. हळूहळू वयही वाढत होते. त्याबरोबर गद्यलेखनाचा आत्मविश्वासही वाढत होता. या काळातच अशी इच्छा होऊ लागली की, ग्रामीण साहित्यात काही करावयाचे असेल तर ही धारा नीटपणे अथपासून इतिपर्यंत समजून घेतली पाहिजे. म्हणून ग्रामीण साहित्याच्या अभ्यासाकडे गंभीरतापूर्वक आणि बौद्धिक शक्ती जाग्या ठेवून वळलो. ग्रामीण साहित्याच्या अभ्यासाला असा जाणीवपूर्वक हात घातल्यावर पुन्हा एकदा तुमची भेट झाली. खरे तर तुम्हांला खोलवर समजून घेणारी ही पहिलीच भेट.

या वेळी तुमचे वाङ्मयीन मोठेपण वेगळ्या अर्थाने जाणवले. तुमची 'ग्रामीण कथा' स्वतंत्र बाण्याची आहे. तुमच्या व्यक्तिमत्त्वाइतकेच तिचे वाङ्मयीन व्यक्तिमत्त्व वेगळे आहे. तुम्ही पुण्यात अनेक वर्षे राहूनही 'पुणेरी' बनला नाहीत. इतर लेखकांप्रमाणे तुम्हांला सदाशिवपेठेतील मर्यादित सुधारणांचा ध्यास नव्हता. समाज प्रचंड पसरला आहे याची जाणीव मराठी कथात्मक साहित्याला प्रथम तुम्ही करून दिलीत. तुमच्या जाणिवा इतर साहित्यिकांप्रमाणे केवळ कागदोपजीवी नव्हत्या. त्या कृतिशीलही होत्या. त्यासाठी तुम्ही सदैव आर्थिक आणि शारीरिक झीज सोसली. काही प्रमाणात सामाजिक हानीही पत्करली. 'महार माटे' म्हणवून घेतले. प्रतिष्ठेच्या जागा नाकारल्या. इतकी वर्षे पुण्यात राहून पुणेरी साहित्य कल्पनांचा, पुणेरी भाषा शैलीचा, पुणेरी सामाजिक दृष्टीचा, पुणेरी अहंगंडाचा परिणाम तुमच्यावर तुम्ही बिलकूल होऊ दिला नाही.

तुमची समाज-जाणीव किती तरी व्यापक आहे; तुमच्या साहित्यातून ती दिसते. तुम्ही समाजजीवनातून घेतलेले कथेचे विषय ज्या गांभीर्याने, सहजतेने, आंतरिक आत्मीयतेने, एका प्रगाढ करुणाबुद्धीने घेतले, ती बुद्धी स्वतंत्र होती. ते विषय गांभीर्याने त्या वेळी कोणत्याही पुण्या-मुंबईच्या, समाजजीवन-जाणिवेच्या लेखकाने हाताळले नव्हते. तुमचा समाज खऱ्या अर्थाने समग्र आणि देशी होता. त्यातून घेतलेले विषयही व्यापक अर्थाने देशी, 'मराठी प्रकृती'चे होते. पुण्यात अनेक वर्षे राहूनही तुमच्या वाङ्मयीन व्यक्तिमत्त्वाचा पिंड तत्कालीन डामडौली वाङ्मयीन प्रवाहात बुचकळला गेला नाही किंवा त्या प्रवाहाने संस्कारितही झाला नाही.

यामुळेच तुमची 'कथे'ची संकल्पनाही तत्कालीन वाङ्मयीन कथेच्या संकल्पनेहून भिन्न होती. ती अधिक स्वाभाविक, अधिक प्रवाही, अनुभवाच्या अंगाने जीवनाभिमुख राहिली. तुमच्या भाषाशैलीची बीजेही तुम्ही तत्कालीन शैली-कल्पनेत शोधत बसला

नाहीत. नाटककार रा. ग. गडकरी, शि. म. परांजपे, न. चिं. केळकर, ना. सी. फडके, वि. स. खांडेकर, ग. त्र्यं. माडखोलकर, अ. ब. कोल्हटकर असे किती तरी शैलीसम्राट त्या वेळी पुण्यातील साहित्याच्या दरबारात आतषबाजी करीत होते. त्यांची 'भाषाशैली' त्या वेळी प्रत्येक साहित्यिकाने अभ्यासावी, गिरवावी आणि आत्मसात करावी; तरच साहित्यक्षेत्रात सुलभ प्रवेश व्हावा, अशी अवस्था होती. पण तुम्ही तुमच्या भाषा-शैलीची प्रेरणा ज्या तुमच्या बालपणात तुमच्यावर सातार्‍याकडच्या देशी भाषेचे संस्कार झाले त्यांत शोधली.

तुमचे व्यक्तिमत्त्व, तुमची साहित्य-संकल्पना, तुमची भाषा आणि तुम्ही पाहिलेले समाजजीवन सर्वार्थाने देशी मराठी होते. मराठी साहित्याला ते तोवर नीटपणे माहीतच नव्हते. म्हणून तुम्हाला मी 'ग्रामीण कथेचे हरिभाऊ आपटे' असे १९७० सालीच म्हटले.

त्या तरुण, उत्साही वयात मी म्हटले खरे. आज त्या विधानाच्या मर्यादा तुमच्या कथांचा पुन्हा विचार करताना विशेष जाणवतात. खरे तर आज तुमच्या व्यक्तिमत्त्वाचे हे पैलू मराठी साहित्यात मला अतिशय महत्त्वाचे वाटतात. त्या दृष्टीने विचार करता व्यापक अर्थाने 'आधुनिक मराठी' कथेचे तुम्ही दुसरे हरिभाऊ आपटे आहात. हरिभाऊ आपटे यांच्या कथाकादंबर्‍यांतून त्यांच्या सामाजिक जाणिवेला पडलेल्या मर्यादा तुम्हीच प्रथम तुमच्या कथांतून यशस्वीपणे मोडून काढल्या आहेत. आणि साहित्यात समग्र मराठी समाज-जीवनाचे दर्शन घडविण्याचा प्रयत्न प्रथमच मराठी कथेत केला आहे. या तुलनेने दिवाकर कृष्ण, कॅ.लिमये, ना. सी. फडके, य. गो. जोशी इ. तत्कालीन नामवंत कथाकारांचे प्रयत्न हे तसे फारच मर्यादित आणि आपलेच कोनेकोपरे उजळणार्‍या काजव्यांचे लुकलुकते यश मिळविणारे आहेत.

तुमची वाङ्मयीन जाणीव– कथेविषयीची जाणीव– हा जीवनजाणिवेचाच एक भाग होता. जीवनापासून ही जाणीव तुम्ही तोडू दिली नाही. जीवन जगत असताना तुमच्या समाजजीवननिष्ठ विचार करणार्‍या मनाला जे जाणवत होते, त्यालाही तुम्ही आकार देत होता. तुमचे मन या दृष्टीने तुम्हाला येणार्‍या अनुभवांचा खोलवर विचार करीत होते. त्यांचे परंपरागत इतिहासात, भूतकाळात रुतलेले धागेदोरे शोधत होते. ज्या माणसांच्या सहवासात तुम्हाला अनुभव येत होते किंवा जी माणसे तुम्हाला आपला भूतकाळ विश्वासाने सांगत होती; तीच माणसे तुमच्या संवेदनांनी, स्मरणाने, बारकावे हेरण्याच्या तुमच्या वृत्तीने तुम्ही साहित्यात आणत होता. त्यांच्या द्वाराच त्यांच्या विषयीचे तुम्ही भोगलेले, ऐकलेले, पाहिलेले, त्यांचे प्रसंग, घटना साहित्यात चिंतनयुक्त अनुभवरूपात मांडत होतात. त्यामुळे तुमची वाङ्मयीन जाणीवजीवन-जाणिवेतून थेट वर उसळल्यासारखी दिसत होती. नव्या विहिरीत

नव्याने फुटलेल्या जिवाळ्यासारखी जाणवत होती. नवसाहित्यविषयक जाणिवेप्रमाणे जीवनापासून तुटल्यासारखी स्वायत्त, स्वयंभू मुळीच नव्हती. जे जगलात, ज्याचे चिंतन केले, जे प्रत्यक्षात भेटले आणि मनाला भिडले तेच निवडून-पाखडून, नेटके करून, त्यातील अप्रस्तुत बाजूला ठेवून प्रस्तुताला आपल्या स्वाभाविक जीवनधर्मी शैलीच्या अंगाने मांडावयाचे हे तुमचे वाङ्मयनिर्मितीचे सूत्र होते.

यातून तुम्ही काय शोधत होता? 'साहित्य-सौंदर्य' शोधत होता की जीवन-सौंदर्य शोधत होता? तुम्ही जीवनसौंदर्य शोधत होता, असे तुमच्या कथा वाचून वाटते. साहित्याचे तेच अंतरंग-सौंदर्य असते, याविषयी तुमची खात्री झाली होती.

महान साहित्यिकांचे गद्य-साहित्य वाचत असताना एक जाणीव प्रकर्षाने होते. ह्या साहित्यिकांच्या साहित्याचा मूळ पाया समाजजीवन हा असतो. एखाद्या महान वृक्षाच्या खोडाचा मोठा ढलपा काढावा आणि त्याचे अंतरंग उघडे व्हावे तसे त्यांनी आपल्या साहित्यकृतींच्या आधारे समाजजीवन दाखविलेले असते. हे साहित्यिक समग्र समजाजीवनात वावरणाऱ्या माणसाचे चिंतन करीत असतात. या समाजजीवनात ही माणसे अशी का वागतात, हा प्रश्न माणसामाणसागणिक त्यांना पडत असतो. माणसानेच माणसाच्या सुखासाठी, कल्याणासाठी निर्माण केलेल्या समाजव्यवस्थेत, माणसाची अशी भूते का होतात, ही समस्या त्यांना छळत असते. यातूनच हे साहित्यिक आपल्या उत्तुंग प्रतिभेच्या चिंतनशीलतेच्या, संवेदनशीलतेच्या, कल्पनाशीलतेच्या आधारे उत्तरे शोधण्याचा प्रयत्न करतात. ही उत्तरे प्रतिभावंत साहित्यिकाची असतात. म्हणून ती अमूर्त विचारांच्या पातळीवर न अवतरता समूर्त साक्षात्कारी जीवन-दर्शनाच्या पातळीवर अवतरतात. नववाङ्मयाच्या भाषेत बोलावयाचे तर हेच त्यांच्या अनुभवांचे शोधलेले 'नवेनवे' आकार असतात. हे आकार मानवी आत्म्याचे स्पंदन दर्शनाच्या पातळीवर घडवीत असतात. प्रतिभावंताच्या मानवतेविषयीच्या गाढ श्रद्धेतून आणि शोधातून ते आकार कोरलेले किंवा शोधलेले असतात. ते आकार शुद्ध मानवतेचे असल्याने सुंदर असतात, मानवतेविषयीच्या शोधातून प्रेरित झाल्यामुळेच ते मानवी जीवनविषयक तलस्पर्शी सत्य सांगत असतात आणि शुद्ध मानवतेविषयीची एक अदम्य श्रद्धा त्यांच्या मागे उभी असल्याने मानवी जीवनाचे मूलभूत शिवस्वरूपही हे आकार धारण करीत असतात. यापेक्षा आणखी काही 'साहित्य-सौंदर्य' म्हणून वेगळे, स्वायत्त, स्वयंभू असते असे त्यांना वाटत नाही.

त्यांची जाणीव जेव्हा साहित्यात अनुभवाच्या पातळीवर आकारू लागते तेव्हाच त्या अनुभवाला आंगिक स्वरूपातच चैतन्य लाभलेले असते. त्या अनुभवातील पात्रे हाडामांसाची माणसे होऊनच जन्मू लागतात. प्रस्तुत विषयाशी संबंधित तेवढेच ती बोलू लागतात. आपल्या स्वभावाशी ती घनिष्ठपणे, सुसंगत वागत असतात. त्यातूनच घटना, प्रसंग, संवाद, आरंभ, शेवट घडत असतात. ते सर्व व्यक्त

करण्यासाठीच त्या साहित्यिकांची भाषा प्रसंगी संयमाने तर कधी भरभरून काव्यात्मतेने, कधी बाह्य वास्तवाला स्पर्श करीत, तर कधी मनोवास्तवाला उकलून दाखवत चाललेली असते. प्रसंगी कधी उपमा, रूपके, प्रतिमा ती वापरत असते. आवश्यक तेथे सूचित प्रतीकरूप धारण करते. हे सगळे या महान साहित्यिकांच्या जीवनाविषयक जाणिवांचा भाग म्हणूनच अवतरत असते. त्यांच्या वाङ्मय विषयक जाणिवांचा भाग म्हणून ते साहित्यात 'वेगळे' पणाने, तथाकथित साहित्य-सौंदर्याच्या वेगळेपणाने जाणवत नसते. या प्रतिभावंताना ध्यास असतो तो मानवी आत्म्याच्या जीवन-शोधाचा; नुसत्या कलात्मक साहित्यनिर्मितीचा नव्हे; असे त्यांच्या साहित्य-वाचनातूनच वाटू लागते.

माटे मास्तर, तुमची साहित्यिक वृत्ती शोधताना मला हेच तुमच्या कथांतून स्फुट रूपात पण तीव्रतेने आजही जाणवत असते. तुमच्या साहित्याचे मोठेपण या जीवन शोधातच आहे. साहित्याच्या अंगरंगी सौंदर्याविषयीची तुमची जाणीव हीच आहे. तुमच्या 'उपेक्षितांचे अंतरंग', 'माणुसकीचा गहिवर' यातून जशी ती जाणवते, तशी 'सत्यं, शिवं, सुंदरम्.' हा तुमचा लेख नीटपणे समजून घेतला तरी हीच जाणीव होते. तुम्ही उपेक्षितांच्या अंतरंगावर प्रकाश पाडणाऱ्या मोठ्या कादंबऱ्या लिहिल्या असत्या तर हीच जाणीव मला विराट रूपात जाणवू शकली असती; असे उगाचच वाटते.

साहित्याच्या अंतरंग-सौंदर्याची तुमची जाणीव जशी महान साहित्यिकाची आहे, तशी साहित्याच्या बहिरंगाची तुमची जाणीवही तेवढीच महत्त्वाची आहे. ज्या त्या समाजाचे असे एक साहित्य असते; म्हणून ते त्या समाजाला इतर कुठल्याही साहित्यापेक्षा अधिक प्रिय असते. कोणतेही साहित्य त्या समाजाचे कधी होऊ शकते? जेव्हा ते त्या समाजजीवनातील इतिहास, पुराण, भूतकाळ, धर्म, परंपरा, रीतिरिवाज, तेथील भूगोल, हवामान, सामाजिक व सांस्कृतिक वर्तमान, ताणतणाव यांनी युक्त असते; तसेच त्याच समाजजीवनातील, जातीधर्मातील, वर्गवर्णातील विविध माणसांनी व त्यांच्या विविध परस्पर-संबंधांनी युक्त असते, जेव्हा एखादा साहित्यिक या सर्वांचा खोलवर विचार करून परस्पर-संबंध शोधतो आणि त्यातून वाङ्मयीन अनुभव अभिव्यक्त करतो; तेव्हा ते साहित्य अंतर्बाह्य त्या समाजाचे असते आणि अंतिमत: तेच विश्वात्मकही असते. मानसशास्त्रीय दृष्ट्या ज्या मानवी सहजप्रेरणा (इन्स्टिंक्टस) असतात, त्या सर्वच मानवाठिकाणी वसत असल्या तरी त्यांचा आविष्कार त्या त्या (वरील) समाज-वैशिष्ट्यांनी युक्त होऊन होत असतो. त्यामुळे त्या त्या समाजाच्या साहित्याचे आविष्कारसिद्ध अंग त्या त्या समाजाशी घनिष्ठपणे निगडित असते. म्हणून ते साहित्य त्या समाजाला 'आपले' वाटत असते.

हा 'आपलेपणा' सकृतदर्शनी बहिरंगी वाटत असला तरी ह्या बहिरंगाचा घनिष्ठ संबंध अंतरंगाशी असतो, हे उघड आहे. म्हणजे असे की ह्या बहिरंगाच्या आधारेच 'अंतरंग' आविष्कृत होत असते. हे 'अंतरंग' म्हणजे मानसशास्त्रीय दृष्ट्या शाश्वत स्वरूपाच्या सार्वकालिक मानवी सहजप्रेरणाच असतात. पण त्या साहित्यात (वर सांगितलेल्या) समाजवैशिष्ट्यांशी संबद्ध होऊन व्यक्त झालेल्या असल्यामुळे त्याही साहित्यरसिकाला 'आपल्या समाजाच्या, आपल्या समाजातील मानवी मनाच्या' वाटू लागतात व त्या त्याला अधिक स्वाभाविकपणे भिडतात, चिंतनप्रवृत्त करतात, भारून टाकतात. त्याला आपला माणूस, त्या माणसाची स्पंदने, संवेदना, वेदना कळल्याची जाणीव होत असते. कारण साहित्याचा 'आस्वाद' ही प्रक्रिया स्थलकालनिरपेक्ष अशा तर्कज्ञानाच्या पातळीवरची नसते. ती जाणिवांच्या पातळीवरची असते. मानवी जाणिवांत स्थलकालातीत असे तर्कज्ञान अतिशय नगण्यस्थानी असते हे उघडच आहे. साहित्यकलेचे हे वैशिष्ट्य आहे म्हणून साहित्यकलेचे 'बहिरंग' हे साहित्याच्या आस्वादात तेवढेच महत्त्वाचे असते. उत्तम साहित्य 'अंतरंगाने' विश्वात्मकतेशी (आणि म्हणूनच त्या त्या समाजमनाशी) निगडित असते. म्हणून साहित्यिकांनी आपला समाज व आपले समाजजीवन अंतर्बाह्य समजून घेतले पाहिजे. त्यातील स्वत्व व सत्त्व शोधले पाहिजे. वर सांगितलेल्या गोष्टींशी साहित्यिकाने भिडले पाहिजे. त्यात अवगाहन केले पाहिजे.

साहित्याच्या ह्या बहिरंगाची महत्त्वाची जाणीव तुमच्या मनात सदैव वसत होती. तुमच्या या जाणिवेचा आविष्कार 'सांगली' येथील मराठी साहित्य संमेलनाच्या अध्यक्षीय भाषणातून १९४३ सालीच झालेला आहे. खरे तर ते सगळे भाषणच आज घडीला सर्वच साहित्यिकांनी डोके ठिकाणावर ठेवून अभ्यासण्यासारखे आहे. 'आधुनिकतेच्या नावाखाली आपण परकीयांचे बिनडोक अनुकरण साहित्यात आणि जीवनातही कसे करीत आहोत, पाश्चात्त्य ज्ञानाचे आपल्या समाजाला आवश्यक तेवढेच कलम न करता आपण त्या ज्ञानाचा उथळ अतिरेकी वापर कसा आपल्या जीवनात करीत आहोत नि आत्मभ्रष्ट होऊन जात आहोत; 'आमचे आम्हाला काही स्वतंत्र जिणे आहे, काही स्वतंत्र हवामान आहे. आमच्या म्हणून काही स्वतंत्र पीठिका आणि परंपरा आहेत, आमच्या लोकांच्या काही स्वतंत्र विचार-पद्धती आहेत, आणि मन:पिंडाच्या स्वतंत्र प्रकृती आहेत' याचे भानच कसे आपल्या साहित्यिकांतून नाहीसे झाले आहे, हे तुम्ही १९४३ सालीच सांगितले आहे. प्रतिभावंतांचा मोहरा स्वकीयांकडे, समग्र समाज-जाणिवेकडे कसा घसघशीत वळला पाहिजे, हे तुम्ही त्याच वेळी जीव तोडून सांगितले आहे. या तुमच्या सांगीपाठीमागे साहित्याच्या वैशिष्ट्यपूर्ण बहिरंगाची जाणीवच प्रत्ययाला येते.

तुमचे हेच विचार आणि ह्याच जाणिवा तुमच्यावर मनापासून प्रेम करणाऱ्या,

स्वत:ला तुमचे वाङ्मयीन वंशज, विद्यार्थी आणि शिष्य म्हणवून घेणाऱ्या किती साहित्यिकांनी आत्मसात केलेल्या आहेत? समाजापासून स्वत:ला दूर ठेवणाऱ्या, स्वत:च्याच हस्तिदंती मनोऱ्यात मौजमजा म्हणून साहित्यनिर्मिती करणाऱ्या, प्रतिष्ठितपणाची, उंचपणाची, तिऱ्हाईतपणाची बुद्धी ठेवणाऱ्या ज्या साहित्यिक प्रकृतीचा तुम्ही निषेध केला आहे, त्याच प्रकृतीला जपत, गोंजारत बसणारे आज तुमचे अनेक वाङ्मयीन वंशज, शिष्य व विद्यार्थी दिसत आहेत. सदाशिव पेठेत, पांढरपेशा वर्गातच त्यांच्या खुज्या जाणिवा अडकून पडल्या आहेत. परकीय वाङ्मयाचे मुखवटे बदलून आपले म्हणून खपविण्याचा उद्योग करणाऱ्या ज्या वाङ्मयीन प्रवृत्तीचा तुम्ही तिरस्कार केला आहे, त्याच निषिद्ध प्रवृत्तीचे उपासक झालेले तुमचे वाङ्मयीन वंशज आज दिसतात. वर आणि तुमच्याच बन्सिधराच्या, लेंगऱ्याच्या माळावरून आम्ही आलेली पोरे आहेत, असे म्हणून स्वत:ला दांभिकपणे मिरवतात. मराठी संमेलनांच्या व्यासपीठावरून 'साहित्यिकाला सामाजिक बांधिलकी वगैरे काही नसते' असे जाहीरपणे अध्यक्षीय भाषणांतून सांगतात. रामदासांचा जसा त्यांच्या परमार्थवादी शिष्यांनीच पराभव केला आहे, तसा तुमच्याच तथाकथित कलावादी शिष्यांनीच तुमचा पराभव केलेला दिसून येतो, ही तुमची आज साहित्यक्षेत्रात झालेली शोकांतिका आहे. तुमच्या वाङ्मयीन शिष्यांना व वंशजांना तुमची नीट वाङ्मयीन प्रकृतीही कळली नाही आणि 'साहित्यातील अंतर्बाह्य सौंदर्य'ही कळले नाही, असे दुर्दैवाने म्हणावेसे वाटते.

तुम्ही मास्तर होता. तुमच्या अंगात साताराचे पाणी होते. तुमच्या झुपकेदार मिशांत आणि बारीक डोळ्यांत ते जाणवते. विद्यार्थी चुकला की त्याच्या 'थोतरी'त देण्याची परंपरा निश्चितपणे तुमच्या वेळची शिक्षक मंडळी पाळत होती. त्याशिवाय विद्यार्थीही ठिकाणावर नीटपणे येत नसत, अशी तुमची धारणा होती. म्हणून असे वाटते की, तुम्ही जर आज असता आणि या तुमच्या वाङ्मयाच्या विद्यार्थ्यांनी व शिष्यांनी जर तुमच्या ज्ञानाचे असे खोबरे केलेले पाहिले असते तर तुम्ही त्यांच्या 'थोतरीत' थाडदिशी दिली असती आणि पुन्हा एकदा गिजबटलेली त्यांची पाटी संपूर्ण पुसून तुमचे साहित्य आणि तुमचे विचार फिरून नीटपणे वाचण्यास सांगितले असते आणि त्यांना 'खबरदार!' केले असते.

◆

उदयोन्मुख, तरुण पिढीची सामाजिक कोंडी आणि साहित्य

ग्रामीण विभागातील सुशिक्षित तरुणांची विचित्र कोंडी झालेली दिसून येते. महाराष्ट्राच्या ग्रामीण विभागात आज झपाट्याने आर्थिक परिवर्तन होत चालले आहे. ते योग्य दिशेने होत आहे, की नाही, हा आणखी एक प्रश्न आहे. हे परिवर्तन अनेक दोषांनी युक्त असले तरी होऊ लागलेले आहे, ही वस्तुस्थिती ग्रामीण तरुणाला डोळ्याआड करून भागणार नाही. कारण या परिवर्तनातून त्याचे चांगले किंवा वाईट भवितव्य आकाराला येणार आहे. म्हणून त्याने अतिशय जागरूकपणे या परिवर्तनात सहभागी झाले पाहिजे व त्याला योग्य ते वळण लावण्याचा प्रयत्न केला पाहिजे.

१९६० च्या आसपास महाराष्ट्राच्या ग्रामीण विभागातून अनेक शिक्षण संस्था स्थापना होऊ लागल्या. आर्थिकदृष्ट्या मागासलेल्या वर्गाला शिक्षण मोफत झाले. याचा परिणाम असा झाला की, ग्रामीण समाजाच्या विविध स्तरांमध्ये शिक्षणाचा प्रसार झाला. ज्यांच्या घरात पाटी आणि पेन्सिल भूतकाळात कधी गेली नव्हती अशांची मुले उत्साहाने शिक्षण घेऊ लागली.

या प्रक्रियेत खेड्यापाड्यातील गोरगरिबांनी आपल्या मुलांना अतोनात परिश्रम घेऊन शिक्षण दिले. भांडीकुंडी, शेती, घरे, जनावरे विकली किंवा गहाण टाकली आणि आपली पोरे सुशिक्षित केली. हेतू असा की, आपल्या शिकलेल्या पोरांना,आपल्या 'सायेब' झालेल्या पोराला कुठं तरी कारकुनाची, शिक्षकाची, ग्रामसेवकाची वा तशीच कसली तरी नोकरी मिळेल आणि परंपरेनं एखाद्या वारशासारखे चालत आलेले दारिद्र्य नाहीसे होईल. सुखाने चार घास खाण्याचे दिवस येतील, अशी सुखस्वप्ने उराशी बाळगून या

कुटुंबानी ग्रामीण विभागातील तरुण पिढीला शिकविल्याचे चित्र दिसून येते.

१९५५ ते ६० च्या आसपास जन्माला आलेल्या या तरुण पिढीचे १९७५ ते ८० च्या आसपास पदवीपर्यंतचे शिक्षण पूर्ण झालेले आहे. घरचे दारिद्र्य प्रचंड, त्यामुळे स्वतंत्र उद्योगधंदा करण्याची ऐपत नाही. घरची परंपरा मजुरीची, शेतावर राबण्याची. त्यामुळे परंपरागत व्यवसाय विकसित करावा, अशी स्थिती नाही, किंवा उठून नव्या उद्योगधंद्यात उडी टाकण्याची कुवत नाही. शिक्षण घेताना नीट मार्गदर्शन नाही. तसेच जवळच्या महाविद्यालयात जे मिळेल ते शिक्षण घेण्याचे नशिबी आल्याने कला आणि वाणिज्य शाखा याशिवाय दुसरेही कोणत्या तरी अन्य प्रकारचे शिक्षण असू शकते आणि ते महत्त्वाचे असते, याची त्याला बव्हंशी कल्पना नसते. अशा शिक्षणाच्या परंपराहीन परिस्थितीत सुशिक्षित झालेला हा तरुण पदवीधर होतो आणि त्याच्या घरादाराला वाटते की, आपली स्वप्ने आता आकाराला येणार. आपला मुलगा, भाऊ, पुतण्या नोकरीला लागून 'सायेब' होणार. पण पदवीपर्यंतचे शिक्षण पूर्ण झाल्यावर त्याच्या लक्षात येते की बहुतेक सगळ्या नोकऱ्या तालुक्यात किंवा शहरातच मिळण्यासारख्या असतात. त्या ठिकाणी त्याच्या ओळखीपाळखी नसतात. शहरी संस्कृतीत तो उपरा असतो. त्याचा पोशाख, भाषा, रोजच्या व्यवहारातील आचार, वर्तन, हे शहरातील नोकरी देणाऱ्या मालकांना, अधिकाऱ्यांना मागासलेले वाटते. या शहरी समाजात तो बेवारशासारखा असतो, याची त्याला अनुभव घेऊन घेऊन जाणीव होते आणि त्याच्या मनात सामाजिक न्यूनगंड तयार होतो.

या न्यूनगंडाची कारणे त्याच्यासाठी असलेल्या शिक्षण व्यवस्थेमध्येही आहेत. ग्रामीण विभागातील कॉलेजात त्याचे शिक्षण झालेले असते. या विभागात शिकवणारा आजचा अध्यापक प्राध्यापक वर्ग हा पुरेसा अभ्यास केलेला किंवा अभ्यासू नाही. तोही भोवतालच्या परिस्थितीमुळे नाडला गेलेला असतो. ग्रामीण विभागातील शिक्षणसंस्थांच्या राजकारणात स्वतःच्या स्थैर्यासाठी तो वर्ग असहायपणे खेचला जातो. अभ्यास, वाचन, चिंतन करण्यापेक्षा त्याचे डोके नसत्या उद्योगाने, चालकमंडळींनी मागे लावून दिलेल्या नसत्या कामांनी आणि कटकटींनी ग्रस्त आणि त्रस्त झालेले असते. यातच तो कसेबसे तास घेतो. पुष्कळ वेळा त्याला परंपरेने चालत आलेला घरचा तुटपुंज्या शेतीचा धंदाही सांभाळावा लागतो; कारण तो घरातला एकमेव सुशिक्षित, शहाणा समजला जातो. त्यामुळेही 'तास' घेणे हे एकंदरीत गौणच काम ठरलेले असते. त्यामुळे त्याच्याकडून विद्यार्थ्याला शैक्षणिक व जीवनविषयक इतर मार्गदर्शन पुरेसे आणि पुऱ्याशा आस्थेने मिळत नाही. तो ग्रामीण तरुण विद्यार्थी मग गाडीवान झोपलेल्या गाडीच्या बैलांसारखा अंदाजाने चाललेला असतो. आपला कोणता रस्ता बरोबर आणि कोणता चूक; याची त्याला कल्पनाच येत नाही. तो

गुदमरत असतो.

ग्रामीण महाविद्यालयात ज्या पदवी विषयांची मोडकीतोडकी सोय असते, तेच विषय त्याला घ्यावे लागतात. आवडनिवड बाजूला ठेवावी लागते. आणि पदवी-विषय, पदवीवर्ग चालावेत म्हणून सोपे व लोकप्रिय विषय तेवढेच ठेवलेले असतात. उदा. मराठी, हिंदी, इतिहास, इ. इ. त्या पदव्यांना समाजात कुणी विचारत नाही आणि त्यांचा व्यवसायासाठी स्वतंत्र उपयोगही होत नाही. अशा पदवीधरांची नोकऱ्यांच्या तुलनेने भरपूर संख्या असते.

डॉक्टरी, वकिली, इंजिनिअरिंग, विज्ञानविषयक, व्यवस्थापनविषयक, उद्योगधंदेविषयक शिक्षण हे मोठ्या शहरांतून केन्द्रित झाले आहे. आणि शहरात या विषयासाठी जीवघेण्या स्पर्धा, अतिखर्चिक पद्धतीची प्रवेशपद्धती, वशिलेबाजी यामुळे ग्रामीण विभागातील तरुणाला तिथे जागाच मिळत नाही. तो या सर्व यंत्रणेतून चेंडूसारखा बाहेर फेकला जातो.

खेड्यात राहूनच स्वतंत्र काही व्यवसाय करता येईल, शेती व शेतीशी निगडित अशा अनेक उद्योगधंद्यांची वाढ, त्याचा विस्तार, सुधारणा करता येईल अशा प्रकारचे शिक्षण त्याला मिळत नाही. तो व्हाईट कॉलर्ड, पांढरपेशा मनोवृत्तीचा बनतो. आज छोटा शेती-व्यवसाय प्रचंड नुकसानीचा, आतबट्ट्याचा, किंमतहीन वस्तूंची निर्मिती करणारा झालेला आहे. त्यामुळे या व्यवसायातही त्याला पडावेसे वाटत नाही. त्यामुळे ग्रामीण जीवनापासून मनाने तो तुटून एकाकी पडतो. त्यामुळे परंपरागत ग्रामीण जीवनव्यवहारात राहूनच त्या जीवनव्यवहाराचा विकास साधण्याचा विचारच त्याच्या मनात येत नाही.

परंपरागत समाजव्यवस्थेमुळे ग्रामीण विभागात तो अठरापगड जातींत विभागला गेलेला आहे. या प्रत्येक जातीतला तरुण त्याच्या जातीपुरताच अजून पाहतो आहे. त्या जातीत तो ग्रामीण समाजात प्राप्त परिस्थितीत तात्कालिक सुरक्षितताही मिळवीत असतो. पण यामुळे त्या गावातील समान सामाजिक, आर्थिक, आणि एकूणच जीवनविषयक परिस्थितीतील शिक्षित तरुण एकत्र येऊ शकत नाहीत. त्यामुळे हा तरुण असंघटित राहिला आहे. त्याच्या संघटनाविषयक हालचालींवर गावातील वरिष्ठ सत्ताधाऱ्यांचा पहाराही असतो, त्यामुळे तो त्याला बिचकून जगतो. कुलवान सधन मराठा, ब्राह्मण, दलित, आदिवासी एवढ्या जातीपुरतेच संघटनेचे राजकारण चाललेले असते. उर्वरित बहुसंख्य सामान्य मराठा कुणबी व इतर जाती-वर्गाकडे कुणाचेच लक्ष नसते. या जाती खेड्यात मोठ्या प्रमाणात आहेत. त्या जातीत अनेक शिक्षित तरुण कुचंबत पडलेले असतात.

आपल्या देशातील राजकीय पक्षांनी समाजातील सर्वच प्रकारची म्हणजे आर्थिक, शैक्षणिक, सांस्कृतिक, धार्मिक, सहकारविषयक, समाज-सुधारणाविषयक, साखर-

कारखानदारी इत्यादी सत्तास्थाने काबीज केलेली असल्यामुळे कोणत्याही हालचालीस किंवा प्रगतीस 'राजकीय संघटना' एवढाच पर्याय ठेवला आहे आणि हा पर्याय सत्तास्थानावर प्रस्थापित झालेला वरिष्ठच ठरवीत असतो. तिथे लोकशाही, इतरांचे काही मत, विचार यांना स्थान ठेवलेले नसते. यामुळे असंघटित अशा ग्रामीण शिक्षित तरुणाचा आवाज या व्यवस्थेत उठू शकत नाही, तो कुणी ऐकू शकत नाही. उपेक्षित राहतो.

त्याची ही मानसिकता, त्याचे लेख, कथा, कविता, कादंबऱ्या यांसारखे ललित साहित्य मुलाखती, व्यासपीठे इत्यादीच्या द्वारा मुखरित करावे असे शहरातील कुणालाही वाटत नाही. त्याचे हे कोंडलेले दु:ख समजून घेण्याइतपत शहरांतील वृत्तपत्रे, रेडिओ, दूरदर्शन, मासिके, नियतकालिके, शिक्षणसंस्था, संशोधनसंस्था उदार व व्यापक दृष्टीच्या नाहीत. अनेक प्रकारच्या संकुचित दृष्टिकोणांनी त्या पछाडलेल्या आहेत.

एका बाजूला हे चित्र, तर दुसऱ्या बाजूने कोणताही राजकीय पक्ष या तरुणाला आत्मविश्वास देईल, अशा पद्धतीने खेड्यापाड्यात काम करू शकत नाही. त्यामुळे या उपऱ्या राजकीय पक्षांविषयी या ग्रामीण तरुणाला आत्मीयता, विश्वास वाटत नसतो आणि गावातील राजकारण तर गावातील परंपरागत वरिष्ठांच्या हुकूमशाही, मगरूर, एककल्ली वृत्तीच्या हातात गेलेले असते. अशी ही भोवतालची कटू आणि प्रतिकूल परिस्थिती त्याचे अंत:करण फाडून टाकते. नोकरीसाठी त्याला पदोपदी पैसे पेरावे लागतात. मोठमोठे गोड बोलणारे राजकीय पुढारी किंवा नोकरशाहीतील अधिकारी प्रचंड लाच मागत असतात. जोराचे वशिले लावावे लागतात. नोकरी मिळाली तरी पुरा पगार हातात पडत नाही. सही एका पत्रकावर आणि पगार प्रत्यक्षात निम्माच, अशी अवस्था असते. १९७५ नंतरच्या काळात तर कितीही लाच दिली, घरदार, गुरेढोरे विकून नोकरी-एजंटाला किंवा अधिकाऱ्याला पैसा चारला तरी नोकरीच मिळेनाशी झाली आहे. राखीव जागांची भरपाई केली जात असते. त्यामुळे सगळे घेतलेले शिक्षण म्हणजे खडकावर केलेल्या पेरणीसारखे वाया जाते. त्याचे शिक्षण करणाऱ्या घरादाराच्या स्वप्नांचा पार चुराडा होतो.

अशा परिस्थितीतही नोकरी मिळालेला सुशिक्षित तरुण जाणीवपूर्वक व मागचे-पुढचे भान राखून नोकरी बजावतो, निदानीची तरी कर्तव्ये पार पाडत असतो काय? या प्रश्नाचेही उत्तर नकारात्मकच द्यावे लागते. शहरात नोकरी करणाऱ्या ग्रामीण विभागातील तरुणांची पाहणी केली तर तीनचार गोष्टी निदर्शनास येतात. नोकरी मिळाल्यावर तो पाठीमागच्या घरादाराला आणि आपल्या खेड्याला पार विसरून जातो. दुष्काळातून आलेला माणूस जसा अन्नावर पडतो तसा हा तरुण वैयक्तिक भोगा-उपभोगाच्या मागे आधाशासारखा लागतो. कपडे, अलंकार, चैन, बारीक-

सारीक व्यसने, रेडिओ, टी. व्ही. हे घेणे-उपभोगणे म्हणजेच आयुष्याचे सार्थक झाले, अशी त्याची धारणा होते. आणि तो पिसाटासारखा या शहरी राहणीच्या मागे धावू लागतो. मागे राहिलेले आई-वडील, भावंडे, नातेवाईक (की ज्यांनी त्याच्या शिक्षणासाठी रक्ताचे पाणी केलेले असते ते) तसेच दारिद्र्यात खितपत पडतात. त्यांच्याशी याचे नातेच राहत नाही. काही उदाहरणे अशी आहेत की, हे सुशिक्षित तरुण आईला आई व बापाला बाप म्हणायलाही तयार नसतात. दुसऱ्यांच्या समोर आपल्या दरिद्री आई-वडिलांशी बोलायला, आई-बाबा म्हणायला त्यांना कमीपणा वाटू लागतो. वास्तविक अशा कंगाल, दरिद्री आई-बापांनी आणि भावंडांनी आपले शिक्षण पुरे करायला मदत केली, याचा त्याला अभिमान वाटायला पाहिजे. उलट त्यांचे त्याच्या सजवलेल्या नोकरीच्या नव्या घरी येणे त्याला नको असते.

प्रश्न इथेच संपत नाही. तो नोकरीच्या ज्या क्षेत्रात काम करीत असतो, त्या क्षेत्रात राहून तो आपल्या आजे, मामे, काके यांचे शोषण करण्याचा जोराचा उद्योग करतो. ज्या समाजाच्या खालच्या शोषित वर्गातून तो धडपडत वर नोकरीत आलेला असतो, या नोकरी-क्षेत्रात समाजाचे जे शोषक असतात, त्यांच्यात हाच आपल्या वर्गापासून फुटून जाऊन शत्रूला सामील झाल्यासारखा एकअर्थी स्वत:चेच रक्त शोषू लागतो. या कृतीच्या पाठीमागे त्याचा एक चमत्कारिक, सूडबुद्धीतून तयार झालेला प्रतिक्रियात्मक विचार असतो. 'जे शिक्षण घेण्यासाठी व जी नोकरी मिळविण्यासाठी मला व माझ्या घरादाराला देशोधडीला लागावे लागले, जो पैसा मी लांचखाऊंना चारला तो आता वसूल करण्याची संधी आलेली आहे', अशी त्याची धारणा झालेली असते. परिणामी तोही शोषक बनतो.

ज्यांच्या मेहेरनजरेमुळे तो नोकर म्हणून लागलेला असतो, त्यांचा अनुयायी होऊन तो कार्य करीत असतो. त्यांच्या राजकीय पक्षाचा प्रसारक, प्रचारक, हस्तक होऊन राजकारण करू लागतो. नोकरशाहीचा बगलबच्चा होऊन लाचखोरी करतो. यात विवेक अगर विचार असण्यापेक्षा नोकरी टिकविण्याची, प्रसंगी वरची जागा मिळविण्याची, जमल्यास राजकारणात पडून स्वत:ची पोळी भाजून घेण्याची, पैसा मिळून भौतिक सुखे भोगण्याची वृत्ती बळावलेली असते.

नोकरी नसलेल्या सुशिक्षित तरुणाची याहून थोडी वेगळी अवस्था असते. त्याच्यापुढे मोठी ध्येये, विचार असतात, असे नव्हे. आपण एवढे शिकलो त्याचा काहीच उपयोग झाला नाही, असे त्याला वाटते. त्याच्या या वाटण्यात जरूर काही तथ्य आहे, हे नाकारता येणार नाही. कारण आपल्या शिक्षणाचे ध्येय, 'नोकरी करणे' एवढेच आहे. शिक्षण आणि नोकरी यांची अपरिहार्य सांगड आपण घातलेली आहे. त्यामुळे मराठी सुशिक्षित तरुण उद्योग, व्यवसाय, व्यापार, धंदा, शेती, घरात चालत आलेली पारंपरिक कामे करणे कमीपणाचे मानतो. यांपैकी काहीही न करता तो पांढरपेशासारखा

धुवट कपडे घालून, ते मळणार नाहीत याची दक्षता घेत बसतो, किंवा गावातून रिकामटेकडेपणाने फिरत राहतो. नोकरी नसल्याने हळूहळू त्याचे मन निराशेने ग्रस्त होते. बिकट परिस्थिती असेल, जेवणाचेही वांधे असतील, आईवडिलांच्या नशिबी मजुरीच असेल तर नाइलाजाने मजुरी करणे भाग पडते. घरातील परंपरागत उद्योग करणे अपरिहार्य होऊन बसते. पण या कामात त्याचे लक्ष नसते. मन रमत नसते. सक्तीचा भाग म्हणून तो एखाद्या कैद्यासारखा काम करीत असतो.

हे करीत असतानाच गावातील, तालुक्यातील, जिल्ह्यातील कार्यकर्ते, आमदार, खासदार, पुढारी यांना गाठून तो सोसायट्या, कारखाने, डेअऱ्या, सहकारी संस्था यांत बारीक-सारीक नोकरी मिळविण्याचा प्रयत्न करतो. पण या क्षेत्रात नातीगोती, 'आपली' माणसे, वशिले, पैसाखाऊपणा, पुढाऱ्यांचा वेळमारूपणा, गोडबोलेपणा, तंगवत ठेवण्याची वृत्ती याचा त्याला वीट येतो आणि सर्वच पुढारी जमातीविषयी तो मनोमन चिडतो, धुमसतो. त्यांचे घडोघडी इतरांवर होणारे अन्याय त्याला अस्वस्थ करतात. त्याला या सर्व व्यवस्थेविरुद्ध बंड करावेसे वाटत असते. पण तो एकटा पडलेला असतो, असंघटित असतो.

खेडेगावात अशा बेकार सुशिक्षितांची संख्या कमी असते. गावावर तेथील पुढाऱ्याचा दबाव असतो. त्याच्या करड्या नजरेखाली गाव चूपचाप अन्याय सहन करत असते. व पुढारी म्हणेल वा करील ते मान्य करत असते. अशा वेळी मागे-पुढे आधार नसलेल्या सुशिक्षित तरुणांना बंड करणे शक्य नसते. कारण त्यांच्या हातात ना एखादी सत्ता, ना एखादी संस्था वा संघटना. त्यामुळे प्रस्थापित व्यवस्थेविरुद्ध धुमसत राहणे एवढेच हातात राहते. किंवा मग हा सुशिक्षित तरुण आज-उद्या कधी ना कधी तरी आपल्या पुढाऱ्याला दया येईल, सहानुभूती वाटेल म्हणून त्याचा 'हातरुमाल' होऊन राहतो. पुढाऱ्याचे पडेल ते काम, प्रचार, दौरे, प्रसार, जा-ये 'मागोमाग फीर' अशा गोष्टी तो करत राहतो.

वास्तविक आजच्या सुशिक्षित ग्रामीण तरुणाची मानसिक स्थिती अशी आहे की, एखादा भक्कम आणि प्रामाणिकपणे कार्य करणारा विरोधी पक्ष ग्रामीण विभागात चटकन् रुजू शकेल. पण असा एकही पक्ष महाराष्ट्रात नाही की जो या तरुणांची मानसिकता समजून घेऊन, त्यांचे बळ एकवटेल व ग्रामीण समाज परिवर्तनातील प्रचंड कीड किंवा शोषण नाहीसे करू शकेल. काँग्रेसशिवाय सगळे पक्ष शहरातच कार्य करतात आणि केवळ निवडणुकांपुरते ग्रामीण विभागाकडे वळतात. पण स्थिती अशी आहे की, ग्रामीण विभागातच आपला ऐंशी टक्के समाज आहे आणि तिथेच पक्षांनी कार्य करण्याची खरी गरज आहे. आपले विरोधी पक्षीय नेतृत्व प्रामुख्याने शहरी, पांढरपेशी, मध्यमवर्गीय आहे, हेच त्याचे प्रमुख कारण आहे.

या सर्व परिस्थितीमुळे ग्रामीण विभागातील सुशिक्षित तरुणाची आज एक विचित्र कोंडी झालेली आहे. तो नोकरीत असो वा नसो, त्याच्या भोवताली जी सामाजिक, आर्थिक, राजकीय, सांस्कृतिक परिस्थिती आहे, तीविषयी तो अस्वस्थ आहे. असमाधानी, नाराज आहे. ही नाराजी, ही अस्वस्थता आपल्या मनात का निर्माण होते, याची स्पष्ट जाणीव त्याला नसते. हे सगळे अर्धसुप्त मनात धुमसत असते. या धुमसण्याला वैयक्तिक पातळी लाभते. तिचे व्यापक स्वरूप त्याला नीटपणे आकळत नाही. म्हणून तो नुसता धुमसत राहिला आहे. या तरुणाविषयी शहरी, पांढरपेशा, बुद्धिजीवी वर्गात काहीसा गैरसमज आहे. या वर्गाला वाटते की, राजकारण करणाऱ्या व सत्ता पटकाविणाऱ्यांच्या जातीगोतीचाच हा तरुण आहे. पण वस्तुस्थिती अशी नाही. समाजामध्ये ज्या अठरापगड जातीजमाती आहेत, समाजाचे आर्थिक दृष्ट्या मागासलेले जे अनेक स्तर आहेत, त्यांत स्पृश्य-अस्पृश्य दोन्ही आहेत, अशा स्तरातून हा आजचा ग्रामीण विभागातील सुशिक्षित तरुण आलेला आहे आणि मानसिकदृष्ट्या तो ग्रामीण विभागातील प्रस्थापित शोषक वर्गाच्या विरोधात आहे.

ग्रामीण विभागातील सुशिक्षित तरुणाची ही पिढी उद्याच्या ग्रामीण महाराष्ट्रातील कर्तीसवरती पिढी असणार आहे. या पिढीसमोर अनेक प्रकारच्या समस्या आणि प्रश्न आहेत. आपल्या व्यक्तिमत्त्वाचा विकास नीटपणे केल्याशिवाय गत्यंतर नाही, आपल्या मनाच्या अस्वस्थतेच्या कारणांचा शोध घेतला पाहिजे, मनातील घुसमट कुठे तरी व्यक्त केली पाहिजे, आपल्यावर होणाऱ्या अन्यायाला कुठे तरी वाचा फोडली पाहिजे, समाजाला वळण लावण्याची शक्ती आपल्यात आली पाहिजे, या वळण लावणाऱ्या शक्ती कोणत्या आहेत, हे शोधले पाहिजे, याची स्पष्ट जाणीव या पिढीतील तरुणाला झाली पाहिजे.

त्याच्या या धुमसणाऱ्या, अर्धसुप्त जाणिवांचा स्फोट सार्वजनिक स्वरूपात होण्याची आवश्यकता आहे. त्याशिवाय त्याच्या झालेल्या कोंडीविषयी सार्वजनिक विचारमंथन चालू होऊ शकणार नाही. हे विचार-मंथन सुरू झाले की, त्याच्या जाणिवांना स्पष्ट, ठळक रूप प्राप्त होऊ शकेल. मग तो त्या जाणिवांच्या दिशेने आचार अवलंबिण्याचा प्रयत्न करू शकेल. या आचारांचीच प्रभावी वाट 'संघटनां'च्या आंबराईतून जाते, हेही त्याला कळू शकेल. या संघटना केवळ राजकीय संघटना असून उपयोगाचे नाही, त्या ग्रामीण समाजाचे समग्र परिवर्तन करणाऱ्या नव्या सामाजिक, सांस्कृतिक, शैक्षणिक, आर्थिक, उद्योगधंदेविषयक, शेतीविषयक संघटना असाव्या लागतील, याची त्याला कल्पना येईल. त्यातूनच उद्याचे आधुनिक स्वरूपाचे यथार्थ खेडे नीटपणे आकाराला येईल, असे वाटते.

ग्रामीण विभागाकडे पुण्या-मुंबईकडील दैनिकांच्या शाखा जाऊ लागल्या आहेत,

ही अर्थपूर्ण घटना आहे. ही दैनिके प्रस्थापित असली, सिनेमाच्या भडक जाहिराती, परीक्षणे, चित्रे यांनी बरबटलेली असली तरी उद्या त्यांतूनच ग्रामीण विभागातील सुशिक्षित तरुणांना आपल्या धुमसत्या मनाचा आविष्कार करायला ती उपयुक्त ठरतील असे वाटते.

ग्रामीण विभागातील सुशिक्षित तरुणांची पिढी ग्रामीण साहित्याच्या चळवळीमुळे म्हणजे १९७५ नंतरच्या काळात साहित्यनिर्मितीकडे जाणीवपूर्वक वळलेली आहे. तिच्यातून कथा, कविता, कादंबऱ्या लिहिणारे अनेक तरुण पुढे येत आहेत. त्यांच्या या लेखनाच्या ऊर्मीला ही दैनिके, साप्ताहिके आणि नियतकालिके आज ना उद्या बळ देतील, अशी आशा आहे. या तरुण पिढीच्या लेखकांकडून वैचारिक लेख, निबंध, संशोधनपर आणि समाजजागृतिपर, तसेच माहितीपर लेखन हळूहळू होऊ लागेल असे वाटते. ग्रामीण विभागातील अन्यायाला वाचा फोडणारे, वस्तुस्थितीचा धांडोळा घेणारे लेख या नियतकालिकांनी जाणीवपूर्वक लिहून घेण्याची आज नितान्त आवश्यकता वाटते. तसे त्यांनी केले तरच समाजपरिवर्तनाचे आणि ग्रामीण विभागाच्या विकासाचे श्रेय त्यांच्या पदरात पडणार आहे; अन्यथा ती ग्रामीण समाजाचे शोषण करणारी पोटभरू आणि धंदेवाईक दैनिके आणि नियतकालिके ठरतील.

◆

ग्रामीण आणि दलित साहित्यप्रवाहांचे तुलनात्मक स्वरूप

(प्रस्तुतच्या मुलाखतीतील प्रश्न प्रा. गो. म. कुलकर्णी यांनी विचारलेले आहेत. 'दलित साहित्य : प्रवाह आणि प्रतिक्रिया' या ग्रंथासाठी त्यांनी ही मुलाखत १९८५ साली घेतली होती. शेवटचा ग्रामीण-दलित कवितेविषयीचा प्रश्न त्यांनी 'कवितारती'च्या दिवाळी अंकासाठी घेतलेल्या मुलाखतीत १९९३ साली विचारला होता. ही मुलाखतही 'कवितारती'च्या दिवाळी अंकात प्रसिद्ध झाली आहे.)

प्रश्न : दलित साहित्य व ग्रामीण साहित्य या चळवळीत काही मूलभूत भेद आहे का?

- दलित साहित्य आणि ग्रामीण साहित्य यांचा तुलनात्मक विचार करताना, मनाशी एक व्यवस्था असली पाहिजे. या तुलनेत १९७० पर्यंतचे ग्रामीण साहित्य घेता येणार नाही. कारण ते प्रामुख्याने स्वातंत्र्यपूर्व ग्रामीण जीवनाशी निगडित आहे. दलित साहित्याची चळवळ आणि ग्रामीण साहित्याची चळवळ या स्वांतत्र्योत्तर काळातील चळवळी आहेत. त्यामुळे या चळवळींच्या काळातीलच दलित साहित्याचा आणि ग्रामीण साहित्याचा तुलनात्मक विचार करणे योग्य आहे; पण ही शिस्त अनेक विचारवंत पाळत नाहीत. त्यामुळे सामान्य माणसाचा गोंधळ उडतो, त्याची दिशाभूल होते.

१९६७ ते १९७७ या दहा वर्षांच्या काळात निर्माण झालेल्या दलित साहित्याने आपल्या साहित्याचे वास्तव स्वरूप प्रकट केले. या काळात जाणकार भाष्यकारांनी दलित साहित्याची जी वैशिष्ट्ये व मोठेपणा सांगितला आहे, ते सर्व मान्य करून सुद्धा असे निदर्शनास आले की, ही चळवळ

सामाजिकदृष्ट्या एका विशिष्ट जातीपुरतीच प्रामुख्याने मर्यादित राहिली आहे. तसेच या चळवळीने साहित्याला प्रबोधनाचे केवळ एक हत्यार मानल्याने दलित साहित्य हे एका आवर्तात भक्कमपणे सापडत चालले आहे. एखाद्या सामाजिक प्रश्नाचे वा समस्येचे साहित्य जेव्हा साधन बनते, तेव्हा त्याला अगदी आरंभीच्या काळात मोठी शक्ती (वर्तमान जाणिवेशी भिडण्याची) प्राप्त होते; पण नंतर त्याच वर्तमान समस्यांवर त्याच त्याच जाणिवेच्या साहित्यकृती निर्माण होऊ लागतात; आणि त्या अधिकाधिक आक्रस्ताळ्या, एकांगी होऊन समाजाचे लक्ष त्या समस्यांकडे वेधण्याचा प्रयत्न करतात; आणि सामाजिक समस्यांचे असे असते की, समाजातून त्या झटपट नाहीशा होत नाहीत. समाजाची अनेक वर्षे त्या खाऊन टाकतात आणि साधनरूप झालेल्या साहित्याला त्या समस्या सुटेपर्यंत त्यांच्यावर अधिक जोरदार, अधिकतर जोरदार साहित्याची निर्मिती करावी लागते.

या दहा वर्षांच्या काळात दलित साहित्याचे नेमके असेच होत गेले. त्यामुळे ते एकांगी, एकसुरी, आक्रस्ताळे, तेच ते विषय पुन:पुन्हा हाताळणारे, ठराविक एका जातीचे प्रश्न व समस्याच तेवढ्या मांडणारे झाले. बाकीचा सगळा सवर्ण समाज, त्यांचे सगळे प्रश्न, त्यांचे सगळे जगणे विषमतावादी व शोषकवृत्तीचे आहे, दांभिक आहे; अशी विद्रोही जाणीव त्यांनी साहित्यातून व्यक्त केली. असले साहित्य समाजाला दूरगामी विधायक दृष्टी देऊ शकत नाही.

परिणामी, १९७७ च्या आसपास दलित साहित्याच्या चळवळीची तात्त्विक बैठक समग्र मराठी समाजातील दीन-दलितांच्या जाणिवा व्यक्त करणारी असली, तरी प्रत्यक्ष चळवळ मात्र दलित समाजातील एका विशिष्ट जातीच्या व्यक्तीचे समूहपण व नेतृत्व व त्यांच्याच मर्यादित जाणिवांना दलित साहित्यातून आविष्कृत करू लागली. या काळात ही दुभंगलेली स्थिती स्पष्ट दिसू लागते. त्यांच्यातील अंतर्गत गटही वेगवेगळ्या भूमिका घेऊ लागले. प्रत्यक्षातील दलित साहित्य त्यांनी स्वीकारलेल्या वरील भूमिकेमुळे आवर्तात सापडू लागले.

या पार्श्वभूमीवर ग्रामीण साहित्याच्या चळवळीचा उदय झाला. या चळवळीचे वेगळेपण लक्षात यावे म्हणून व पूर्वीच्या ग्रामीण साहित्यापेक्षा वेगळी प्रेरणा स्वीकारल्याचे लक्षात यावे म्हणून 'आधुनिक' हे विशेषण या ग्रामीण साहित्य चळवळीने स्वीकारले. स्वातंत्र्योत्तर काळातील लोकशाही आणि विज्ञाननिष्ठा प्रमाण मानून एकूणच समाजव्यवस्थेची राष्ट्रीय जाणिवेने पुनर्मांडणी करावी; मानवी स्वातंत्र्याला, समतेला प्रतिष्ठा देऊन ब्राह्मणापासून भटक्यापर्यंत समाजाचे सर्व स्तर समान पातळीवर आणण्यासाठी झटावे, असे या चळवळीला वाटते. ऐंशी टक्के भारतीय जनता खेड्यांपाड्यात राहते. त्या खेड्यांपाड्यांवर विविध सत्तांची केंद्रे असलेल्या पाश्चात्त्य भांडवलशाही प्रवृत्तींच्या शहरांचा, तेथील समाजाचा अनेक दिशांनी जुलूम

होऊ नये, आज समाजाच्या सर्वच स्तरांतून माणूस शिक्षित होऊन जागृत होत आहे; त्या जागृतीला वेळीच सदाचार, सुविचार, नीतिमत्ता यांनी संपन्न करावे; त्यातून निर्माण होणाऱ्या विचारवंतांना, धुरिणांना, साहित्यिकांना आपल्या विशिष्ट जाति-जमातींच्या कुंपणाबाहेर पडण्यास व समग्र समाजाचा विचार करण्यास, समग्र मराठी व भारतीय समाजाचे नेतृत्व करण्यास, समग्र समाजाचा अनुभव घेऊन व्यापक पातळीवर देशी प्रकृतीचे, मराठीपण लाभलेले साहित्य निर्माण करण्यास प्रवृत्त करावे; या हेतूने ही ग्रामीण साहित्याची चळवळ चालविली जात आहे. या चळवळीत मराठी समाजाच्या सर्व स्तरांवरील साहित्यिक जातिधर्म विसरून एकत्र आलेले आहेत. गेल्या काही वर्षांतील ग्रामीण साहित्याची शिबिरे, संमेलने, चर्चासत्रे इत्यादींमध्ये भाग घेणारे वक्ते, विचारवंत समाजाच्या सर्वच स्तरांतून येऊन आपापले विचार मांडतात; असे दिसून येईल. एवढेच नव्हे, तर 'तिसऱ्या पिढीची ग्रामीण कथा' या, चळवळीच्या काळातील संपादित पुस्तकात, समाजाच्या सर्वच स्तरांतील व अनेक जातिजमातींतील साहित्यिकांच्या 'आधुनिक ग्रामीण कथा' असलेल्या आपणास दिसून येतील. दलित साहित्य चळवळीप्रमाणे ही चळवळ अलगतवादी नाही.

ग्रामीण साहित्याच्या चळवळीत 'ग्रामीण जाणीव' ही दलित साहित्यातून प्रत्यक्षात दिसून येणाऱ्या जाणिवेपेक्षा मूलतःच व्यापक आहे. समग्र मराठी समाजाचा एकत्र विचार करणारी ती जाणीव आहे. महात्मा फुले यांचा मानवतावादी व शाहू छत्रपती, विठ्ठल रामजी शिंदे, कर्मवीर भाऊराव पाटील, डॉ. बाबासाहेब आंबेडकर यांची दीन-दलितांच्या विषयीची जाणीव तर ग्रामीण साहित्याची चळवळ मानतेच, पण ती आगरकरांचा बुद्धिप्रामाण्यवाद मानते. महात्मा गांधींची, समग्र समाजाचा येथील परिस्थितीच्या संदर्भात विचार करणारी, विज्ञान व अध्यात्म यांचा मेळ घालणारी खास भारतीय राष्ट्रीय दृष्टीही ती मानते. अर्थात् विचार हा नेहमी प्रवाही असतो. त्यामुळे ही चळवळ कोणत्याही अट्टल विचारवंताला शंभर टक्के प्रमाण मानत नाही, तर काळाच्या ओघात ज्या गोष्टी कालबाह्य झाल्या असतील, त्यांना नाकारत, नवा समाजवादी, समतावादी विचार स्वीकारत, सतत पुढे जाऊ पाहते आहे. दलित साहित्याच्या विरोधात ही चळवळ मुळीच नाही; पण काळाच्या ओघात दलित साहित्याच्या चळवळीला व प्रत्यक्ष साहित्याला पडलेल्या मर्यादांच्या पलीकडे जाण्याच्या प्रयत्नात ही चळवळ आहे.

ग्रामीण साहित्याची ही चळवळ प्रामुख्याने सामाजिक आणि सांस्कृतिक चळवळ आहे. 'अशा अशा प्रकारचे एवढेच प्रश्न व समस्या घेऊन साहित्य निर्माण करा.' ही भूमिका ती मानत नाही. नव्याने जागृत झालेल्या समाजाच्या खालच्या स्तरातील साहित्यिक तरुणांपुढे नव्या समाज-मांडणीचे प्रश्न, समस्या, स्थिति-गती ती

मांडते. त्या तरुणाला, त्याच्या स्वत्वाचे भान देते, त्याचे व्यक्तिमत्त्व या दिशेने घडविण्याचा प्रयत्न करते. अशा नव्या युगाला सामोऱ्या जाणाऱ्या व्यक्तिमत्त्वातून त्याचे साहित्य आकाराला यावे, अशी अपेक्षा ही चळवळ करते आहे. म्हणजेच पर्यायाने एकूण मराठी साहित्यविश्व व्यापणारी अशीच ही चळवळ आहे.

या चळवळींमधून निर्माण होणारे साहित्य आणखी पाच-सात वर्षांनी आपले वास्तव स्वरूप प्रकट करील, असे वाटते. १९७७ नंतर प्रसिद्ध होणाऱ्या अनेक ग्रामीण साहित्यिकांच्या साहित्यकृतींवर या चळवळीचा प्रत्यक्ष-अप्रत्यक्ष परिणाम होत चाललेला आहे; ही वस्तुस्थिती नाकरात येत नाही. 'बळीराजा' मासिकातून या नव्या प्रवृत्तीच्या ग्रामीण साहित्याचे दर्शन गेल्या एक-दोन वर्षांपासून घडत आहे. १९७७ नंतर साहित्य-संस्कृती मंडळाच्या अनुदानयोजनेत अनेक ग्रामीण साहित्याची पुस्तके प्रसिद्ध झालेली आहेत. त्यातूनही हे दर्शन घडू शकेल. या चळवळीतून निर्माण होत असलेले ग्रामीण साहित्य, हे नव्या बदलत्या खेड्यांची स्पंदने टिपताना दिसेल. नव्या तरुणाला त्याच्या स्वत्वाची जाणीव होत चालल्याचे या साहित्यातून दिसून येईल. त्यात दलित साहित्यात दिसतो तसा आक्रस्ताळेपणा, एकसुरीपणा, चिडखोरपणा, संतापीपणा दिसणार नाही; पण आताच या चळवळीतून निर्माण होणाऱ्या साहित्याची कुंडली मांडणे, घाईचे होईल; असे वाटते. समग्र समाजाला बरोबर घेऊन पुढे जायचे असल्याने या चळवळीची गती संथ दिसेल, तसेच तिचा परिणामही समग्र मराठी साहित्यावर पडावा अशी अपेक्षा असल्याने तो परिणामही समाजाच्या एकाच गटावर, एकाच जातीच्या साहित्यिकावर न दिसता सर्वच वर्गाच्या साहित्यावर विखुरलेला दिसेल. तसेच साहित्याच्या अभिव्यक्तीतही अमूक एकच सूर लावावा; अशीही या चळवळीची सक्ती नसल्याने त्यात विविधता असू शकेल. त्यामुळे दलित साहित्यासारखा त्याचा एककेंद्री परिणाम दिसून येणार नाही.

प्रश्नः 'जनसाहित्य' आणि 'ग्रामीणसाहित्य' यांच्या प्रेरणा एकच की वेगळ्या?

'जनसाहित्य' आणि 'ग्रामीणसाहित्य' हे बव्हंशी संवादी प्रकृतीचं साहित्य आहे. समग्र मराठी समाजात जो सामान्य माणूस (कॉमन मॅन) आहे; त्याचं जीवन, त्याच्या समस्या, प्रश्न, भाव-भावना, अनुभव यांना केंद्रस्थानी मानून साहित्यनिर्मिती झाली पाहिजे; अशी सर्वसाधारण 'जनसाहित्या' ची भूमिका आहे. मार्क्सवादातील अर्थविचार ते मानते. आधुनिक ग्रामीणसाहित्यतही हा विचार मानते. सामान्य माणसाचं जीवन केंद्रस्थानी असलं पाहिजे; हेही ग्रामीणसाहित्य मानतं.

पण हा सामान्य माणूस प्रामुख्यानं ग्रामीण विभागात राहतो, त्याला प्रमुख स्थान देणं आवश्यक आहे; अशी ग्रामीणसाहित्याची आग्रही भूमिका आहे. जनसाहित्य हा आग्रह धरत नसावे, असं वाटतं. या बाबतीत त्याची भूमिका अजून स्पष्ट झालेली

नाही. पुष्कळ वेळा, मराठी समाजात असं दिसून येतं की, शहरी जीवनातील सर्वसामान्य माणूस म्हणजे कामगार, किसान, कारकून वर्ग. यांचे हितसंबंध शहरी जीवनाशी निगडित असतात. शहरी जीवन हे आज तरी पुष्कळ वेळा ग्रामीण प्रश्न, समस्या, अन्नधान्यांच्या किंमती, ग्रामीण विभागातील वस्तूंच्या किमती यांच्या विरोधात उभे राहताना दिसते. खेड्याच्या शोषणावर शहर उभे राहते. याबाबतीत जनसाहित्य कोणती भूमिका घेते, हे अजून स्पष्ट झालेले नाही. ग्रामीणसाहित्याची भूमिका अशी आहे की, ग्रामीण विभागातील जनसामान्यांच्या प्रश्नांना अग्रस्थान देऊन ते सोडविले की, शहरी जनसामान्यांचे बरेच प्रश्न सोडवायला मदत होऊ शकेल; या बाबतीतही जनसाहित्याची भूमिका अजून स्पष्ट नाही.

सारांश, जनसाहित्य आणि ग्रामीणसाहित्य यांच्या भूमिकांचा वैचारिक गाभा बव्हंशी एक आहे. त्याची अंगोपांगे अजून नीट स्पष्ट झालेली नाहीत. म्हणून 'जनसाहित्य' व ग्रामीणसाहित्य' ते एकच मानावयाचं की वेगळं? या प्रश्नाचं निर्णायक उत्तर अजून स्पष्ट होऊ शकत नाही. मात्र या चळवळी एकमेकींना बव्हंशी पूरक, पोषक आहेत; असं मला वाटतं. त्या हातात हात घालून वेगवेगळ्या प्रदेशांत कार्य करू शकतात. त्या वेगवेगळ्या प्रदेशांत स्वतंत्रपणे आकाराला आलेल्या आहेत. स्वतंत्रपणे त्यांनी प्रगती केली आहे. त्यांना त्या त्या प्रदेशांत त्यांची अशी खास 'अस्मिता' प्राप्त झालेली आहे. त्यामुळे आपापलं वेगळं नाव धारण करून त्या जर कार्य करीत असतील तर त्यांना ते करू दिलं पाहिजे. अंतिमत: एकाच प्रकृतीचे साहित्य निर्माण होणार आहे. असा विश्वास या दोन्ही चळवळींना वाटत असावा.

प्रश्नः ग्रामीणसाहित्य व मार्क्सवादी विचार यांचं काही नातं तुम्ही मानता किंवा नाही?

'मार्क्सवादी विचार' ही संकल्पना (मराठी समाजपुरतंच बोलायचं झालं तर) सतत प्रवाही राहिलेली आहे. तिचा अनेक अंगांनी सतत विचार होत राहिलेला आहे. वेळोवेळी त्याच्या उपांगांचे वेगवेगळे अर्थ (इंटरप्रिटेशन) लावले गेले आहेत. त्यांच्या सिद्धान्तांच्या आधारे उपसिद्धांन्त बांधलेले आहेत. मार्क्सवाद प्रत्यक्षात आणण्यासाठी चीन-रशिया यांनी जी कृत्यं केली, उपाययोजना केल्या, त्यांना मार्क्सवादात मान्यता आहे की नाही; याबद्दल मतभेद आहेत. त्यात पुन्हा मार्क्सवादाचं चुकीचं इंटरप्रियेशनही झालं असण्याची शक्यता आहे. या सर्वांचा मी खोलात जाऊन अभ्यास केलेला नाही. म्हणून 'मार्क्सवादी विचार' हा शब्दप्रयोग मी करणं व त्याचा ग्रामीणसाहित्याशी संबंध जोडणं, माझ्यापुरतं तरी मी योग्य मानत नाही. मात्र मार्क्सचा गाभ्याचा आर्थिक समतेचा विचार, श्रममूल्याचा विचार, अर्थनिष्ठ समाजरचनेचा विचार, मला तात्त्विकदृष्ट्या मान्यच आहे. तो विचार स्वीकारल्याशिवाय

जनसामान्याला आर्थिक न्याय मिळूच शकणार नाही. मात्र, एक संवेदनशील साहित्यिक म्हणून आर्थिक समता एवढंच जीवनमूल्य आहे; आणि त्या मूल्याच्या मोबदल्यात बाकीच्या आधुनिक जीवनमूल्याचा होम करावा, बळी द्यावा; असं मला वाटत नाही. काही मार्क्सवादी हा आग्रह धरतात; तो मला मान्य नाही. सत्य, शिव, सुंदर व्यक्तिस्वातंत्र्य ही मूल्यं मी मानणार आहे. या बाबतीत मार्क्सवाद नक्की काय म्हणतो, ह्याची मला निश्चित माहिती नाही. अशा परिस्थितीत मार्क्सवाद व ग्रामीणसाहित्य यांचं नातं प्रस्थापित करणं, मला धोक्याचं वाटतं. ग्रामीण साहित्याची चळवळ सामाजिक समता मानणारी असल्यामुळे कदाचित हे नातं अगोदरच आपातत: निर्माणही झालं असण्याची शक्यता आहे; एवढंच मी म्हणू शकेन.

प्रश्न: एका बाजूनं साहित्याचा आणि सामाजिक परिवर्तनाचा संबंध तुम्ही मानता; आणि साहित्य हे प्रत्यक्ष परिवर्तनाशी निगडित झालं की कोणते धोके संभवतात; हे ही स्पष्ट करता. तुमच्या मते, या संदर्भात साहित्याची सुयोग्य दिशा कोणती?

सामाजिक परिवर्तनासाठी साधन म्हणून साहित्याचा वापर करणं, हे धोक्याचंच आहे. पण साहित्यिकाच्या समृद्ध व्यक्तिमत्त्वाला समाजात जे अनुभव येतात, ते अनुभव जेव्हा कलात्मक अनुभवात रूपांतरित होऊन साहित्याचं रूप धारण करतात; तेव्हाच त्या साहित्याला 'साहित्यपण' प्राप्त होतं; आणि ते साहित्य परिवर्तनाकडे आपलं बोट दाखवतं. याला मी आंतरिक परिवर्तनशील स्वभावाचं साहित्य म्हणेन. पण समाजाचं अमूक एका दिशेनं परिवर्तन झालं पाहिजे, ही इच्छा बाळगून जेव्हा साहित्याच्या मूळ प्रकृतीचा विचार न करता, तिच्यावर बलात्कारानं हा हेतू लादला जातो; तेव्हा साहित्याला खरा धोका निर्माण होतो. सामाजिक परिवर्तनाची आत्यंतिक गरज वाटल्यानं हाताशी असलेल्या साहित्याचा या गरजेसाठी सहज वापर होण्याचा धोका असतो. उदाहरणार्थ, दलितसाहित्यात अशी विपुल उदाहरणं आहेत.

प्रश्न: यावर तुमच्या मते उपाय?

यासाठी उत्तम साहित्यिक व्यक्तिमत्त्व घडविणं; त्या व्यक्तिमत्त्वाला भोवतालच्या सामाजिक परिस्थितीचा परिचय यथार्थपणे करून देणं, तिच्यातील ताण-तणाव समजून देणं व हे समजून देऊन, त्या साहित्यिकाला सुचवणं की, आता जीवनात तुला वाटतील तसे अनुभव घे, सुजाण मनाने अन्वयार्थ लाव, त्यातील सामाजिक, सांस्कृतिक, आर्थिक इत्यादी परस्पर संबंध शोध, त्यांचा पूर्ण विचार कर, सर्वांगांनी ते न्याहाळ, आणि तुला योग्य वाटेल ते साहित्य निर्माण कर. त्याच्या आंतरिक उमाळ्यातून आणि प्रामाणिक अनुभवातून जे साहित्य जन्माला येईल, ते खऱ्या अर्थाने परिवर्तनशील असण्याचीच शक्यता आहे; असं मला वाटतं. हीच परिवर्तनशील साहित्यनिर्मितीची सुयोग्य दिशा होय. या दिशेनं जाताना प्रत्येक वेळी परिवर्तनशील

साहित्य निर्माण होईल, असं मानणंही धोक्याचं आहे. मात्र हे खरं की, अशा व्यक्तिमत्त्वातून जे परिवर्तनशील साहित्य निर्माण होईल, ते पहिल्यांदा साहित्य असेल; आणि मग ते परिवर्तनशील असेल. अशा साहित्याची अपेक्षा ग्रामीणसाहित्याची चळवळ करीत असते. तरुण पिढीच्या ग्रामीण साहित्यिकाचं व्यक्तिमत्त्व या दोन (सामाजिक आणि वाङ्मयीन) पातळ्यांवर घडविण्याचं कार्य ती सावधपणे करत आहे.

प्रत्यक्ष संमेलनं, शिबिरं, चर्चासत्रं यांतून हे कार्य चाललेलं असतं. विशेषत: संमेलनांतून किंवा शिबिरांतून तरुण पिढीच्या लेखकांच्या समाजपरिवर्तनशील अनुभव व्यक्त करणाऱ्या कथांची या दोन्ही पातळ्यांवर चर्चा करणारे कार्यक्रम योजिलेले असतात. त्यातून त्यांचे या दोन्ही पातळ्यांवर मूल्यमापन होते; त्यांची सांगड कशी घालता येईल, याची मीमांसा केली जाते.

प्रश्नः ग्रामीण साहित्यिकांच्या पहिली, दुसरी, तिसरी अशा पिढ्या तुम्ही मानता; त्या कोणत्या निकषांवर तुम्ही मानलेल्या आहेत?

स्वातंत्र्योत्तर ग्रामीण साहित्यिकांच्या या तीन पिढ्या कल्पिलेल्या आहेत. १९५० च्या आसपास उदयाला आलेली पहिली, १९६० च्या आसपास उदयाला आलेली दुसरी व १९७० च्या आसपास उदयाला आलेली तिसरी पिढी होय.

पहिली पिढी स्वातंत्र्यपूर्वकाळात ग्रामीणजीवनाचे अनुभव आपल्या साहित्यातून प्रामुख्याने मांडते. ग्रामीणसमाजाच्या वरच्या स्तरात ती प्रामुख्याने जन्माला आलेली आहे. ती प्रामुख्याने 'कलावादी' आहे. नागर वाचक-वर्ग तिच्या मनासमोर असतो. या कारणांमुळं या पिढीच्या साहित्याला एक विशिष्टता प्राप्त झालेली आहे.

दुसरी पिढी स्वातंत्र्यपूर्वकाळात जन्माला येऊन स्वातंत्र्योत्तर काळाचेही तिच्या मनावर बालपणी संस्कार झालेले आहेत. ती ग्रामीणसमाजाच्या खालच्या स्तरातून (उदारणार्थ छोटा शेतकरी, दुसऱ्याची शेती करणारे शेतकरी, कोरडवाहू शेतकरी, शेतमजूर इ.) जन्माला आलेली आहे. त्यामुळे या पिढीच्या व पहिल्या पिढीच्या सामाजिक दृष्टीकोनात फरक पडलेला आहे. दुसरी पिढी परिवर्तनशील सामाजिक आशयाकडे झुकू लागलेली दिसते. नागर वाचक-वर्गापेक्षा ग्रामीण समाजात नव्याने उदयाला आलेल्या वाचक-वर्गाकडे तिनं अधिक लक्ष दिलं. त्यातून ग्रामीण भाषेचा माध्यम म्हणून तिनं मोठ्या प्रमाणात स्वीकार केला; त्यामुळे ग्रामीणसाहित्यचं स्वरूप बदलत गेलं. ग्रामीण साहित्य सर्वार्थानं ग्रामीण समाजाचं झालं.

तिसरी पिढी स्वातंत्र्योत्तर काळातच जन्माला आली, आणि त्यातच वाढली. ग्रामीण समाजपरिवर्तनाशी तिचा बालपणापासून घनिष्ट संबंध आला. ती समाजाच्या आणखी खालच्या स्तरातील प्रामुख्याने आहे. स्वातंत्र्योत्तर जे समाजपरिवर्तन झालं, त्यातून या पिढीच्या नशिबी वेगळे अनुभव, वेगळे प्रश्न, वेगळ्या समस्या आल्या.

त्या प्रखरपणे आल्या. तिच्यात समाजपरिवर्तनाचं भान अधिक प्रखर आहे. प्रसंगी कलात्मकतेची परवड पत्करून ती साहित्यनिर्मिती करते आहे.

प्रश्न : ग्रामीणसाहित्याचं शहरी साहित्याशी नातं काय?

'शहरी साहित्य' म्हणजे शहरी जीवनातील अनुभव, प्रश्न, समस्या, ताण-तणाव एवढंच महत्त्वाचं मानून तेच सर्व एकूण मराठी समाजाचेही ताण-तणाव आहेत; असं मानून व्यक्तिकेंद्रित वृत्तीला विशेष प्राधान्य देऊन जे लिहिलं जातं, ते साहित्य.

या शहरी साहित्यालाच आजवर 'मराठी साहित्य' अशा शब्दप्रयोगानं संबोधलं जात असे, पण त्यात अतिव्याप्तीचा दोष आहे. हे ग्रामीणसाहित्याच्या चळवळीनं प्रथम निदर्शनास आणलं; आणि त्या साहित्याची मर्यादा सांस्कृतिक दृष्ट्या, आशयदृष्ट्या फक्त शहरी जीवनापुरतीच आहे, हे दाखवून दिलं. अर्थात तेच तेवढं 'मराठी साहित्य' नसून, ते 'मराठी साहित्या' चा एक भाग आहे; हे मान्यच केले पाहिजे.

आधुनिक ग्रामीणसाहित्याची भूमिका अशी आहे की, मराठी समाजात ७५ ते ८० टक्के समाज ग्रामीण विभागातच राहतो. त्यामुळे खरा प्रतिनिधिक, बहुसंख्य आणि शोषित मराठी समाजचं प्रतिबिंब असलेलं साहित्यचं खरं प्रतिनिधिक 'मराठी साहित्य' असणार. म्हणून शहरी साहित्यिकांनी आपले शहरी जीवन, शहरी समाज, शहरी अनुभव यांचा एकूण ग्रामीण समाजाशी काय संबंध आहे; याचा शोध घेऊन त्या व्यापक पातळीवर साहित्यनिर्मिती केली पाहिजे; तरच ते साहित्य, खऱ्या अर्थानं 'मराठी साहित्य' होऊ शकेल.

प्रश्नः आजच्या ग्रामीणजीवनामध्ये ज्या काही अपप्रवृत्ती निर्माण होत आहेत, त्याकडे हे साहित्य अंगुलिनिर्देश करीत नाही; असा एक आक्षेप ग्रामीणसाहित्यावर घेतला जातो. यासंबंधी आपलं मत काय?

हा आक्षेप बरोबर नाही. आधुनिक ग्रामीणसाहित्य वाचलं तर या आक्षेपात काही तथ्य नाही; असं दिसून येईल. आनंद यादव, रा. रं. बोराडे यांच्या कादंबऱ्या, बाबाराव मुसळे, दे. शि. दुधलकर, श्रीराम गुंदेकर, शेषराव मोहिते, आनंद पाटील यांच्या कथा वाचल्या तर खेड्यातील अपप्रवृत्तीवरच या साहित्यिकांनी आपली लेखणी टेकविलेली आहे हे दिसून येईल. येथून पुढे तर अशा प्रकारचं साहित्य मोठ्या प्रमाणात निर्माण होईल.

प्रश्नः ग्रामीणसाहित्याने विविध साहित्यप्रकार हाताळलेले दिसत नाहीत. विशेषतः नाटक, हा साहित्यप्रकार क्वचितच दिसतो. असं का व्हावं?

'नाटक' हा प्रकार 'परफॉर्मिंग आर्ट' चा प्रकार आहे. 'प्रयोगा' शिवाय त्याला अस्तित्व प्राप्त होऊ शकत नाही; आणि नाटक करणाऱ्या कंपन्या फक्त शहरांत असतात. विशेषतः फक्त पुणे-मुंबईतच आहेत; आणि नव्या पिढीचे ग्रामीणलेखक

प्रामुख्यानं या शहरांबाहेर राहतात. त्यामुळे त्यांना नाटक पाहणं, अनुभवणं व कंपनीशी संपर्क साधणं कठीण जातं. त्यामुळं तो प्रकार बाजूला पडला आहे. पण नाटकातून व्यक्त करावयाचा अनुभव ते अन्य साहित्यप्रकारांच्या द्वारा व्यक्त करू शकतात. म्हणजे 'नाटक' न हाताळल्यामुळे काही विशिष्ट सामाजिक अनुभव व्यक्त होत नाहीत, अशी अवस्था नाही.

प्रश्नः 'देशीपणाची' तुमची कल्पना काय आहे?

'देशीपण' म्हणजे पुनरूज्जीवनवाद नव्हे. या मातीत जनसामान्याला जीवन जगताना, एकूण समजाचं परिवर्तन होत असताना, स्थित्यंतर होत असताना, ज्या ज्या संघर्षाला तोंड द्यावं लागत आहे; ते सर्व 'देशी' च आहे. 'विज्ञान' हे परकं नसतं. ते जागतिक आहे. ते जीवनात प्रवेश करताना जी मोडतोड होते आणि जुन्या-नव्याचा जो संघर्ष होतो तो देशीच आहे. 'देशीपणा' म्हणजे जुनी संस्कृती, मूल्यं, समाजव्यवस्था यांचं पुनरूज्जीवन करणं; असा अर्थ घेणं म्हणजे जाणीवपूर्वक आडरानात घुसणं होय.

प्रश्नः 'दलित कवितेच्या तुलनेने ग्रामीण कवितेची निर्मिती प्रमाणतः कमी आहे', हे निरीक्षण आपल्याला कितपत युक्त वाटते? हे दोन प्रवाह नेमके भिन्न स्वरूप कसे व कुठे धारण करतात?

दलित कवितेच्या तुलनेत ग्रामीण कविता प्रमाणतः कमी आहे, असे सकृतदर्शनी भासते; पण वस्तुस्थिती तशी नाही. म. फुले यांच्या 'अखंड' वाङ्मयाबरोबरच ग्रामीण कविता आधुनिक मराठीत जन्माला आलेली आहे. खुद्द केशवसुत यांनी 'एक खेडे', 'गोष्टी घराकडिल मी वदता गड्या रे' यासारख्या कविता किंवा माधवानुजांच्या संग्रहातील पाचसात कविता या ग्रामीण जीवनासंबंधीचे वास्तव रेखाटणाऱ्या कविताच आहेत. आणि त्या १९ व्या शतकाच्या शेवटच्या दोन दशकांत लिहिलेल्या आहेत. त्यांना 'ग्रामीण कविता' म्हणून न ओळखता 'मराठी कविता' म्हणूनच ओळखले जात होते. कविवर्य विठ्ठल भगवंत लेंभे आणि मोरो गणेश लोंढे यांनीही कृषिजीवनावर वास्तववादी कविता याच काळात लिहिली आहे.

१९२० नंतर 'जानपद कविता' या साहित्य-प्रकाराखाली अनेक कवींनी संख्येने भरपूर कविता लिहिलेली आहे. त्यांचे संग्रह प्रसिद्ध झालेले आहेत. इतकेच काय त्यांचा 'सुगी' नावाचा प्रतिनिधिक कवितासंग्रहही १९३३ सालीच ग.ल. ठोकळ यांनी संपादित करून प्रसिद्ध केलेला आहे. ग्रामीण खंडकाव्येही लिहिली गेली आहेत.

१९५० ते १९६० या नववाङ्मयाच्या बहराच्या काळात मात्र ग्रामीण कवितेला काहीसा खंड पडलेला दिसतो. त्यालाही बहिणाबाई चौधरी यांच्या कवितेचा अपवाद सोडावा लागतो. १९६० च्या पुढच्या दशकात आनंद यादव, सरोजिनी बाबर, ना.

धों. महानोर, विठ्ठल वाघ, एकनाथ देशमुख, प्रभाकर चौधरी यांची वेगळ्या प्रकृतीची ग्रामीण कविता प्रसिद्ध होताना दिसते.

१९७० नंतरच्या दशकात म्हणजे १९७७ मध्ये ग्रामीण साहित्याची चळवळ सुरू झाली. त्यानंतर म्हणजे १९८० ते १९९५ पर्यंतच्या पंधराएक वर्षांत पंचवीसतीस कवींचे तरी ग्रामीण कवितांचे संग्रह प्रसिद्ध झाल्याची नोंद आहे. संग्रह प्रसिद्ध न झालेले निदान वीसभर ग्रामीण कवी तरी आज १९८६ मध्ये लेखन करताना दिसतात. या सर्वांची यादी देणे जागेअभावी अशक्य आहे. सतत ग्रामीण कवितासंग्रह प्रसिद्ध होत आहेत.

दुसरे असे की ग्रामीण साहित्य-चळवळीच्या काळात नवजागृत ग्रामीण समाजाचं अनुभवविश्व ग्रामीण कथा, कादंबरी, ललित गद्य आणि कविता या विविध साहित्य प्रकारांतूनही विविध अंगांनी आकाराला आलं. विषयांची विविधता आणि विविध साहित्यप्रकार यांची हाताळणी केली गेली आहे. तसं दलित साहित्यात दिसत नाही. आत्मकथा आणि कविता या दोन प्रकारांतच त्यांनी अनुभवविश्वाची ताकद ओतली. त्यामुळे त्या दोन प्रकारांची संख्या विशेष जाणवते.

पण या संख्या-प्रमाणाची तुलना करण्यावरून काही खास वाङ्मयीन निष्कर्ष हाती लागतील, असे मला वाटत नाही. दुसरे असे की एखाद्या प्रवाहाचा वाङ्मयबाह्य कारणांसाठी गवगवा होत असेल आणि दुसऱ्या एखाद्या कविताप्रवाहाचा तशा प्रकारचा गवगवा होत नसेल, तर त्याच्या आधारावर काढलेले निष्कर्षही वाङ्मयीन दृष्ट्या अर्थपूर्ण ठरतील, असेही मला वाटत नाही. शेवटी कवितेची योग्यता ठरविण्याचे निकष तिची संख्यात्मकता किंवा वाङ्मयबाह्य कारणांनी होणारी प्रसिद्धी, हे न ठेवता तिचे कवितापण आणि अनुभवातील चैतन्याचा कस, विविधता शोधूनच ठरवावी लागेल.

दुसऱ्या एका गोष्टीचे स्पष्टीकरण इथेच द्यावेसे वाटते. आजची दलित आणि ग्रामीण कविता नवजागृत ग्रामीण समाजातून आकाराला आलेली असली आणि दोन्ही प्रकारच्या कवितांतील साम्य-घटक संख्येने अधिक असले व भिन्नता दर्शविणारे घटक संख्येने कमी असले तरी ते भिन्नतादर्शक घटक महत्त्वाचे आहेत. त्यामुळे दलित कविता व ग्रामीण कविता प्रवाहदृष्ट्या भिन्न भिन्न ठरतात. त्यांची प्रकृती भिन्न ठरते. हे भिन्न घटक तेवढे नोंदवीत आहे.

दलित कविता प्रामुख्याने विद्रोहवादी आहे. तिच्यातून व्यक्त होणारा विद्रोह सामाजिकदृष्ट्या फार खोलवरचा आहे. हिंदू समाजव्यवस्थेत अनेक वर्षापर्वी जातितत्त्वावर अस्पृश्य समजल्या जाणाऱ्या जाती निर्माण केल्या गेल्या. या जाती समाजव्यवस्थेत दूर ठेवण्याची म्हणजेच उपेक्षित ठेवण्याची; मात्र त्यांच्यापासून सर्वप्रकारची समाज-सेवा करवून घेण्याची जातिनिहाय मांडणी केली गेली. त्यातून या जातींचे ऊर्वरित

समाजाने शेकडो वर्षे शोषण केले. या सर्वांचीच चीड आणि तिडीक दलित कवितेतून आशय-अनुभवाच्या अंगाने व्यक्त होते. या पोटीच तिच्यात एक आक्रमक अभिनिवेश येतो आणि या सर्वांतून तिच्या अभिव्यक्तीच्या भाषेला प्रतिमारूप, शैलीरूप येते.

स्वातंत्र्योत्तर काळात कायद्याने, घटनेने जाती अमान्य केल्या आणि समतावादी. विज्ञाननिष्ठ, जातिधर्मनिरपेक्ष दृष्टीकोण देशाने स्वीकारला. मागास आणि तथाकथित अस्पृश्य समजल्या गेलेल्या जातींना नोकरीत आणि शिक्षण-व्यवस्थेत राखीव जागा आणि आर्थिक सवलती ठेवल्या. त्यांतून या जातींचे शिक्षण झाले आणि त्यांना सरकारी, निमसरकारी नोकऱ्याही मिळत गेल्या. गेल्या पन्नासभर वर्षांत भारतीय समाजव्यवस्था वर्गनिष्ठा, अर्थप्रधानता, व्यक्तिस्वातंत्र्य, उद्योगप्रधानता याकडे झुकत चाललेली आहे. याचा एकंदर परिणाम जात-धर्म पूर्वीइतका न मानण्यात, पैशाला, श्रीमंतीला, महत्त्वाच्या उद्योगांना, व्यक्तीच्या वैयक्तिक कर्तृत्वाला, पराक्रमाला महत्त्व देण्यात, विज्ञाननिष्ठेमुळे भौतिक जीवनाला प्रमाण मानण्यात होऊ लागलेला जाणवतो. खरे तर त्या अंगांनी सगळा भारतीय समाजच आपल्या संथ आणि मंद गतीने बदलत चालला आहे. या बदलत्या स्थितीतून आणि सुधारणांतून सगळ्याच जातीधर्मांचे महत्त्व कमी होईल आणि त्याचबरोबर दलितांचे (काही पिढ्यांनंतर) दलितत्वाचे सखोल, सामाजिक दुखणेही नष्ट होऊ शकेल, असे वाटते.

स्वातंत्र्योत्तर काळातील नवजागृत ग्रामीण समाजातील ग्रामीण साहित्य-चळवळीनंतरची ग्रामीण कविता ही बहुजन जातींची आहे. या जाती दलितांप्रमाणेच उपेक्षित, दरिद्री, अज्ञानात खिचपत पडलेल्या असल्या तरी त्यांच्या वाट्याला अस्पृश्यतेतून निर्माण झालेलं सामाजिक, जातीय कटू दुःख नाही. त्या सवर्णात मोडणाऱ्या जनजाती आहेत. ग्रामीण समाजात त्या बहुसंख्य स्वरूपात एकमेकांशी सहकार्य करत नांदताना दिसतात. सहकार्याच्या त्यांच्या या प्रवृत्तीमुळे त्यांना त्यांच्या जाती 'नडत' नाहीत. त्यामुळे त्यांचा संघर्ष प्रस्थापित जातिनिष्ठ हिंदू समाजव्यवस्थेशी,सवर्णांशी नाही. जातीयता नष्ट झाली पाहिजे, असे त्यांना जरूर वाटते. पण आजच्या वर्गनिष्ठ, अर्थप्रधान, उद्योगप्रधान, व्यक्तिस्वातंत्र्यवादी, कर्तृत्वाला आणि गुणवत्तेला महत्त्व असलेल्या आजच्या भौतिकवादी समाजात त्या इतर गोष्टींना अग्रक्रम देत आहेत. प्रस्थापित समाजव्यवस्थेत प्रस्थापित वर्गाकडून जे आर्थिक शोषण होते, शेतीउद्योगनिर्मित वस्तूंना योग्य ती किंमत मिळत नाही, व्यक्तीच्या कर्तृत्वाला, गुणवत्तेला वशिलेबाजी, भ्रष्टाचार यांच्यामुळे न्याय मिळत नाही; राजकारणातील, नोकरीतील, उद्योगधंद्यातील जो प्रस्थापित वर्ग असतो तो गणगोतवादी असतो म्हणून दरिद्री, असंघटित, अज्ञानी ग्रामीणांचे शोषण होते. शहरांच्या तुलनेने ग्रामीण पातळीवर सुधारणा होत नाहीत. ज्या सुधारणा होतात त्या

कष्टकरी, श्रमकरी छोटे सामान्य शेतकरी, रोजगारी या वर्गाच्या म्हणजे समाजातील खालच्या वर्गाच्या वाट्याला येत नाहीत.

हा खालचा वर्ग भारतीय समाजव्यवस्थेत बहुसंख्य आहे. ७० ते ७५ टक्के लोकसंख्या या वर्गाची आहे. हा वर्ग म्हणजेच जनसामान्यांचा ग्रामीण समाज होय. तो जसा ग्रामीण विभागात ग्रामीण समाजातील प्रस्थापित वर्गाकडून (विशेषत: ग्रामीण राजकारणी, सावकार, अर्थसत्ता ज्यांच्या ताब्यात आहे, ज्यांचे शहरांशी औद्योगिक संबंध जोडलेले आहेत अशा ग्रामीण प्रस्थापित जमीनदार वर्गाकडून) शोषला जातो, तसा एकूण शहरी अर्थप्रधान व्यवस्थेकडूनही शोषला जातो. विशेषत: पंचवार्षिक योजना, निरनिराळ्या आर्थिक विकास-योजना, विविध सवलती इत्यादींचा राष्ट्रीय आणि राज्यस्तरीय पातळींवर विचार करताना या बहुसंख्य ग्रामीण समाजाला मध्यवर्ती, केंद्रवर्ती ठेवून त्याच्या विकासाच्या अनुषंगाने विचार व्हावयाला पाहिजे, तो होत नाही. म्हणून हा समाज संघर्ष करू पाहतो आहे.

त्याचे दु:ख, उपेक्षा, अन्याय आणि शोषण हे केवळ आज मोडकळीस येऊन कालबाह्य झालेल्या जातिधर्मनिष्ठ समाजव्यवस्थेतून जन्मलेले नसून; लोकशाही आधुनिक समाजव्यवस्थेतून निर्माण झाले आहे, अशी त्याची धारणा आहे. म्हणून त्याची चळवळ ही 'आधुनिक ग्रामीण साहित्याची चळवळ' आहे. तसेच ती नुसत्या पारंपरिक ग्रामीण साहित्याची किंवा ग्रामीणांच्या लोकसाहित्याचीही चळवळ नाही. या दोहोंतील काही बळ तिला मिळाले तर हवेच आहे. पण ती तिथेच राहू इच्छित नाही. इथेच चळवळीतील किंवा तद्नंतरची ग्रामीण कविता विद्रोही दलित कवितेपेक्षा आर्थिक दृष्ट्या वेगळी पडते, असे मला वाटते.

या आधुनिक ग्रामीण कवितेतील मन एकूण भारतीय समाजाशीच विद्रोह पुकारून नवा धर्म वगैरे स्वीकारू पाहत नाही. कारण भारतीय समाजात आपणच बहुसंख्य आहोत, तेव्हा विद्रोह पुकारायचा कुणाच्या विरोधात, हा त्याच्यापुढे मुलभूत प्रश्न आहे. म्हणून 'आपला समाज आहे तर तो आपणच सुधारला पाहिजे, आपणच अद्ययावत केला पाहिजे, आपल्या समाजात राहूनच आपण आपल्या सुधारणा केल्या पाहिजेत, अन्य कुणी करणार नाही, अन्य कुणी कराव्यात अशी अपेक्षा करण्यात अर्थ नाही, आधुनिक युगमानानुसार त्याची आपण नवी मांडणी केली पाहिजे', अशी विधायक धारणा ग्रामीण साहित्य चळवळीची आहे. तिचा याही धारणेचा परिणाम आधुनिक ग्रामीण कवितेवर झालेला आहे.

ग्रामीण कविता ही मुळात इथल्या मातीवर, इथल्या माणसावर प्रेम करणारी आणि उद्याच्या आधुनिक भारतीय नवसमाजावर श्रद्धा ठेवणारी, नव्या युगाला सर्वांगानी अनुकूल अशी नवी भारतीय संस्कृती निर्माण करू पाहणारी, जुन्यातील चांगले वेचून, कालानुरूप त्याला योग्य ती मुरड घालून भारतीय समाज नव्या

रूपात जन्माला घालू पाहणारी आहे. त्यामुळे तिच्या अभिव्यवक्तीची भाषाही दलित कवितेपेक्षा वेगळी झालेली दिसते.

तिच्यात अभनिवेशापेक्षा सोशिकतेचा भाव विशेष आहे. प्रस्थापितांच्या निषेधापेक्षा व्यथाव्याकुळता अधिक आहे. मोठा भाऊ काही पुंडावा करतो याविषयी चीड येऊनही तिची सुसंस्कृत नाराजीच अधिक प्रमाणात व्यक्त होते, ही वस्तुस्थिती आहे. जीवन हे परिपूर्ण सुखाचे कधी नसते; पूर्णपणे दु:खमुक्त जीवन कुणाच्याच वाट्याला कधी येऊ शकत नाही, याची मूलभूत जाणीव तिला आपल्या भारतीय सनातन कृषिप्रधान संस्कृतीमुळे झालेली असावी.

अशा रीतीने सामाजिक-सांस्कृतिक भूमिका, आपण भारतीय बहुसंख्याक समाज आहोत ही जाणीव, विद्रोहापेक्षा विधायक वृत्तीची जोपासना, कृषिप्रधान सनातन सोशिक मानसिकता आणि या सर्वांतून होणारी भाषिक समंजस अभिव्यक्ती या कारणांमुळे आजची ग्रामीण कविता दलित कवितेपेक्षा वेगळे स्वरूप धारण करते.

◆

संमेलन व्यासपीठाच्या मर्यादा

संमेलन-व्यासपीठ आणि ग्रामीण साहित्य यांचा परस्परसंबंधात विचार करताना प्रश्न असा पडतो की, मराठीतील ग्रामीण साहित्य म. फुले यांच्या शंभर वर्षांपूर्वी लिहिलेल्या 'शेतकऱ्याचा असूड' इतके जुने असूनही व त्याचा प्रवाह १९२५ नंतर प्रभावी असूनही गेल्या शंभरभर वर्षांच्या १८८५ ते १९८० महाराष्ट्रीय पातळीवरच्या कोणत्याही साहित्य संमेलनात ग्रामीण साहित्याच्या चर्चेला व्यासपीठ का मिळू नये?

हा प्रश्न वाङ्मयीन क्षेत्रातील असला तरी तो आपल्या समाजाच्या एकूणच सांस्कृतिक क्षेत्राकडे बोट दाखवितो. तसेच त्याचे विवरण तात्त्विक पातळीवर करण्यापेक्षा ऐतिहासिक कारण परंपरेच्या पातळीवर अधिक व्हावे, अशीही त्याची अपेक्षा दिसते. यातूनच या प्रश्नाच्या उत्तराची दिशा निश्चित होते.

न्या. म. गो. रानडे यांनी १८८५ साली 'मराठी ग्रंथकार सभा' या नावाखाली दुसरे मराठी साहित्य संमेलन घेतले. तेव्हा महात्मा जोतीबा फुले यांना त्यांनी या सभेस हजर राहण्यासाठी विनंतिपत्र पाठविले होते. पण म. फुले त्या सभेस जाऊ शकले नाहीत. या सभेत जे सामाजिक, सांस्कृतिक प्रश्न चर्चिले जाणार होते, त्यांत ग्रामीण भागात राहणाऱ्या शेतकऱ्यांच्या, शूद्रातिशूद्रांच्या, ग्रामवासियांच्या सामाजिक, सांस्कृतिक प्रश्नांची, त्यांच्या विषयीच्या साहित्याची आपुलकीने मीमांसा होईल असे म. फुल्यांना वाटले नाही. कारण जो उच्चवर्णीय वर्ग या सभेला येणार होता तो ग्रामीण भागातील स्वेतरांची स्थिती व प्रश्न विसरला होता. त्यांच्या शोषणावर तो पोसत होता. या वर्गाची संवेदनशीलता सर्वांगीण सुधारणेपेक्षा स्वहितार्थ आणि स्वतःचे

सामाजिक, वर्गीय प्रश्न सोडविण्यात गुंतली होती व इतर सामाजिक स्तरांच्या बाबतीत उदासीन किंवा स्थितिवादी होती. या संवेदनशीलतेतूनच त्याचे 'आधुनिक मराठी साहित्य' जन्माला येत होते. या साहित्याची चर्चा व होणारी संमेलने त्या विशिष्ट दिशेनेच चालली होती. या वर्णीय व वर्गीय वृत्तीचा म. फुले यांना प्रत्यय आलेला होता. या संकुचित वृत्तीच्या विरोधातील ही प्रतिक्रिया होती. आज स्वातंत्र्य मिळून तीस-पस्तीस वर्षे झाली तरी या समाजाची ही मूलभूत वृत्ती अजूनही फारशी बदललेली दिसत नाही.

टिळक युगाचा अंत होईपर्यंत म्हणजे १९२० पर्यंत या वृत्तीचे साहित्य-व्यवहारावर निरंकुश अधिराज्य होते. नंतर गांधीयुग आले, मार्क्सचा विचार आला, लोकशाहीच्या दिशेने वारे वाहू लागले आणि परिणामी काही साहित्यिकांची साहित्यनिर्मिती मानसिक पातळीवर तरी समग्र समाजाचे आशयभान ठेवू लागली. ग्रामीण जीवनावरील साहित्याची निर्मिती 'जानपद साहित्य, प्रादेशिक साहित्य, ग्रामीण साहित्य' इत्यादी नावांखाली होऊ लागली. या प्रकारची साहित्यनिर्मिती करणारा वर्ग जरी उच्चवर्णीयच होता, तरी तो नंतरच्या पिढीतील नवा तरुण वर्ग होता. प्रामुख्याने तो पुणे-मुंबईबाहेरचा होता. या तरुण वर्गाला टिळकांच्या 'नुसत्या स्वराज्यवादी' दृष्टीपेक्षा समग्र समाजाच्या विकासाला पायाभूत ठरेल अशी गांधीवादी, मार्क्सवादी, समाजवादी व्यापक आणि शास्त्रीय दृष्टी जवळची वाटली. ही दृष्टी ग्रामीण जीवनावरील साहित्य- निर्मितीला प्रेरणाभूत ठरली.

अशा रीतीने १९२५-३० च्या आसपास जाणीवपूर्वक ग्रामीण साहित्यनिर्मिती होऊ लागली. ही एक गोष्ट लक्षात ठेवली पाहिजे की, आधुनिक साहित्याच्या आरंभकालापासून ज्या पुण्या-मुंबईच्या भौगोलिक पट्ट्यात साहित्य-निर्मिती होत होती, त्या पट्ट्यातील ही शहरे साहित्य संस्कृतीची आद्य केंद्रे म्हणून प्रस्थापित होऊन प्रतिष्ठा पावली होती. साहित्यविषयक संस्था, निर्मिती, मुद्रण, प्रसिद्धी, वितरण, क्रयविक्रय, समीक्षा व साहित्यविषयक व इतर व्यवहार यांची एकसत्ताक विपुलता इथे निर्माण झाली होती. सबंध महाराष्ट्राच्या साहित्य-क्षेत्रावर ती अधिसत्ता गाजवीत होती. स्वत:ची साहित्यनिर्मिती व साहित्यदृष्टी ती इतरांना प्रमाण मानायला भाग पाडत होती. 'जानपद साहित्य, प्रादेशिक साहित्य, ग्रामीण साहित्य' हे शब्दप्रयोग याच अधिसत्ताक दृष्टीने घडविलेले असून ते त्या काळी तरी साहित्याचे 'कनिष्ठतावाचक विशेषण' म्हणूनच वापरले गेलेले आहेत. महत्त्वाच्या साहित्यप्रवाहाची प्रतिष्ठा त्यांना नव्हती. अशा प्रकारचे जानपद, ग्रामीण वा प्रादेशिक साहित्य हे संकुचित ग्राम्य जीवनक्षेत्राशी निगडित असून 'खरे मराठी साहित्य' नागर जीवन क्षेत्राशीच निगडित असते, असे तिने गृहित धरलेले होते. (१९३३ साली वि. स. खांडेकर यांनी 'सुगी' ला लिहिलेल्या प्रस्तावनेत अशा उच्चभ्रू वृत्तीला या संदर्भात चांगले छेडलेले आहे, र. वा. दिघे यांचे

या विषयीचे अनुभव ऐकण्यासारखे होते.) ही स्थिती प्रत्यक्ष साहित्याच्या क्षेत्रात तरी १९४० पर्यंत 'जैसे थे' स्वरूपात दिसते. महाराष्ट्रातील टिळकवादी वृत्तीविरुद्ध गांधीवादी वृत्ती यांचे जणू ते अप्रत्यक्ष पडसाद होते.

१९४० च्या आसपास र. वा. दिघे, श्री. म. माटे, ग. ल. ठोकळ यांच्यासारखे मातब्बर साहित्यिक ग्रामीण कथा-कादंबऱ्या लिहू लागले आणि ग्रामीण साहित्याचे चित्र आणखी पालटत जाऊ लागले. त्याची लोकप्रियता वाढत जाऊ लागली. तरीही संमेलनीय व्यासपीठांनी ह्या साहित्याची दखल घेतली नाहीच, ही वस्तुस्थिती आहे.

त्यानंतरच्या सातआठ वर्षांत पेंडसे-दांडेकर यांच्यासारखे प्रादेशिक कादंबरीकार पुढे आले. १९५० मध्ये 'बळी' सारखी उत्कृष्ट कादंबरी लिहिली गेली. या दशकात ग्रामीण साहित्याचा प्रवाह झपाट्याने वाढत होता आणि दर्जेदार साहित्यनिर्मिती करीत होता. तरीही साहित्य-संस्कृतीच्या आद्य केंद्रांना त्याची संमेलनीय दखल घ्यावीशी वाटली नाही. त्यांच्या प्रस्थापित नागर साहित्य-क्षेत्रातील प्रश्नच त्यांना अधिक महत्त्वाचे वाटत गेले.

नागर साहित्यातील हे प्रश्न महत्त्वाचे नव्हते काय? जरूर महत्त्वाचे होते. विशेषत: १९२५ पर्यंतच्या काळात हे प्रश्न महत्त्वाचे होतेच होते. कारण नागर साहित्याची निर्मिती नवनव्या उन्मेषाने विविध क्षेत्रांत विपुल प्रमाणात होत होती. साहित्यनिर्मितीच्या आणि साहित्यशास्त्राच्या क्षेत्रांत अनेक प्रश्न निर्माण होत होते. म्हणून या प्रश्नांची दखल घेणे योग्यच होते. पण या नंतरच्या काळात ग्रामीण साहित्यानेही काही प्रश्न निर्माण केलेले होते. त्यांचीही दखल नंतरच्या काळात घेणे तेवढेच महत्त्वाचे होते. विशेषत: १९२५-३० च्या आसपासच ग्रामीण साहित्य विशेष प्रमाणात का निर्माण होऊ लागले, या ग्रामीण साहित्याचा कल वास्तववादी साहित्याकडेच का आहे, ग्रामीण साहित्यात ग्रामीण जीवनाचे यथार्थ दर्शन घडते काय, ग्रामीण साहित्यातील जीवनावर व पात्रांवर मध्यम वर्गीय संकल्पनांचे आरोपण होते काय, ग्रामीण साहित्य आणि फडकेप्रणीत मनोरंजनवाद, ग्रामीण साहित्य आणि समाज सुधारणा, ग्रामीण साहित्य आणि गांधीवाद, ग्रामीण साहित्य आणि वास्तववाद, ग्रामीण साहित्याची भाषा, ग्रामीण साहित्य आणि पांढरपेशा मध्यमवर्ग, ग्रामीण साहित्यातील मराठी मन इत्यादी अनेक प्रश्नांचे मोहोळ १९२५ ते ५० मधील ग्रामीण साहित्य वाचताना जिज्ञासू वाचकाच्या मनात निर्माण होत होते. तरीही या प्रश्नांची दखल या काळात संमेलनीय व्यासपीठावरून घेण्याची साधी आस्थाही कुणा संवेदनशील समीक्षकाला, विचारवंताला वाटली नाही. साध्या लेखातूनही यांची कुणी चिकित्सा केलेली दिसत नाही. अशी दखल घेणे मान्यवर समीक्षकांच्या प्रतिष्ठेला त्या वेळी शोभून दिसत नसावे. निदान तशी हवा पुण्या-मुंबईच्या नागर साहित्यक्षेत्रात होती.

देशाला स्वातंत्र्य मिळाले आणि १९५० ते ६० च्या दशकात ग्रामीण साहित्याची एक उत्साही लाट आली. महाराष्ट्राच्या अनेक प्रदेशांतून व ग्रामीण विभागांतून निरनिराळे साहित्यिक ग्रामीण साहित्य-निर्मिती करू लागले. ग्रामीण साहित्याशिवाय दिवाळी अंकाचे व मासिकांचे पान हलेनासे झाले. स्वातंत्र्योत्तर साहित्यिकांची ही पहिली पिढी होय. नंतर म्हणजे १९६० ते ७५ या काळात ग्रामीण साहित्यिकांची दुसरी तरुण पिढी आली. कथा-कादंबरीच्या प्रांतात तिने प्रयोग केले, नवी ग्रामीण कविता आकाराला येऊ लागली, ग्रामीण बोलींना साहित्य माध्यमात प्राधान्य मिळून साहित्याचे बहिरंग व अंतरंग पार पालटून गेले. १९७५ नंतरच्या काळात महाराष्ट्राच्या अनेक जिल्ह्यांतून, तालुक्यांतून दैनिक साप्ताहिकांच्या स्वरूपात जिल्हापत्रे, स्थानिक पत्रे निघू लागली. त्यांतून तिसरी पिढी ग्रामीण साहित्यनिर्मिती करू लागली. आपल्या आसपासचे बदलते समाजजीवन, ग्रामीण सुधारणांतील नवे ताण रेखाटू लागली. नवनव्या जिल्हापत्रांमुळे, स्थानिक पत्रांमुळे ह्या पिढीचे लेखन पुण्या-मुंबईच्या आद्य सांस्कृतिक केंद्रांकडे पूर्वीच्या रेट्याने येईनासे झाले व आले तरी प्रसिद्ध होईनासे झाले. परिणामी ग्रामीण साहित्यिकांच्या तिसऱ्या पिढीचा थांगपत्ताही पुणे-मुंबईकरांना लागेना. या नव्या पिढीच्या ग्रामीण साहित्यिकांची सर्व महाराष्ट्रातील संख्या १९८०-८२ मध्ये तीन-साडेतीनशेच्या आसपास होती. स्वातंत्र्योत्तर तीस वर्षांतील प्रचंड उलटापालटीची ही फळे होती. हे दृश्य अपूर्व होते.

ग्रामीण साहित्याच्या या क्षेत्रातील आमूलाग्र घडामोडींची संमेलनीय व्यासपीठाने तरीही दखल घेतली नाही. स्वातंत्र्योत्तर काळात तीन टप्प्यांवर ग्रामीण साहित्य बदलत, विकसित होत गेले, त्याचे सांस्कृतिक संदर्भ बदलले, तरीही याची दाद संमेलनांच्या व्यासपीठांना १९८० पर्यंत लागलीच नाही. १८८५ ते १९८० असा नव्वद-पंच्याण्णव वर्षांचा काळ उलटला तरी ही प्रतिष्ठा ग्रामीण साहित्याला मिळू शकली नाही. प्रतिष्ठित साहित्यसंस्थांनी या काळात एकदाही चर्चा वा परिसंवाद घडवून आणला नाही किंवा त्यांनी वा मासिकांच्या संपादकांनी एखादा विशेषांकही ग्रामीण साहित्यविषयक चर्चेला वाहिला नाही.

वास्तविक मराठी साहित्याचे अनुभवविश्व मराठी समाजाच्या सर्व स्तरांना भिडविण्याचे सामर्थ्य या ग्रामीण साहित्यात होते. पुण्या-मुंबईच्या मध्यमवर्गीय पांढरपेशा चिंचोळ्या अनुभव-विश्वात अडकून पडलेल्या मराठी साहित्यसंवेदनेला ही किती मोठी देणगी होती. पण याची नोंद घेऊन व्यासपीठीय प्रतिष्ठा या साहित्याला देण्याचा कुणीही प्रयत्न केला नाही.

हे का होऊ शकले नाही ? ज्या उच्चवर्णीय वर्गाचे सांस्कृतिक अधिराज्य आतापर्यंत मराठी साहित्यावर होते व त्याच्या आधारे पांढरपेशा मनाला सांस्कृतिक

उच्चता प्राप्त झालेली होती ती (उच्चता व अधिराज्य) या ग्रामीण साहित्याच्या व्यासपीठीय मान्यतेमुळे संपुष्टात येऊ लागणार होती. ब्रिटिश काळात या वर्गाकडे अनेक वर्षे असलेली नोकरशाही राज्यसत्ता व तिच्याच आधाराने वावरणारी अर्थसत्ता स्वातंत्र्योत्तर काळात नाहीशी झाली होती. ग्रामीण विभागातील शेकडो शिक्षणसंस्थांमुळे या वर्गाची शैक्षणिक ज्ञानसत्ता संपुष्टात येऊ लागली होती. विज्ञाननिष्ठेमुळे धर्मसत्तेला अर्थ राहिला नव्हता. अशा वेळी शेवटची उरलेली सांस्कृतिक सत्ताही जर गेली, तर या वर्गाच्या 'वेगळेपणाला' अस्तित्व राहणार नव्हते. बहुजन समाजाच्या हातात या निमित्ताने सर्वस्वाचे सामाजिक हस्तान्तर होणार होते, म्हणून ग्रामीण साहित्याला व्यासपीठीय मान्यता देणे त्याला अवघड जात होते. या तुलनेत दलित साहित्याला मान्यता देणे तसे अवघड नव्हते. कारण दलितवर्ग बाकीच्या सत्तांच्या बाबतीत तसा कंगालच राहिला होता.

या भूमिकेतूनच की काय अगदीच नाराजी पसरू नये म्हणून १९६० नंतरच्या काळात संमेलनातील रसिकांच्या रात्रीच्या मनोरंजनाची विदुषकी भूमिका ग्रामीण कथाकारांकडे दिली जात होती. सामाजिक, सांस्कृतिक आणि ऐतिहासिक दूर-दृष्टी नसलेले व्यंकटेश माडगूळकर, शंकर पाटील, द. मा. मिरासदार यांच्यासारखे कथाकारही तेवढ्यात धन्यता मानून खूष होते. वास्तविक ह्या उच्चवर्णीय पांढरपेशा समाजाने काळाचा ओघ ओळखून आपली उच्चत्वाची आणि इतर सामाजिक स्तरांपेक्षा आपण 'वेगळे' असल्याची भावना सोडून देणे आवश्यक होते आणि सर्वच समाजस्तरांचे म्हणजे समग्र समाज-जीवनाचे सामाजिक, सांस्कृतिक नेतृत्व करणे आवश्यक होते. तसा त्यांनी सर्व समाजजीवनात नव्याने आत्मविश्वास निर्माण करण्याची गरज होती. त्यासाठी समाज-सागराचे वास्तव स्वरूप लक्षात घेऊन त्याच्याशी विविध क्षेत्रांत एकरूप होण्याची जरूर होती. असे झाले असते तर सर्व समाज जीवनाच्या अन्न-वस्त्र-निवारादी जीवनावश्यक वस्तूंची निर्मिती करणाऱ्या ग्रामीण विभागातील आपल्या ऐंशी टक्के समाजाशी ते एकात्म झाले असते आणि त्यांच्या (ग्रामीणांच्या) जीवनाचे प्रतिबिंब असलेल्या साहित्याला त्यांनी एकूणच समाज-जीवनातील महत्त्व ओळखून व्यासपीठीय स्थान अ. भा. मराठी साहित्य संमेलनात दिले असते. पण हे देशाला स्वातंत्र्य मिळून तीस-पस्तीस वर्षे झाली तरी होऊ शकले नाही.

शेवटी काळाचा ओघ कुणी थांबवू शकत नाही. १९७७ साली पुणे येथे श्री. पु. भा. भावे यांच्या अध्यक्षतेखाली भरलेल्या अ. भा. म. साहित्य संमेलनाच्या वेळी दोन स्फोटक घटना घडल्या. पहिली घटना : दलित साहित्याच्या चळवळीतील नेत्यांनी संमेलनाच्या व्यासपीठावर घुसून शेवटच्या दिवशी संमेलन उधळून लावले. आणि दुसरी घटना : या संमेलनाच्या तारखांना जोडूनच 'भारती विद्यापीठ, पुणे' या

संस्थेतर्फे ग्रामीण साहित्यिकांचा स्वतंत्रपणे पहिला मेळावा भरविण्यात आला आणि ग्रामीण साहित्याच्या, महत्त्वाच्या, स्वतंत्र प्रश्नावर प्रथमच शिक्कामोर्तब केले. यानंतरच्या लगतच्या काळात ग्रामीण साहित्य संमेलने महाराष्ट्रीय पातळीवर स्वतंत्रपणे भरू लागली. शिवाय चर्चासत्रे, शिबिरे, परिसंवाद महाराष्ट्राच्या कोनाकोपऱ्यांतून ग्रामीण साहित्यावर होऊ लागले. १९७७ च्या अगोदरपासून नऊदहा वर्षे दलित साहित्य-संमेलने स्वतंत्रपणे भरतच होती. पण वरील दोन स्फोटक घटनांचा परिणाम असा झाला की, त्यानंतरच्या अ. भा. म. सा. संमेलनात ग्रामीण आणि दलित साहित्यावरील चर्चांना अधिकृत आणि गंभीरपणे व्यासपीठीय स्थान मिळू लागले.

प्रा. गं. बा. सरदार यांच्या अध्यक्षतेखाली बार्शी येथे फेब्रुवारी १९८० साली झालेल्या अ. भा. म. सा. संमेलनात 'वास्तवातील खेडे आणि साहित्यातील खेडे' या ग्रामीण साहित्याशी निगडित असलेल्या विषयावर प्रथमच परिसंवाद झाला. फेब्रुवारी १९८३ साली अंबाजोगाई येथे श्री. व्यंकटेश माडगूळकर यांच्या अध्यक्षतेखाली झालेल्या अ. भा. म. सा. संमेलनातही 'दलित व ग्रामीण साहित्याच्या प्रेरणा भिन्न आहेत काय?' या विषयावर परिसंवाद आयोजित केला होता. याचे श्रेय बार्शीकरांना व अंबाजोगाईकरांना अवश्य दिले पाहिजे. डिसेंबर १९८१ मध्ये रायपूर (मध्यप्रदेश) येथे श्री. गंगाधर गाडगीळ यांच्या अध्यक्षतेखाली भरलेल्या अ. भा. म. सा. संमेलनाच्या व्यासपीठावरून अध्यक्षीय भाषणातच ग्रामीण साहित्यासंबंधीच्या काही प्रश्नांची मीमांसा झाली.

मराठी लोक-मानसाचे यथार्थ प्रतिनिधित्व करणाऱ्या ग्रामीण साहित्याला अ. भा. म. सा. संमेलनातील व्यासपीठीय प्रतिष्ठा हळूहळू पण निश्चितपणे मिळत जाणार असली तरी तिला अजून म्हणावे तसे बळ प्राप्त होताना दिसत नाही. वास्तविक स्वातंत्र्योत्तर जागृतीच्या काळात महामंडळाची साहित्य संमेलने पुण्या-मुंबईच्या बाहेर, ग्रामीण विभागांतील जिल्ह्याच्या ठिकाणी भरत असूनही व ती भरविणाऱ्या स्थानिक मंडळांना किंवा संस्थांना संमेलनातील चर्चापरिसंवादादी कार्यक्रमांचे व विषयांचे आयोजन करण्याचे अधिकार असूनही या संमेलनांतून ग्रामीण साहित्याशी संबंधित असलेल्या विषयांना चर्चापरिसंवादात योग्य ते स्थान का मिळत नाही, हा खरा महत्त्वाचा प्रश्न आहे.

या प्रश्नाचा विचार करताना काही निष्कर्ष हाताशी लागतात. पुण्या-मुंबईबाहेर संमेलने आयोजित करणाऱ्या स्थानिक संस्थांतील व्यक्ती या अजूनही परंपरेने साहित्याच्या बाबतीत पुणे-मुंबईच्या पूजक आहेत. मनाने त्या शहरी संस्कृतीला विकल्या गेल्या आहेत. साहित्याच्या बाबतीत अजूनही त्यांना 'स्वत्व' सापडलेले नाही. साहित्य म्हटले की त्यांना पुणे-मुंबईच आठवते. तेथील साहित्यिकांचे कथाकथनांचे वा तत्सम मनोरंजनाचे, विद्वान समीक्षकांचे, भाषणांचे वा तत्सदृश

प्रकाशन समारंभांचे आणि मोठ्या नट-नाटककारांच्या नाटकांचे कार्यक्रम 'आपल्या' गावी, 'आपण' घडविल्याचे त्यांना शाळकरी मानसिक समाधान लाभते. त्या गावी त्यांचा रुबाब वाढतो. स्वप्ननगरीतील काही तरी वेगळेच (!) ऐकल्याचे, पाहिल्याचे पुण्यही काहींना लाभते. आपल्या गावी होत असलेल्या कार्यक्रमांची प्रस्तुत-अप्रस्तुतता, योग्यायोग्यता समजण्याची क्षमता त्यांच्याजवळ नसते. श्रवणभक्ती एवढेच त्यांचे ध्येय असते. पुणेरी वा मुंबईची शहरवाली वृत्ती असलेल्या एखाद्या साहित्यिकाला, समीक्षकाला कार्यक्रमास बोलावून त्याच्याशी मैत्री स्थापण्याचा, 'तो ना? माझा मित्रच आहे' एवढे सांगण्याचा, उथळ धन्यतेचा हेतूही त्यामागे असतो. –या सर्व प्रकारामध्ये आपण आत्मभ्रष्ट होतो, स्वत्व गमावून बसतो, स्वत:ला फुकटात विकून घेतो याची त्यांना लेशभरही कल्पना नसते.

त्यांच्या या भाबड्या किंवा उथळ अपेक्षांचा फायदा घेतला जातो. पाश्चिमात्य जगाकडे आपली तोंडे वळवलेले, देशी संस्कृतीपासून तुटलेले किंवा तुटू इच्छिणारे, ग्रामीण समाजाविषयी मनोमन तुच्छताबुद्धी असलेले स्वार्थी आणि समाजविन्मुख, शहरी साहित्यिक हे ग्रामीण विभागातील या संस्थांकडे, व्यक्तींकडे, कार्यक्रमांकडे आपला 'माल खपविण्याचे एक ठिकाण, 'एक चालून आलेले गिऱ्हाईक' म्हणूनच पाहतात. त्यांच्याशी गोड-गुळमट आणि मायावी बोलून, वर्षभर पुणे-मुंबईत चाललेले व लिहिलेले चघळ विषयच पुन्हा त्यांच्या माथी मारतात. त्यातून आपली प्रस्थापना, प्रतिष्ठा पक्की करतात. कार्यक्रम वा संमेलने संपवून परत जाताना पुन्हा 'जेवण चांगले नव्हते, व्यवस्था चांगली नव्हती, योग्य तो मान राखला नाही, प्रातर्विधींची कमोड व्यवस्था नव्हती, राहण्याची ठिकाणे स्वच्छ नव्हती' असे खाल्ल्या घरचे वासे मोजू लागतात. त्या वेळी संमेलने आयोजित करणाऱ्या संस्थांच्या आणि तेथील व्यक्तींच्या डोक्यात प्रकाश पडतो की, आम्हा ग्रामीणांना समजून घेण्यासाठी हे लोक इकडे आलेले नसून शहरी अहंकाराने पछाडलेल्या स्वत:लाच समजून सांगण्यासाठी, स्वत:भोवती आरती ओवाळून घेण्यासाठी उत्सवमूर्ती म्हणून आलेले असतात. त्यामुळे या स्थानिक संस्थांनी वा व्यक्तींनी जिवापाड केलेल्या प्रयत्नांवर पाणी पडल्याचा त्या ग्रामीणांना अनुभव येतो. उद्योगप्रधान शहरी भ्रष्ट संस्कृतीचे बिनडोक अंधानुकरण करण्यातून हे असे अनुभवाला येणारच, हेच या ग्रामीणांच्या लक्षात येत नाही.

वास्तविक आपणास अशा प्रकारचे संमेलनीय कार्यक्रम कशासाठी घ्यावयाचे आहेत, या प्रश्नाचा त्यांनी कधी विचारच केलेला नसतो. 'एक हुल्लड उठवून देऊ, एक जल्लोष घडवून आणू, पुण्या-मुंबईचे साहित्यिक, समीक्षक, कलावन्त 'आपल्या लोकांना' दाखवून देऊ, दोन-तीन दिवस उरूस साजरा करू' एवढ्याच त्यांच्या अंतर्यामीच्या पोरकट अपेक्षा असतात. 'आपला समाज आणि आपले साहित्य' यांच्या परस्पर सामाजिक, सांस्कृतिक संबंधातून निर्माण होणारे त्यांना काही गंभीर प्रश्न पडले

आहेत, त्या प्रश्नांच्या सोडवणुकीसाठी विद्वानांना एकत्र आणून काही चर्चा-परिसंवाद घडविले पाहिजेत, आपल्या प्रदेशाचे जीवन रेखाटणाऱ्या आपल्या साहित्यिकांना नीटपणे घडविण्यासाठी काही योजना आखल्या पाहिजेत, आपल्या प्रदेशाच्या सांस्कृतिक, वाङ्मयीन परंपरा नीट समजून घेतल्या पाहिजेत, असे काही या संस्थांजवळ नसतेच. या भावनेतून निर्माण झालेली संमेलनीय योजना त्यांच्याजवळ लेशभरही नसते.

सारांश त्यांच्याजवळ सांस्कृतिक व वाङ्मयीन स्वत्वाचा अभाव असल्यामुळे 'ग्रामीण साहित्य' हे खरे आपले साहित्य आहे, त्यात आपले, आपल्या परिसरातील माणसांचे जीवन प्रतिबिंबित झाले आहे, याची जाणीवच त्यांच्यात निर्माण झालेली नसल्यामुळे ग्रामीण साहित्याला संमेलनातील व्यासपीठावर अजून नीट जागा मिळत नाही.

पुष्कळ वेळा संमेलने भरविणारी ही मंडळी वाङ्मयीन वा सांस्कृतिक क्षेत्रांतीलच नसतात. ती त्या क्षेत्रांबाहेरची, बहुधा राजकारणातली असतात. राजकारणाचा एक भाग म्हणून आपल्या नावावर 'काही कार्य' केल्याचा शिक्का पडावा म्हणून, परिसरातील मतदार-संघाला खूष करण्याचा एक प्रकार म्हणून ही संमेलने भरविली जातात. अशा वेळी जुन्या परंपरेने जे काही 'जत्रा स्वरूप' चालत आलेले असते, तेच सांभाळण्याकडे व त्यातून सर्वांनाच खूष करण्याकडे प्रवृत्ती दिसते. त्यामुळे चालत आलेले तेच तेच कालबाह्य विषय हाताळण्याची संमेलनांची रीत दिसते. त्यामुळे नवे रूप धारण केलेल्या ग्रामीण साहित्याचे महत्त्व या मंडळींना कळणे अशक्य असते. ही चाकोरी मोडण्याचे धाडस ज्या स्थानिक मंडळाजवळ आणि व्यक्तींजवळ असेल तेच ग्रामीण साहित्याला व्यासपीठीय प्रतिष्ठा अशा संमेलनात देऊ शकतील असे वाटते.

खरे तर जात-पात, उच्च-नीचता, धर्म-प्रतिष्ठा हे सगळे मागे टाकून समग्र मराठी समाजाने मुळातूनच असा विचार केला पाहिजे की, मराठी समाजाची नेमकी मराठी संस्कृती कोणती, आपण नेमके कुणाच्या जिवावर पोसत असतो, आपला बहुसंख्य समाज नेमका कुठे राहतो, पोसतो, वाढतो, त्याचे मराठी जीवन नेमके कसे आहे, निर्माण होणाऱ्या साहित्यातील त्याचे नेमके प्रातिनिधिक साहित्य कोणते, त्या साहित्याचे नेमके प्रश्न कोणते? हे ओळखण्याची चोखंदळ दूरदृष्टी ठेवूनच आपण 'अखिल भारतीय मराठी साहित्यसंमेलने' आयोजित केली पाहिजेत. अशा संमेलनात ग्रामीण साहित्याचे व्यासपीठीय स्थान निश्चितच महत्त्वाचे असेल. सामाजिक-सांस्कृतिक संघर्षातून निर्माण होणारी उद्याची 'मराठी साहित्य संमेलने' अशाच प्रकारची असतील याविषयी मला खात्री वाटते.

तोवर सर्वच क्षेत्रांत भ्रष्टतेची परिसीमा झालेल्या या आजच्या समाजात ग्रामीण साहित्याच्या प्रतिष्ठेसाठी त्या नेतृत्वाला संघर्षच करावा लागणार आहे.

◆

साहित्य संस्था आणि सामाजिक जाणिवांचे नवे साहित्य

पुण्यामध्ये जानेवारी १९८८ च्या १६ व १७ तारखांना 'सामाजिक परिषदे' च्या शताब्दी सोहळ्याचा सांगता-समारंभ पार पडला. दोन दिवसांच्या कार्यक्रमात अनेकांनी अनेक विचार मांडले. ते महत्त्वाचे होते. प्रस्तुत ठिकाणी साहित्यकारण आणि सामाजिक परिषद या संदर्भापुरताच विचार करावयाचा असल्याने त्या संदर्भातील विचारांचाच फक्त इथे उल्लेख करीत आहे. या परिषदेत नानासाहेब गोरे वा गं. बा. सरदार यांनी काही अपेक्षा व्यक्त केल्या. 'सर्वच छोट्या छोट्या सामाजिक संस्था-संघटनांनी एकत्र येऊन सामाजिक-सांस्कृतिक कार्य केले, तरच त्यातून काही घडण्यासारखे आहे.' असा सूर त्या दोघांच्याही विचारात होता.

य. दि. फडके यांनी आजच्या सामाजिक सुधारणेच्या प्रश्नातील गुंतागुंत उकलून दाखविली आणि आजच्या सर्वच पातळ्यांवरील राजकारणामुळे व लोकशाही मूल्ये पायदळी तुडविली जात असल्यामुळे 'समाज सुधारणा' व त्या विषयीचा विचार करणेही कसे अशक्यप्राय होऊन बसले आहे ते सांगितले.

या सूत्रांच्या आधारानेच अनेक विचारवंतांनी वेगवेगळ्या परींनी आपले विचार मांडण्याचा प्रयत्न केला.

'सामाजिक परिषदे' च्या या दोन दिवसांच्या प्रमुख कार्यक्रमात अपंगांचे, आदिवासींचे, अल्पसंख्याकांचे, दलितांचे, स्त्रियांचे, सुशिक्षितांचे, श्रमिकांचे आणि इतरांचेही अनेक प्रश्न गटवार चर्चा करून हाताळण्यात आले. शंभर-सव्वाशे लहान-मोठे वक्ते या चर्चांत बोलले. त्यावरून सामाजिक प्रश्नांचे

मोहळ किती प्रचंड प्रमाणात समाजवृक्षावर घोंगावते आहे याची कल्पना आली.

जानेवारीच्या पहिल्या आठवड्यात झालेल्या ठाण्याच्या अ. भा. म. साहित्य संमेलनात अध्यक्षीय पदावरून प्रा. वसंत कानेटकर यांनी 'सामाजिक परिषदे' विषयी आस्था व्यक्त केली आणि त्या परिषदेचे आधिवेशन साहित्य संमेलनाच्या मंडपात भरावे, ते अधिवेशन संमेलनाने दत्तक घ्यावे, अशी एक मोलाची सूचनाही केली. (तिचा पाठपुरावा पुढे त्यांनी कधी केला नाही. त्यावरून अध्यक्षीय शोभेच्या भाषणातील तो एक मजकूर होता यापलीकडे त्या मजकुराला काही अर्थ नव्हता, असे आज वाटते.)

या परिषदेच्या दोन दिवसांच्या महत्त्वाच्या कार्यक्रमांत पुण्यातील वक्ते सोडले, तर पुणेकर सुशिक्षितांची आणि साहित्यिकांची उपस्थिती जवळजवळ नव्हतीच. शंकरराव खरात, अनिल अवचट या पुणेरी पठडीबाहेरील पण पुण्याच्या लेखकांचा मात्र अपवाद मानावा लागेल. या परिषदेत पुण्याचे वक्ते जेवढे होते; तेवढेही पुणेरी श्रोते श्रोतृवर्गात नव्हते. बाहेरगावाहून आलेल्यांची संख्या मात्र विशेष जाणवत होती. यावरून पुण्याच्या सुशिक्षित वर्गास आजच्या आपल्या समाजात असलेल्या ज्वलंत सामाजिक प्रश्नांना निदान समजून घेण्याची आस्था कितपत आहे, याचा पडताळा आला. वास्तविक सगळ्या महाराष्ट्रातील विविध सामाजिक संघटनांचे व संस्थांचे कार्यकर्ते इथे एकत्र आलेले होते. त्यांच्या गटवार चर्चांतून व व्याख्यानांतून आजच्या महाराष्ट्राच्या समाजप्रश्नांचे स्वरूप पुण्यनगरीच्या अंगणात बसून समजून घेण्याची सुवर्णसंधी आली होती.

पुण्याच्या सुशिक्षित वर्गात पुण्याचे साहित्यिकही आहेतच. पुण्या-मुंबईचे साहित्यिक आपल्या हातात मराठी साहित्याची धुरा आहे, असे मानतात. त्याविषयीचा अभिमान ते वेळोवेळी, प्रत्यक्ष-अप्रत्यक्षरीत्या व्यक्तही करतात, हे ठीकच आहे.

पण आपली साहित्यनिर्मिती समृद्ध व्हावयाची असेल तर तिला कलात्मकतेचे भान जेवढे असले पाहिजे तेवढेच आपला अनुभव समृद्ध असण्याचेही भान आपण ठेवले पाहिजे, हे साहित्यातील प्राथमिक गृहितकृत्यही त्यांच्या वेळोवेळीच्या वर्तनातून तरी का दिसू नये? ज्याच्या हातात साहित्याची धुरा आहे, त्यांच्या साहित्यावर तर ते 'सदाशिव पेठी' साहित्य आहे, असा डॉ. श्रीधर व्यंकटेश केतकर यांनी मारलेला शिक्का गेल्या पन्नास-साठ वर्षांतही त्यांना पुसता आला नाही. गेल्या पंचवीस वर्षांत तर पुण्या-मुंबईबाहेरच्या समीक्षकांनी, वाचकांनी आणि होणाऱ्या छोट्या-मोठ्या साहित्य-संमेलनांनी हा शिक्का पुनःपुन्हा ठासून मारलेला आहे.

अशा वेळी आपल्या वर्तमान मराठी समाजाचे सामाजिक, सांस्कृतिक प्रश्न पुण्यातल्यापुण्यात बसून समजून घेण्याची संधी आली होती. हे प्रश्न समजून घेतले तर आपल्याही जीवनजाणिवा समृद्ध होतील, व्यापक होतील, साहित्यनिर्मितीसाठी

वेगळ्या अनुभवदिशा, चिंतनदिशा आपल्याला लाभू शकतील, हा साधा विचारही या शहरी साहित्यिकांच्या मनात का येऊ नये, असा प्रश्न पडतो. जी 'सामाजिक परिषद' साहित्यसंमेलनाने दत्तक घ्यावी अशी सूचना अध्यक्षीय पदावरून ज्यांनी केली, ते तरी निदान येता-जाता डोकावून गेले असते आणि 'परिषदे' च्या नव्या सूत्रधार व्यक्तींशी कार्यक्रमातच बोलले असते, काही आस्था सामाजिक कार्याविषयी दाखविली असती, तरी ती एक महत्त्वाची घटना सामाजिक परिषदेच्या या कार्यक्रमात ठरली असती. मग 'सामाजिक परिषद' दत्तक कशासाठी हवी आहे? केवळ तिला 'जागा' हवी आहे म्हणूनच, की या 'दत्तक' प्रकरणाला काही खोलवर अर्थ आहे म्हणून?

या मराठी साहित्यिकांना समाज-जीवनाचे प्रश्न, त्यांतून निर्माण झालेल्या मराठी माणसाच्या जाणिवा समजून घेण्याची गरजच का वाटू नये? या 'धुरिण' साहित्यिकांना हरिभाऊ आपटे, केशवसुत, गो. ब. देवल, वा. म. जोशी, डॉ. केतकर, श्री. म. माटे, वि. स. खांडेकर, विभावरी शिरूरकर, प्र. के. अत्रे, कुसुमाग्रज, पु. ल. देशपांडे, बा. सी. मर्ढेकर, विंदा करंदीकर यांची समाजजाणिवेची समृद्ध परंपरा नष्ट करून टाकावयाची आहे काय? स्वातंत्र्यपूर्व काळात पोसलेले हे साहित्यिक का मोठे झाले, याचे गमक यांना कळलेले नाही काय? का यांना केवळ जादूगार ना. सी. फडके यांचीच मनोरंजनवादी परंपरा वेगवेगळ्या 'मॉडर्न' स्वरूपात स्वातंत्र्योत्तर काळात जतन करावयाची आहे? अलीकडचे विजय तेंडुलकर, अरुण साधू, ह. मो. मराठे, अनिल अवचट यांच्यासारखे चार-सहा अपवाद सोडले, तर बहुतेकांना प्रत्यक्ष-अप्रत्यक्ष स्वरूपात फडके-परंपराच जतन करावयाची असावी, असे कटू सत्य जाणवू लागते.

उलट सर्व महाराष्ट्रात (त्यात ग्रामीण आणि शहरी सगळाच समाज येतो) आज समाजाच्या विविध स्तरांतून पुढे येणारा जो आदिवासी, दलित, ग्रामीण, जनवादी, भटका-विमुक्त नवशिक्षित तरुण साहित्यिक वर्ग आहे, त्याच्या मात्र सामाजिक जाणिवा प्रखर झालेल्या आहेत हे चटकन लक्षात येते. पुण्या-मुंबईबाहेरची दैनिके, साप्ताहिके, काही 'कवितारती', 'अस्मितादर्श', 'समुचित', 'अक्षरवैदर्भी', 'विचारभारती' यांसारखी नवी-जुनी नियतकालिके डोळसपणे पाहिली तर या सामाजिक जाणिवेचा पडताळा वाचकाला आल्याशिवाय राहणार नाही. या बाबतीत पुण्या-मुंबईबाहेरचा महाराष्ट्र खडबडून जागा झाला आहे. बाहेरच्या या भागात होणाऱ्या छोट्या-मोठ्या अनेक साहित्यसंमेलनांतून याचा पडताळा सहज येतो. अशा प्रकारच्या साहित्यसंमेलनातून आरंभापासूनच 'साहित्य संमेलने आणि सामाजिक परिषदा' यांचे एकात्मीकरण झालेले दिसून येते. या साहित्य संमेलनात साहित्यिकाच्या वाङ्मयीन जाणिवा सतत समाजजीवनाच्या दिशेने व्यापक करण्याचा व त्यांची घडई करण्याचा प्रयत्न

चाललेला असतो. इथे 'सामाजिक परिषद' दत्तक घेण्याचा प्रश्नच उद्भवत नाही. ती त्या संमेलनाशी औरस स्वरूपातच संबंधित असते. कारण या साहित्यिकांचा जीवनानुभव सामाजिक प्रश्नांनी, समस्यांनी अंकित असतो. त्यामुळे त्यांचे निर्माण होणारे साहित्य समाजवास्तवाच्या आणि समाजातील सखोल समस्यांच्या दिशेनेच बोट दाखवीत असते.

मग दूरची सामाजिक परिषद 'दत्तक' घेण्यापेक्षा अखिल भारतीय मराठी साहित्य संमेलनाला ही नवी छोटी-मोठी साहित्यसंमेलनेच दत्तक घेऊन वाङ्मयीन पातळीवरील 'सामाजिक परिषदे' चेच कार्य पार नाही का पाडता येणार? या छोट्या-मोठ्या संमेलनांनी साहित्याला एक कलावस्तू तशीच सामाजिक व सांस्कृतिक वस्तू मानून साहित्याच्याद्वारा सामाजिक जाणिवा संस्कारित व व्यापक करण्याचे जे वाङ्मयीन कार्य चालविले आहे व जे वर उल्लेखिलेल्या मोठमोठ्या मराठी साहित्यिकांची उज्ज्वल वाङ्मयीन परंपरा आजच्या सामाजिक परिस्थितीच्या संदर्भात चालविणारे आहे व त्यामुळे 'औरस' स्वरूपाचे आहे तेच जवळ करता येणार नाही का? त्यालाच मातृत्वाच्या भावनेने मांडीवर घेता येणार नाही का? असे प्रश्न विचारावेसे वाटतात.

◆

साहित्य-विकासाच्या वाटा

मराठी मन किती विविध रूपांनी नटलेले आहे. मराठीच्याच शाखोपशाखा असलेल्या अनेक सुंदर ग्रामीण बोलींनी मराठी सारस्वत समृद्ध झालेले आहे. या अनेक बोलींची मिळूनच आपली मराठी सारजामाऊली घडलेली आहे. बोली अनेक असल्या तरी मराठी मने एकसारखीच आहेत. मराठी जन अनेक असले, अनेक देशाप्रदेशांत विखुरलेले असले, महाराष्ट्राच्या बाहेर जागोजागी ओसंडलेले असले, तरी त्यांची मराठी भाषा, त्यांची मने संस्कृतीच्या एकाच धाग्यांनी गुंफलेली आहेत.

भाषा ही आंतरिक मनाचे जगणे असते. तिच्याशी आपली सांस्कृतिक सुख:दुखे निगडित असतात. पैसा, प्रतिष्ठा, प्रसिद्धी, उद्योग, व्यापार यांतून मिळणाऱ्या यशापयशाचे आणि सुखदु:खांचे महत्त्व मी जाणतो. पण त्याहून आंतरिक मनाची सुखदु:खे अधिक महत्त्वाची असतात. भाषा ही माणसाला संस्कृती देत असते आणि संस्कृती ही माणसाला पशुत्वाकडून मानवतेकडे नेत असते. पर्यायाने भाषा हीच माणसाला मानवतेकडे नेत असते. म्हणूनच आपली भाषा बोलणाऱ्या समूहापासून आपण दूर गेलो, परदेशात गेलो किंवा परप्रांतात गेलो तरी पाण्याबाहेर टाकलेल्या माशासारखी आपली अवस्था तिथे होत असते. आपल्या आंतरिक जगण्यापासून, आपल्या संस्कृतीपासून, आपल्या मातृछायेपासून आपण दूर गेल्यासारखे वाटते; म्हणूनच आपण भौतिक सुखांना, समृद्धीला डावलून आपल्या मातृभूमीकडे, आपल्या मातृभाषेकडे व्याकुळतेने अनावर होऊन धाव घेत असतो.

अशा मातृभाषेच्या चैतन्याची जोपासना त्या त्या भाषेतील साहित्य करत असते. ती मातृभाषा जगणाऱ्या लक्षावधी मनांच्या रीतिरिवाजांचा,

इतिहासाचा, धर्माचा, तत्त्वज्ञानाचा, जीवनमूल्यांचा, अनुभवांचा साहित्य हा सामूहिक आविष्कार असतो. ह्या आविष्काराचा आस्वाद आणि अभ्यास हा त्या त्या भाषेतील मनाला जगण्यासाठी आत्मबळ देत असतो, जीवनचैतन्य देत असतो. म्हणून साहित्य संमेलनांची शारदोत्सवाची समाजाला नित्याची आवश्यकता वाटते. मी तर असे म्हणेन की, साहित्य संमेलने ही त्या त्या समाजमनाची सोहळारूप आत्मपूजा असते.

माणूस जेव्हा पशुअवस्थेत किंवा संस्कृतिपूर्व प्राथमिक अवस्थेत जगत होता, तेव्हा कदाचित या आत्मपूजेची तीव्र जाणीव त्याला होत नसावी; पण तो जेव्हा काळौघात अनेक कारणांनी जागृत होऊ लागला, तेव्हा त्याला त्याच्या अशा साहित्याची, आत्मपूजेची नितान्त निकड वाटू लागली, हे मात्र निश्चित.

ही जागृती स्वातंत्र्योत्तर काळात महाराष्ट्रीय समाजाला विशेषत्वाने आलेली दिसते. या काळात समग्र मराठी समाजाचे चित्र बदलू लागले आहे. या समाजाचे बहुतेक सगळे समाजस्तर अनेक कारणांनी जागृत होऊ लागले आहेत. ग्रामीण महाराष्ट्रात तर याचा प्रत्यय विशेष येतो आहे. ग्रामीण महाराष्ट्राच्या संस्कृतीचा गाभा असलेल्या आणि जिच्यावर सत्तर-पंताहत्तर टक्के मराठी समाजाचे पोषण होते अशा शेतीमध्ये तर पुष्कळच अनेकांगी सुधारणा होत आहेत. त्यामुळे ग्रामीण महाराष्ट्राचे उद्योग, व्यवसाय, अर्थकारण यांत बदल होत आहे. ग्रामीण विभागात शिक्षणसंस्थांचे जाळेच पसरले आहे. त्यामुळे ग्रामीण समाजाचे विविध स्तर शिक्षण घेऊन पहिल्यांदा साक्षर होत आहेत, स्वत:विषयी विचार करू लागले आहेत. त्यांना आत्मभान येऊ लागले आहे. महाराष्ट्राचे लोकशाही राजकारणही प्रामुख्याने ग्रामीण विभागातूनच आकाराला येत असते. महाराष्ट्राचा भलाबुरा राजकीय इतिहास हे राजकारण घडवीत आहे. याबरोबरच शहरांतून शहरी गाभा असलेले विविध प्रकारचे उद्योग, कारखाने, दळणवळण व्यवस्था, विविध संशोधन-संस्था, शिक्षण-संस्था, आरोग्य-संस्था, न्याय-संस्था, अर्थकारण करणाऱ्या विविध बँका, विद्यापीठे यांची संख्या वाढत आहे आणि त्यामुळे शहरांचेही चेहरेमोहरे बदलत आहेत.

महाराष्ट्राचे हे चित्र मराठी माणसाचा जीवनविकास होण्याच्या हेतूने बदलत आहे. मराठी समाजाचा आर्थिक, सामाजिक, सांस्कृतिक, राजकीय इत्यादी अंगांनी विकास व्हावा, लोकशाही मूल्यांची जोपासना नीटपणे व्हावी, आजवर तळागाळात रेटला गेलेला माणूस समतेच्या पातळीवर यावा, त्याचा अनेकांगांनी विकास साधावा आणि त्याला सुखाचे दिवस यावेत, या हेतूने ही सर्व धडपड चाललेली असते.

यातूनच कायापालट होऊ घातलेल्या महाराष्ट्राच्या समाजजीवनात काही प्रश्न निर्माण झालेले आहेत, काही निर्माण होत आहेत आणि अजून काही निर्माण होतील

असे वाटते आहे. हे प्रश्न सबंध समाजजीवनाला घेरून टाकत आहेत. काही प्रश्न तर इतके काळजी निर्माण करणारे आहेत की, ज्या समतेसाठी ही सर्वांगीण सुधारणा नि बदल होत आहेत; ती समता बाजूलाच राहून तिच्याऐवजी समाजात प्रचंड आर्थिक विषमतेचा भस्मासुर निर्माण होत आहे, समाजाच्या आणि देशाच्या अनेक क्षेत्रांत फुटीर वृत्ती वाढत आहे. या फुटीर वृत्तीमुळे समाजाची आणि देशाची छकले होण्याची दाट भीती निर्माण झालेली आहे. निर्माण होणाऱ्या नव्या प्रश्नांचे स्वरूप समाजात आणि देशात सर्वांच्या मनामध्येच काळोख्या ढगांसारखी काजळी निर्माण करून राहिले आहे.

समाजाच्या या बदलत्या स्थितीतून निर्माण होणाऱ्या साहित्यविषयक प्रश्नांपुरतीच आपणांस चर्चा करावयाची आहे. समाजाचा एक जबाबदार नागरिक ही सामाजिक भूमिका आपली असतेच. या भूमिकेचे संगोपन करण्यासाठीच आपण साहित्यक्षेत्रात जबाबदारीने काही कार्ये, काही विचार, काही निर्मिती करीत असतो.

म्हणून मराठी समाज, मराठी माणसाचे जीवन आणि त्यातून निर्माण होणारे मराठी साहित्य यांच्या संबंधात निर्माण होणाऱ्या प्रश्नांची चिकित्सा करणे आणि जमल्यास त्यांची उत्तरे शोधणे, हे प्रत्येक साहित्यसंमेलनाचे प्राप्त कर्तव्य असते. अग्रस्थान देऊन हे प्रश्न अशा संमेलनांतून चर्चिले गेले पाहिजेत; अन्यथा आपल्या संमेलनांच्या यात्रांचे जत्रेत रूपांतर होण्यास वेळ लागणार नाही.

साहित्यविषयक प्रश्नांचा ऊहापोह करताना साहित्याच्या मूलभूत स्वरूपाचे भान ठेवणे अत्यावश्यक आहे. तरच उत्तरांची दिशाही मूलधर्मी असण्याची शक्यता निर्माण होईल. अन्यथा भलत्याच दिशेला समाजजीवनाचा लागलेला गाडा आपण आणखीनच भलत्या दिशेला नेण्यास मदत केल्यासारखे होईल. पोटापाण्याचे एक साधन, लोकांचे सवंग मनोरंजन करण्याचा एक प्रकार, जनसामान्यांच्या वासनाविकारांना चाळवून त्यांच्या खिशांतील पैसे उपटण्याचा एक व्यवसाय म्हणून साहित्याकडे पाहता येत नाही. तसे करणारा साहित्यिक हा समाजजीवनाच्या अढीतला नासका आंबा समजला पाहिजे. निरनिराळे मुखवटे धारण करून असे साहित्यिक आणि त्यांची भलावण करणारे समीक्षकही समाजात वावरत असतात. त्यांना तात्कालिक लोकप्रियता असते, समाजात ते पुढे पुढे करीत असतात, विविध सत्ताकेंद्रांचा, तेथील व्यक्तींचा आश्रय घेऊन ते अनेक साहित्यविषयक घडामोडींत ढवळाढवळ करीत असतात; अशा साहित्यिकांपासून व समीक्षकांपासून आपण सावध राहिले पाहिजे. आपण त्यांना वेळीच ओळखण्यास शिकले पाहिजे. यांचे साहित्य अंतिमत: समाजाला अधोगतीलाच नेणारे असते, याची सावध जाणीव आपण ठेवली पाहिजे.

उत्तम साहित्य हे रसिकाच्या मनावर ज्ञानात्मक, भावनात्मक, जीवनमूल्यात्मक, सांस्कृतिक, नैतिक स्वरूपाचे मूलधर्मी संस्कार करणारे असते. ते वाचल्याने मने

सुसंस्कृत आणि समृद्ध होत असतात. साहित्याच्या कलात्मक रूपामुळे ही मने प्रसन्न आणि उत्साहित होत असतात. साहित्याच्या द्वारा दुसऱ्यांची मने समजण्याचीही किमया होत असते. आपल्या साहित्यातील ही मने कधी पुराणातील, कधी इतिहासातील तर कधी आपल्या समाजवास्तवातील असतात. ती कुठलीही असली तरी अंतिमत: मानवी मनातील गुंतागुंत, ताणतणाव, जीवननाट्ये, मूलधर्मी स्पंदने यांचेच दर्शन आपल्या समाजाच्या सांस्कृतिक अवगुंठनात कोणतेही उत्तम साहित्य घडवीत असते. त्यामुळे ते आस्वादताना आपण आपली मने समृद्ध करून घेत असतो आणि आपले जीवन समृद्धपणे जगत असतो.

म्हणून प्रत्येक समाजाला त्याचे असे साहित्य असण्याची गरज असते. ज्या समाजाला त्याचे साहित्य नाही, तो समाज म्हणजे मनुष्यप्राण्यांचा केवळ कळप असतो. रानावनात चरणाऱ्या आणि तिथेच घाण करणाऱ्या गुरढोरांच्या खिंडारासारखी त्याची अवस्था असते. संस्कृतीचे पहिले पाऊल साहित्याच्या संगमरवरी पायरीवर पडत असते, याची जाणीव ठेवून समाजाने सरस्वतीची आराधना केली पाहिजे.

पुणे-मुंबईसारख्या मोठमोठ्या उद्योगप्रधान शहरांत वस्ती करणारा मराठी समाज हा ग्रामीण मराठी समाजाच्या तुलनेने विपुल साहित्य-निर्मिती करतो. त्याच्या शहरी अनुभवांचा आविष्कार त्याच्या साहित्यात होतो. शहरांत साहित्यनिर्मिती करणारा वर्ग प्रामुख्याने बुद्धिजीवी, पांढरपेशा असतो. त्यामुळे त्याच्या साहित्यात मध्यमवर्गीय जीवनदृष्टी, मूल्यदृष्टी आणि मध्यमवर्गातील अनुभवविश्व साकारणे स्वाभाविक आहे. पण स्वसंस्कृतीला व व्यापक मराठी समाजाला विसरून पाश्चात्त्य संस्कृतीचे भ्रष्ट अनुकरण करण्यात या शहरी साहित्यिकांची बरीचशी शक्ती खर्ची पडते. स्वत:च्या अस्तित्वाचे सांस्कृतिक भान विसरलेले परभृत साहित्य प्रामुख्याने शहरांत जन्माला येते. हे साहित्य स्वप्नरंजनात्मक असते. ते एका अर्थी ना. सी. फडके- परंपरेचा वारसा चालवीत असते.

समाजाचे खरे प्रातिनिधिक मराठी साहित्य जन्माला यावयाचे असेल, तर मराठी समाजाच्या सर्व थरांतून स्वत:च्या समाजाचे, स्वत:च्या संस्कृतीचे व स्वत:च्या मराठीपणाचे भान घेऊन अनेक तरुण साहित्यिक पुढे आले पाहिजेत. महाराष्ट्राबाहेर जिथे जिथे मराठी समाज पसरला आहे; त्यातूनही निरनिराळ्या स्तरांतील साहित्यिक पुढे आले पाहिजेत आणि त्यांनी साहित्यनिर्मिती केली पाहिजे. अशा प्रयत्नांतून जे साहित्य निर्माण होईल तेच खरे प्रातिनिधिक मराठी साहित्य असेल व त्यातच समग्र मराठी समाजाचे यथार्थ प्रतिबिंब पडलेले असेल.

अशा प्रकारच्या साहित्याची नितान्त गरज आज सर्वच मराठी समाजाला आहे; या साहित्यामुळे एकूण मराठी समाजाला आपलेच समग्र दर्शन घडणार आहे, मराठी समाजाचे व्यापक आंतरमानस कसे स्पंदन पावते याची जाणीव होऊन एक नवे

संतुलित भान मराठी मनाला येणार आहे. ते येऊ लागले की आपल्या समाजात विविध क्षेत्रांत निर्माण होणाऱ्या प्रश्नांची सोडवणूक करण्यास फार ना थोडी मदत होणार आहे; याची जाणीव आपण ठेवली पाहिजे.

अशा प्रकारच्या मराठी साहित्याची गरज सर्वच समाजाला आज असली तरी ग्रामीण विभागात राहणाऱ्या ७०-७५ टक्के समाजाला ती विशेष आहे. या ग्रामीण समाजाचे समग्र प्रतिबिंब पडलेले त्याचे असे साहित्य अजूनही खऱ्या अर्थाने निर्माण होत नाही. जे होते त्यांतील बरेचसे बाजारी साहित्य असते. विनोदी ग्रामीण साहित्याच्या नावाखाली ग्रामीण समाजाचे विकृत दर्शन घडविले गेले आहे. आजचे ग्रामीण विभागातील बदलत्या खेड्याचे जीवनदर्शनही साहित्यात फारच कमी प्रमाणात होत आहे. ते पुरेशा गांभीर्याने, चिंतनात्मक जाणिवेने होत नाही.

ग्रामीण समाजाच्या सामान्य वर्गातील नव्या पिढीचा सुशिक्षित तरुण आज एका कोंडीत सापडला आहे. गुदमरणाऱ्या त्याच्या मनाला जर साहित्यातून वाट मिळाली, तर त्यातून अनेक चांगल्या गोष्टी जन्माला येतील. त्याच्या घुसमटत्या मनाच्या आविष्कारातून जन्माला येणारे साहित्य मराठी समाजाला या ग्रामीण तरुण पिढीचे अंतरंग समजून देईल. त्या दिशेने समाजाचे मन हे साहित्य कमीअधिक प्रमाणात संस्कारित करू शकेल आणि या तरुण पिढीच्या उमेदीच्या मनाचा योग्य दिशेने विकास साधू शकेल. काही ना काही प्रमाणात त्याच्या अपेक्षा पुऱ्या करण्याचा समाज प्रयत्न करील, निदान त्याच्या अपेक्षाभंगावर थोडीतरी फुंकर घालील.

तरुण पिढीचा अपेक्षाभंग होणे म्हणजे उद्याच्या समाजाच्या स्वप्नांचाच सर्वनाश असतो. या अपेक्षाभंगातून उद्याच्या ग्रामीण समाजात अंतर्गत कलह माजला तर त्यात आश्चर्य वाटण्यासारखे काही नाही. म्हणून ग्रामीण विभागातील गुदमरलेल्या सुशिक्षित तरुण मनाचा आविष्कार करणारे साहित्य निर्माण झाले पाहिजे आणि ते निर्माण होण्यासाठी तुम्ही आग्ही साधेल त्या मार्गांनी मदत केली पाहिजे. कारण महाराष्ट्राच्या सर्वच ग्रामीण विभागांतून आज अनेक तरुण साहित्यिक आपल्या लेखण्या प्रथमच सरसावून मोठ्या प्रमाणात लिहिण्याचा प्रयत्न करीत आहोत.

आज ग्रामीण समाजाचा कायापालट होतो आहे. पण तो बहिरंगी कायापालट होतो आहे. ग्रामीण समाजाचे हे आर्थिक, औद्योगिक, शैक्षणिक परिवर्तन होत असताना ज्या अनेक समस्या निर्माण होत आहेत त्यांत सामान्य माणसाचे अनेक प्रकारांनी शोषण आणि पिळवणूक होते आहे. सर्वच क्षेत्रांत भ्रष्टाचार पसरलेला आहे. नीतीची, सद्गुणांची चाड आज ग्रामीण वर्गातील सत्ताधाऱ्यांमध्ये, प्रस्थापितांमध्ये राहिलेली आहे, असे दिसत नाही. या प्रस्थापितांचे पोशाख बदलले, फेटे जाऊन टोप्या आल्या, बैलगाड्या नि घोडी जाऊन ट्रक-ट्रॅक्टर नि फटफटी आल्या, पण

त्यांची मने मोडीत निघालेल्या आणि विषमतेवर आधारलेल्या सरंजामशाही काळातीलच राहिली आहेत. एका बाजूला या सरंजामदार, बागायतदार, सत्ताधारी वर्गाचे मध्ययुगात वावरणारे जुनाट मगरूर मन आणि दुसऱ्या बाजूला नव्याने सुशिक्षित झालेल्या नि बहुजनातून आलेल्या ग्रामीण तरुण वर्गाचे गुदमरणारे उमेदीचे मन यांच्यांत तणाव वाढून कधी स्फोट होईल आणि ग्रामीण समाजात कलह माजेल, हे सांगता येत नाही. हा विनाश टाळावयाचा असेल तर हे तणाव, ही मने समजून देणारे आणि समजून घेणारे साहित्य जन्माला आले पाहिजे. त्यातून संभाव्य सर्वनाश टळून सगळाच ग्रामीण समाज एकसंध होऊन आंतरिक दृष्ट्या प्रबोधनाकडे वाटचाल करू शकेल आणि लोकशाही युगातील समतेच्या पातळीवर सर्व समाजस्तरांना आणण्याचा प्रयत्न करील. उत्तम साहित्य अशी भूमिका बजावू शकते.

साहित्य म्हणजे नुसत्याच कथा, कादंबऱ्या नि कविता, नाटके यांची पैदास नव्हे. साहित्यात त्याचा वाटा तर प्रमुख असतोच, पण समाजाला आवश्यक असे संशोधन, प्रबोधन-योग्य असे लेखन हेही साहित्यच असते. निबंध, प्रबंध, विचारमंथन, चर्चा, विवरणे, मीमांसा इत्यादी ज्या शब्दांत ग्रथित केलेले असते; ते सार्थ शब्द हेही साहित्यच असते; याची जाणीव आपण ठेवली पाहिजे.

असे साहित्य माणसाचे मन अनेक अंगांनी घडवते. समाजाचे प्रश्न, समस्या माणसाला समजून देते. त्या दिशेने त्या मनाला संस्कारित आणि संवेदित करते. माणसाची भावस्पंदने व्यापक करण्यास मदत करते. त्यामुळे समाजात साहित्याला नितांत सांस्कृतिक महत्त्व असते. त्या दृष्टीने साहित्याकडे पाहण्याचे आज आपण जवळजवळ विसरूनच गेलेलो आहोत. त्याचा परिणाम आजच्या ग्रामीण महाराष्ट्राने साहित्याचे सांस्कृतिक महत्त्व न जाणण्यात झालेला आहे. त्याला जर हे कळले असते तर बदलत्या ग्रामीण समाजाची नवी गरज ओळखून अनेक साहित्य संस्था, नियतकालिके, वर्तमानपत्रे ग्रामीण समाजाच्या आविष्कारासाठी या समाजाने निर्माण केली असती; पण तसे होताना दिसत नाही. सामान्यजन केवळ राजकारणामागे धावतात.

वास्तविक पुण्या-मुंबईसारख्या शहरी वर्तमानपत्रांचा व नियतकालिकांचा दृष्टिकोण ग्रामीण महाराष्ट्राला समजून घेत नाही. ग्रामीण महाराष्ट्रातील राजकारण, अर्थकारण, शिक्षणव्यवस्था, सहकारी साखर कारखाने, सोसायट्या, शेतमालांचे भाव यांविषयी शहरी वर्तमानपत्रांतून विपर्यस्त मजकूर सातत्याने येत असतो. चित्र असे उभे राहते की, पुण्या-मुंबईसारख्या शहरांतील वर्तमानपत्रे व नियतकालिके चालविणारा बुद्धिजीवी पांढरपेशा वर्ग ग्रामीण समाजाच्या विकासाच्या जणू विरोधातच उभा आहे. अनेक प्रकारचा युक्तिवाद करून तो ग्रामीण महाराष्ट्राचे विकृत चित्र समाजापुढे उभे करण्याचा प्रयत्न करतो आहे, तसे केले नाही, तर त्याचे प्रस्थापित शहरी जीवनमान धोक्यात येईल, असे त्याला वाटते.

अशा वेळी ग्रामीण समाजातून ग्रामीण समाजाचे यथार्थ चित्र उभी करणारी वर्तमानपत्रे आणि नियतकालिके निर्माण झाली पाहिजेत. लोककल्याणासाठी ग्रामीण विभागात राजकारणाबरोबरच जे काही चांगले प्रकल्प आणि उद्योग उभे केले जातात, त्यांचे यथार्थ चित्र उभे करण्यासाठी, राजकारण करणाऱ्या ग्रामीण नेतृत्वाजवळ एकाही वर्तमानपत्राचे वा नियतकालिकाचे साधन भक्कमपणे उपलब्ध नाही. वास्तविक बहुजन समाजाच्या हातात राजकीय सत्ता आलेली असताना त्याला महाराष्ट्रीय पातळीवर आपली भूमिका नीटपणे समाजासमोर मांडण्यासाठी अनेक वर्तमानपत्रे, नियतकालिके हाताशी असणे आवश्यक आहे. आपली भूमिका समजून देणारे ते प्रभावी साधन असते, हे पुढाऱ्यांना कळत नाही, असे मुळीच नाही. पण त्यासाठी या राजकीय पुढाऱ्यांना शहरांतील पांढरपेशी दैनिके आणि नियतकालिके यांच्याकडेच तोंडे वेंगाडावी लागतात; जाहिरातीच्या रूपाने त्यांना दानधर्म करून आपलेसे करून घ्यावे लागते. याचा अर्थ असा होतो की, ग्रामीण समाजाचे नेतृत्व करणाऱ्या वर्गाला अजून वर्तमानपत्रे, नियतकालिके आणि त्यातून निर्माण होणारे साहित्य यांचे महत्त्व नीटसे कळलेले नाही. त्या दृष्टीने आपल्या समाजात आपण काही हालचाली केल्या पाहिजेत अशी वृत्तीच या नेतृत्वाजवळ दिसत नाही.

ग्रामीण समाजाचे नेतृत्व करणाऱ्या पुढाऱ्यांना जसे साहित्याचे आंतरिक महत्त्व कळले नाही; तसे ग्रामीण वाचनालये, शिक्षण-संस्था, सहकारी संस्था यांनाही साहित्याचे आंतरिक महत्त्व कळले नाही. कारण या संस्थांतून जी पुस्तके, ग्रंथ, दैनिके, नियतकालिके मागवली जातात; ती केवळ बाजारी, करमणूकप्रधान, वासनाविकारांना चाळवणारी, निकृष्ट दर्जाची असतात. संस्थांसाठी त्यांची खरेदी करतानाही ग्रामीण विभागातील सरपंच, प्राचार्य, प्राध्यापक, ग्रंथपाल आणि शासकीय अधिकारी वर्ग स्वत:ला जास्तीत जास्त कमिशन सुटणारी, बाजारी नियतकालिके आणि पुस्तकेच खरेदी करतात. त्यामुळे ग्रामीण विभागातील विद्यार्थ्यांच्या आणि तरुण पिढीच्या हातात विकृत आणि ओंगळवाणे साहित्य पडते. या पिढीवर सुसंस्कार होण्याऐवजी कुसंस्कारच जास्त होतात.

ग्रामीण विभागातून आज अनेक तरुण साहित्यिक साहित्यनिर्मिती करताना दिसतात. यांतील फार थोड्या साहित्यिकांना सामाजिक जाणीवा असल्याचे दिसते. जे गंभीरपणाने, व्यापक जाणिवेने साहित्यनिर्मिती करत आहेत, त्यांना निश्चितपणे उज्ज्वल भविष्यकाळ आहे, यात शंका नाही. विदर्भातील विठ्ठल वाघ, बाबाराव मुसळे, दे. शि. दुधलकर, प्रतिमा इंगोले, सदानंद देशमुख किंवा मराठवाड्यातील भास्कर चंदनशिव, श्रीराम गुंदेकर, शेषराव मोहिते, सोपान हळमकर, उत्तम बावस्कर, भीमराव वाघचौरे, पश्चिम महाराष्ट्रातील द. ता. भोसले, उत्तम बंडू तुपे, बा. ग. केसकर, पांडुरंग कुंभार, विजय बाबर, अनुराधा गुरव, राजन गवस असे कितीतरी तरुण कादंबरीलेखक, कथालेखक आणि कवी नव्या जाणिवा व्यक्त करीत आहेत; नव्या आशा निर्माण करीत आहेत.

पण ग्रामीण विभागातून पुढे आलेले आणि शहरांमध्ये स्थायिक झालेले अनेक ग्रामीण साहित्यिक आज गल्लाभरू, सवंग साहित्याची निर्मिती करतात. आपल्याच समाजाचे विकृत चित्रण आणि रोमँटिक दर्शन शहरी समाजाला घडवून त्याची सवंग करमणूक करतात आणि आपली पोटे भरतात. शहरांमध्ये त्यांना तकलुपी वर्तमानपत्री प्रसिद्धी मिळते. तसेच शहरातील भोगवादी जीवन जगण्यासाठी चार पैसेही सुटतात. एवढ्या केविलवाण्या मोबदल्यात ते स्वत:ला विदुषकासारखे विकून घेताना दिसतात. प्रतिष्ठेचे अनेक मुखवटे धारण करून ही मंडळी समाजात वावरताना दिसतात. असे ग्रामीण साहित्यिक हे ग्रामीण समाजाचे सांस्कृतिक मारेकरी असतात. त्यांचे विनोदी कथाकथनाचे, मनोरंजन-प्रधान व्याख्यानबाजीचे धंदेवाईक प्रयोग ग्रामीण विभागातून संघटितपणे बंद पाडले पाहिजेत.

ग्रामीण विभागातील साहित्याच्या संदर्भात ही वस्तुस्थिती असली तरी काही चांगले उपक्रमही ग्रामीण समाजामध्ये साहित्याच्या संदर्भात चाललेले आहेत. महाराष्ट्रात महान व्यक्तींच्या नावे नवीनवी वाङ्मयविषयक प्रतिष्ठाने निर्माण होत आहेत. उत्तम साहित्यकृतींना ग्रामीण विभागातून पारितोषिके दिली जात आहेत. तुरळक प्रमाणात का होईना ग्रामीण विभागातून साहित्यसंस्था, वाङ्मयमंडळे स्थापन होत आहेत. एखाददुसरे नियतकालिक निघत आहे. पण या संस्था व मंडळे चालवणारा जो चालकवर्ग आहे, त्याच्याजवळ दूरदृष्टीचा अभाव प्रामुख्याने जाणवतो. त्यामुळे या प्रतिष्ठानांमधून, संस्थांमधून, मंडळांमधून संधिसाधू मंडळी बऱ्याच प्रमाणात शिरलेली दिसतात. त्यांची दृष्टी प्रत्यक्ष-अप्रत्यक्ष स्वत:चे खिसे भरणारी, स्वत:चे नवे सत्ताकेंद्र उभे करू पाहणारी, स्वत:च्या वर्तुळातील सामान्य लोकांना अधिकारावर नेमणारी असते. या प्रतिष्ठानांमधून व संस्थांमधून जे ग्रंथ व नियतकालिके निर्माण होतात, त्यांतून आपलीच वैयक्तिक टिमकी सदोदित कशी वाजवता येईल एवढीच दक्षता घेतली जाते. त्यामुळे या संस्था, मंडळे व नियतकालिकेही ग्रामीण समाजाचे प्रबोधन करण्यास असमर्थ ठरतात.

म्हणून ग्रामीण समाजाचे विधायक नेतृत्व करू इच्छिणाऱ्या नेत्यांवर, समाजसुधारकांवर व सुशिक्षित तरुण पिढीवर साहित्याच्या संदर्भात फार मोठी जबाबदारी पडते. विधायक नेतृत्व करणाऱ्या नेत्यांनी, तरुणांनी, साहित्यिकांनी एकत्र येऊन राजकारणनिरपेक्ष व सांस्कृतिक विकासाच्या हेतूने नव्यानव्या साहित्यसंस्था स्थापन केल्या पाहिजेत. समाजमनाची स्पंदने प्रामाणिकपणे टिपणारी नियतकालिके जन्माला घातली पाहिजेत. यासाठी ग्रामीण विभागातून असलेल्या शिक्षणसंस्थांचा, ग्रंथालयांचा, सहकारी संस्थांचा, उद्योजकांचा आपणाला विविध तऱ्हांनी उपयोग करून घेता येण्यासारखा आहे. त्यांच्या मदतीने फंड उभा करून ग्रामीण समाजाशी संबंधित अशी चांगली पुस्तके प्रसिद्ध केली पाहिजेत. ग्रामीण समाजमनाचे दर्शन

घडवणाऱ्या कथा, कादंबऱ्या, कविता यांना त्यात अग्रस्थान दिले पाहिजे. ग्रामीण समाजाचे आर्थिक, सामाजिक, शैक्षणिक, शेतीविषयक, उद्योगधंदेविषयक संशोधन करणारे लेख, निबंध, प्रबंध यांना विविधप्रकारे पारितोषिके देऊन प्रोत्साहन दिले पाहिजे. साखर-कारखाने, सहकारी संस्था यांनी या बाबतीत पुढाकार घेतला पाहिजे. ग्रामीण विभागांतून होणारी संमेलने, शिबिरे, चर्चासत्रे अधिक मूलगामी कशी होतील, समाजाचे विविध प्रश्न व समस्या कशा उकलून दाखवतील याची काळजी शिक्षणसंस्थांनी, वाङ्मयमंडळांनी घेतली पाहिजे. तरच ग्रामीण समाजाचे प्रबोधन योग्य दिशेने होईल आणि त्या प्रबोधनाला उपकारक असे साहित्यही निर्माण होईल.

या विविध उपक्रमांतून निर्माण होणारा उद्याचा मराठी साहित्यिक हा केवळ आपल्या चाकोरीतील जीवनातून आलेल्या मर्यादित अनुभवांवरच विसंबून राहिलेला असणार नाही. तो अनुभवांसाठी आपल्या चाकोरीबाहेर पडलेला असेल. एवढेच नव्हे, तर आपली जातीय, वर्गीय, धार्मिक, भौगोलिक कुंपणे पार करून सबंध समाजाचे चित्रण करण्याचे अवधान ठेवील. हे चित्रण करत असताना मराठी समाजातील सामान्य माणसाचे भान त्याला असेल. या सामान्यालाच आपल्या साहित्यात केंद्रस्थानी ठेवून आपली साहित्यनिर्मिती करील. साहित्य हा पोट भरण्याचा एक व्यवसाय किंवा आपले करियर यशस्वी करण्याचा एक उद्योग म्हणून न पाहता ती समाजाच्या अंतर्मनाचे जिवंत स्पंदन पकडणारी एक कलावस्तू आहे, याची जाणीव ठेवील.

साहित्यिक हा स्वतःच्या व्यक्तिकेंद्रित अनुभवात स्वच्छंदपणे रमलेला आणि स्वप्नांच्या हस्तिदंती मनोऱ्यात बसलेला समाजविन्मुख कलावंत नसून; तो स्वतःच्या बाहेर अथांगपणे पसरलेल्या समाजाची विविध स्पंदने अनुभवांच्या द्वारा पकडणारा व त्यांचे कलात्मक दर्शन घडवणारा एक प्रतिभावंत असतो. समाजात म्हणूनच त्याला प्रतिष्ठा आणि सन्मान्य प्रसिद्धी मिळत असते, याची जाणीव उद्याच्या साहित्यिकाला असावी, अशी अपेक्षा करतो.

आपण आज ज्याला 'मराठी साहित्य' म्हणतो ते प्रामुख्याने शहरातील पांढरपेशा, बुद्धिजीवी मनाचे व अनुभवांचे जीवनदर्शन घडवणारे असते. वास्तविक मराठी समाज हा शहरांपेक्षा ग्रामीण विभागात प्रचंड प्रमाणात विखुरला गेला आहे. सत्तर-पंचाहत्तर टक्के मराठी माणूस हा ग्रामीण माणूस आहे. ब्राम्हणवर्गापासून तो पार भटक्या, आदिवासी यांच्यापर्यंत मराठी समाजाचा आवाका आहे. या सर्व समाजात अनेक वर्ग, अनेक जातीजमाती आहेत. या जातीजमातींचे व वर्गांचे अनेक प्रकारचे परस्पर सांस्कृतिक, आर्थिक, सामाजिक संबंध आहेत. त्यांतून अनेक प्रकारचे ताणतणाव निर्माण होत आहेत. या सर्वांचे चित्रण आपल्या साहित्यात ज्या वेळी होईल, त्या वेळीच ते खऱ्या अर्थाने 'मराठी साहित्य' होईल. हे साहित्य मराठी

समाजावर एकसंधतेचे संस्कार करून त्याचे अंतर्मन प्रबोधनाच्या दिशेने समृद्ध करील, असे वाटते.

याचे भान उद्याच्या मराठी साहित्याने व साहित्यिकाने राखले नाही, तर मराठी समाजात आज जशा जातीजमातींच्या, वर्गांच्या अनेक फळ्या आणि चिरफळ्या आहेत, तशाच उद्याच्या मराठी साहित्याच्याही झालेल्या दिसतील, याची जाणीव आपण सर्वांनी ठेवली पाहिजे.

◆

स्वातंत्र्योत्तर समाज व वाङ्‌मयीन संस्कृती

मराठी साहित्यात १९६५-६७ पासून जीवनवादी अनेक साहित्यप्रवाह आपापली अस्मिता घेऊन जन्माला आले; ते आज एकत्र येऊ पाहत आहेत. ही गोष्ट महाराष्ट्राच्या सामाजिक आणि सांस्कृतिक जीवनाच्या दृष्टीने अतिशय अर्थपूर्ण आहे. मराठी समाज आणि संस्कृती एकसंध आणि एकात्म करू पाहणारा कोणीही सुजाण मराठी माणूस या घटनेचे मनापासून स्वागत केल्याशिवाय राहणार नाही. मराठी समाजाच्याच नव्हे, तर सर्व भारतीय समाजाच्या विविध क्षेत्रांत आज अनेक कारणांनी फुटीरता निर्माण झालेली आहे. ही फुटीरता जीवनाच्या सर्व पातळ्यांवर आपणांस विनाशाकडे नेत आहे. प्रथमच स्वतंत्र झालेल्या आपल्या देशाला आणि लोकशाहीवादी समाजाला पुन्हा छिन्नविच्छिन्न करू पाहत आहे. अशा वेळी सामाजिक आणि सांस्कृतिक जीवनात समताधिष्ठित एकात्मतेने बळ धरणे, पुन्हा आपली तुटणारी मुळे रुजवणे आवश्यक असते. ती रुजवण या संमेलनाच्या निमित्ताने मराठी सांस्कृतिक जीवनात पुन्हा होत आहे. म्हणून हे संयुक्त व्यासपीठाचे साहित्यसंमेलन उद्याच्या सुजाण मराठी जीवनासाठी महत्त्वाचे ठरणारे आहे.

स्वातंत्र्योत्तर काळात समाजाच्या विविध स्तरांत शिक्षण प्रसार झपाट्याने झाला. त्यांना आत्मभान येऊ लागले. लोकशाही समाजव्यवस्थेत संघटनेशिवाय तरणोपाय नाही, हे लोकशाही तत्त्व त्यांना उमगले. हिंदू धर्मातील जातिव्यवस्थेची विशिष्टता ही, की यांतील प्रत्येक जात अजूनपर्यंत तरी जातितत्त्वावर पटकन संघटित होऊ शकते. आताशा संवादी किंवा समपातळीवरील जाती आपल्या समान प्रश्नांमुळे, समान सामाजिक स्थितीमुळे हळूहळू एकत्र येऊनही कार्य करताना दिसू लागल्या आहेत. विशेषत: १९७० पासून हे चित्र स्पष्ट

दिसू लागले आहे. दलितांच्या संघटना, आदिवासींच्या संघटना, भटक्या विमुक्तांच्या संघटना ही काही त्याची उदाहरणे म्हणून देता येतील. आज ग्रामीण विभागातील आर्थिक दृष्ट्या मागासलेल्या बहुजन समाजातील स्तरही, उदाहरणार्थ शिंपी समाज, सुतार समाज, साळी समाज, सणगर समाज, धनगर समाज, इत्यादी संघटित होऊन आपले प्रश्न व समस्या सोडवण्याचा प्रयत्न करीत आहेत. हे सामाजिक व जीवनविषयक प्रश्न सोडवताना आपली विशिष्ट अशी अस्मिता जागवण्याचा, सतेज करण्याचा ते प्रयत्न करीत आहेत.

त्यांच्या या जाणिवांतूनच १९७० ते १९८७ च्या काळात दलित साहित्य, ग्रामीण साहित्य, आदिवासी साहित्य, भटक्या-विमुक्तांचे साहित्य, जनसाहित्य, अशी विविध अस्मितावाचक नामाभिधाने धारण करून नवे, जीवनवादी मराठी साहित्य जन्माला येत आहे. त्यांची छोटी-मोठी संमेलने खेड्यापाड्यातून, जिल्ह्यांच्या, तालुक्यांच्या, उद्योगकेंद्रांच्या ठिकाणातून भरताना दिसत आहेत. त्यातून त्यांची साहित्यविषयक जाणीव पुष्ट होत चालली आहे. त्यांच्या त्यांच्या विशिष्ट जातींना, जमातींना, समाजस्तरांना अशा प्रकारच्या साहित्यामुळे नवा सांस्कृतिक संदर्भ लाभत आहे. लिखित वाङ्मयाचा हा सांस्कृतिक संदर्भ पूर्वी एका विशिष्ट वर्गाला किंवा ठराविक जातींच्या समाजापुरताच मर्यादित होता. असा हा मोलाचा व प्रतिष्ठा असलेला संदर्भ आता बहुजन समाजाच्या जाती-वर्गाला, समाजस्तराला लाभतो आहे. याचा अ-पूर्व आनंद विविध सामाजिक स्तरांना मिळू लागला आहे. एक सात्त्विक वाङ्मयीन धुंदी या जाती-वर्गांना काही काळ चढली; चढणे स्वाभाविकही असते. हजारो वर्षांत पूर्वी कधीही मिळाले नव्हते, ते हाती आल्याचा आनंद इतरांना सांगून कळणार नाही. या धुंदीचे रूपांतर काही काळ 'उद्दाम मस्तीत' झाले, हेही आपण मान्य करू या.

निर्मितीचा हा अ-पूर्व आनंद वैयक्तिक पातळीवर आवश्यक असतोच. पण ज्या सामाजिक विविध स्तरांतून साहित्यनिर्मिती होत आहे, त्यांना सामाजिक संघटनात्मक पातळीवरही वाङ्मयाचा हा आनंद, ही धुंदी, ही मस्ती असणे आरंभीच्या काळात अत्यावश्यक असते. आजवर सुप्त असलेल्या, पशुवत जगणाऱ्या अज्ञानाच्या घोर अंधारात बुडालेल्या सत्त्वहीन समाजाचे आत्मभान, त्याची सामाजिक अस्मिता त्यामुळे जागवली जाते. तिची रुजवण त्या समाजात होत असते. तिला खत-पाणी मिळून त्या समाजाला लोकशाहीचे, माणूसपणाचे, आधुनिकतेच्या दिशेने वाटचाल करण्याचे भान येते.

आरंभी त्यांनी आपल्या वाङ्मय-आविष्काराला नवी-नवी नामाभिधाने दिली, नवे-नवे साहित्य-विचार मांडण्याचा, साहित्याचे सौंदर्यशास्त्र, समीक्षाशास्त्रही निर्माण्याचा प्रयत्न केला. यात काही चूक होते आणि बरेचसे काही बरोबरही होते. पण हे असे

होण्याची गरज होती. मूळ मुद्दा हे 'चूक की बरोबर' हा नव्हताच; या निमित्ताने त्या त्या समाजाचे आत्मभान हजारो वर्षांनी प्रथमच जन्माला येते आहे आणि हा अत्यावश्यक असलेला अ-पूर्व समाजसंदर्भ पोसतो आहे; हेच महत्त्वाचे होते. मग त्याला कुणी 'साहित्यातील सवते सुभे', 'स्वतंत्र संस्था', 'स्वतंत्र राज्ये वा संस्थाने', म्हटले तरी फिकीर बाळगण्याची त्या वेळी तरी गरज नव्हती. 'आत्मभान' जोपासणे हा जर 'सवता सुभा' असेल, तर प्रत्येक उत्तम साहित्यिक व समीक्षक हाच एक-एक 'सवता सुभा' असू शकतो; पण आपण तसे मानत नाही. 'आत्मभान' ही तर साहित्याची निर्माण-भूमी असते. अशा भूमीतच उत्तम साहित्याची मशागत होत असते. एखाद्या व्यक्तीला किंवा नवजागृत समाजस्तराला साहित्यविषयक आत्मभान जर नव्याने आले असेल तर ते 'सवता सुभा' नसून आवर्तात सापडलेल्या प्रस्थापित साहित्याला व साहित्यवृत्तीला बाहेर काढत असते आणि विकासाच्या नव्या दिशा दाखवीत असते, हे टीका करणाऱ्यांनी ध्यानी ठेवले पाहिजे.

गेल्या पंधरावीस वर्षांच्या काळाने या नवजागृत समाजस्तरांना हे दाखवून दिले आहे की, ते ते स्तर आपले आत्मभान, आपली अस्मिता निर्माण करू शकतात, टिकवू शकतात, स्थिर करू शकतात, समग्र समाजव्यवस्थेत जगत असतानाच ती 'अस्मिता' ते समृद्धही करू शकतात. इतरांच्या डोळ्यांत ती भरावी, मनात खुपावी अशा रीतीने तिला वेगळा रूप-आकारही साहित्यात देऊ शकतात.

नवजागृत समाजस्तरांच्या या अस्मिताजागराचा पहिला टप्पा आता पूर्णत्वाला गेल्यासारखा झाला आहे. इथेच काही मूलभूत प्रश्न उपस्थित होतात. अस्मिताजागराच्या या पहिल्या टप्प्याच्या पूर्णत्वापाशीच आपण स्थिर व्हावयाचे काय? आणि असे स्थिर होऊन नवे आवर्त निर्माण करून त्यातच घोटाळावयाचे काय? अस्मिताजागराचे मूळ प्रयोजन काय? या प्रयोजनाच्या दिशेने वाटचाल करावयाची असेल, तर पहिल्या पूर्ण झालेल्या टप्प्यापासून पुढे कोणत्या दिशेने गतिशील व्हावयाचे? आपला पुढचा टप्पा कोणता असेल? या गतिशीलतेतून निर्माण होणाऱ्या अनुभवजन्य साहित्याचे स्वरूप काय असेल? त्याची निदान धूसर अशी रेषा दाखविता येईल का? - असे काही प्रश्न मनासमोर उभे राहतात.

माणूस कितीही स्वतंत्रतावादी प्राणी असला आणि त्याला "अस्मिता" हे मूल्य महत्त्वाचे वाटत असले, तरी तो जेव्हा एकटा पडतो किंवा अशाच प्रकारे एखादा नवजागृत सामाजिक स्तर एकटा पडतो किंवा अल्पसंख्य स्थितीमध्ये राहतो, तेव्हा तो समाजव्यवस्थेत जगण्यासाठी स्वत:चे स्वांतत्र्य आणि अस्मिताही फार काळ टिकवू शकत नाही आणि स्वत:चा पुरेसा विकासही साधू शकत नाही. अशा वेळी त्याची मनोवृत्ती होणारे जुलूम सहन करण्याची किंवा प्रतिष्ठा सोडून देऊन संधिसाधूपणाची अशी तयार होते. प्रसंगी विवेकशून्य होऊन अतिरेकी होण्याचा आणि आत्मनाश

ओढवून घेण्याचा धोकाही त्यातून निर्माण होतो. समाजव्यवस्थेतील व्यक्तींच्या वा एखाद्या नवजागृत सामाजिक स्तराच्या स्वातंत्र्याचा नेमका अर्थ काय असतो? आत्मभानाचा वा आपल्या अस्मितेचा सामाजिक अन्वयार्थ कसा लावावयाचा, हा प्रश्न महत्त्वाचा असतो. सार्त्रच्या विचाराधारे मी असे म्हणेन की, स्वातंत्र्य कशासाठी, अस्मिता कशासाठी, हे समाजव्यवस्थेत फार महत्त्वाचे असते. नुसत्या स्वातंत्र्यासाठी स्वातंत्र्य किंवा नुसत्या अस्मितेसाठी अस्मिता हे सूत्र 'सामाजिक' असलेल्या मानवाच्या जीवनात निरर्थक ठरते. 'जातीसाठी' जाती शिल्लक ठेवण्यासारखाच हा एक वेडा प्रकार असतो.

आपल्या देशातील पुष्कळ विरोधी पक्ष अशा प्रकारचा वेडेपणा सतत करीत असतात. त्यांच्या वैयक्तिक स्वार्थासाठी ते खोट्या अस्मितेला खतपाणी घालून सुटे राहतात आणि 'नेतेपणा' हाच आपल्या पोटापाण्याचा व्यवसाय बनवतात. आपल्या समाजातही जाती, पंथ, धर्म, व्यवसाय, उद्योग, कुल, गोत्र, इतिहास यांच्या आधारावर चटकन संघटना तयार होतात. कोळीसमाज, शिंपीसमाज येथपासून तो निरनिराळे 'संघ', निरनिराळ्या 'सेना', निरनिराळ्या 'लीग्स', निरनिराळी 'दले' याच तत्त्वावर आधारलेली असतात. समाजव्यवहारात काही तात्कालिक, जुजबी समस्या सदैव निर्माण होत असतात. त्यामुळे त्या त्या क्षेत्रात, त्या त्या समाजस्तरात, जातीत, धर्मात, उद्योग-व्यवसायात, विशिष्ट प्रदेशात वा शहरात काही ताणतणाव तात्कालिक स्वरूपात निर्माण झालेले असतात. त्यात सापडलेल्या लोकांना त्याची झळ पोचते, ते अडचणीत आलेले असतात, त्यांच्या पोटापाण्याचा प्रश्न त्यामुळे निर्माण झालेला असतो. अशा वेळी अशा प्रकारच्या फुटकळ संघटनांची नितान्त गरज असते आणि तेवढ्यापुरती त्या लोकांची 'अस्मिता' चेतवण्याची किंवा निर्माण करण्याचीही गरज असते; पण ते ते तात्कालिक प्रश्न सुटले की ह्या संघटनांचे प्रयोजन काय?

अशा तात्कालिक प्रयोजन संपलेल्या अवस्थेत त्या संघटनांपुढे दोन मार्ग मोकळे असतात. पहिला मार्ग म्हणजे ती संघटना विसर्जित करणे किंवा दुसरा मार्ग म्हणजे ती संघटना अधिक व्यापक प्रयोजनाच्या उद्देशाने दुसऱ्या टप्प्यावर खेचणे. व्यापक प्रश्नांची सोडवणूक तिच्या आधारे करणे. पहिला मार्ग हा कष्टपूर्वक निर्माण केलेली महत्त्वपूर्ण संघटनशक्ती वाया घालविण्याचा प्रकार आहे. दुसरा मार्ग आपल्या व्यापक प्रश्नांच्या व हिताच्या दृष्टीने महत्त्वाचा आहे. म्हणून त्या त्या संघटनांच्या नेतृत्वाची झेप सतत व्यापकतेच्या दिशेने असते, त्या दृष्टीने त्या संघटनेच्या, नवजागृत समाजस्तराच्या 'अस्मितेला' खतपाणी घालणे आवश्यक असते. ही बाब त्या त्या संघटनेच्या नेत्यांची सत्त्वपरीक्षा घेणारी असते. त्यांची सचोटी तावून सुलाखून पाहण्याची ही वेळ असते. पुष्कळ नेते त्यांच्या दृष्टीने

निर्माण झालेले हे संघटनेचे सत्ताकेंद्र अधिकाधिक स्थिर ठेवून त्याचा फायदा उपटण्याचा प्रयत्न करतात. स्थितिप्रिय सामान्य माणूसही 'आहे तेच ठीक आहे' अशा भावनेने संघटनेने आजवर दिलेल्या फायद्यावर व तेच फायदे पुन:पुन्हा उपटण्यावर समाधान मानत राहतो. निर्माण झालेल्या संघटनावृक्षाच्या सावलीत आराम घेऊ पाहतो.

पण विकासाचा हा प्रवास वाटेवरच्या सावलीदार वृक्षाखाली संपवावयाचा, की अंतिम ध्येय गाठण्यासाठी वृक्षाला कृतज्ञतापूर्वक नमस्कार करून पुढच्या, उन्हाने तापलेल्या पण पुढे नेणाऱ्या वाटेवर जिद्दी पाऊल टाकावयाचे, हे ज्याच्या त्याच्या ध्येयवादावरील निष्ठेवर अवलंबून असते.

नव्या वाङ्मयीन चळवळींच्या संदर्भात हा विचार महत्त्वाचा आहे. आपल्या सर्वांच्या सुदैवाने आपल्या वाङ्मयीन चळवळींनी संकुचित वृत्तीने कधी संघटना केल्या नाहीत किंवा तशा प्रकारची नावेही कधी धारण केली नाहीत. पण कुठे जर छुपेपणाने अशी संकुचित प्रेरणा एखाद्या विशिष्ट चळवळीमागे वा गटाच्या मागे कार्य करीत असेल, तर तिला जीवनात आणि साहित्य क्षेत्रातही तात्कालिक 'वर्तमान' असला तरी शाश्वतचे भविष्य आणि भवितव्य नाही; याची जाणीव आपणा सर्वांनाच असल्यामुळे आज आपण जीवनवादी साहित्याचे संयुक्त व्यासपीठ स्थापन करीत आहोत. हे मराठी साहित्यातील वाङ्मयीन चळवळींच्या विकासाचे महत्त्वाचे लक्षण आहे.

आपल्या संघटना आणि चळवळी समाजाच्या गाभा असलेल्या जनसामान्यांच्या दिशेने झेपावत आहेत. आपणा सर्वांचा जीवनाशय समानधर्मी आणि संवादी आहे. आपण सर्वजण प्राप्त समाजव्यवस्थेतील शोषित आणि अंधारमयाचे गुलाम आहोत. लोकहितवादी, महात्मा फुले, राजर्षी शाहू महाराज, महर्षी शिंदे, डॉ. आंबेडकर, शिक्षणमहर्षी भाऊराव पाटील इत्यादी आपणा सर्वांची श्रद्धास्थाने एकच आहेत आणि समतावादी दृष्टीही एकच आहे. ज्या हेतूने आपण सामाजिक चळवळी चालवीत आहोत, तो हेतू आपण एकत्र होण्याने लवकरात लवकर साध्य होणार आहे.

आपल्या समाजाचा मुख्य गाभा असलेले आपण सर्व केवळ सुटेसुटेपणाने राहत असल्याने साहित्यक्षेत्रात आपल्या साहित्याचा प्रभाव अपेक्षेप्रमाणे पडत नाही. सुटेपणामुळे या प्रवाहांचे भरण-पोषण अपेक्षेप्रमाणे होत नाही. त्यांच्या वाट्याला संस्थात्मक, पुरस्कारात्मक, वितरणात्मक, प्रसिद्धिविषयक, प्रतिष्ठाविषयक उपेक्षाच बहुतेक वेळा येत असते. हे सर्व थांबवावयाचे असेल आणि आपल्या या साहित्यनिर्मितीचे नीट भरण-पोषण व्हावयाचे असेल, त्याला व्यापक पातळीवर योग्य ती प्रतिष्ठा मिळवावयाची असेल, तर आपण आपआपली वाङ्मयीन वैशिष्ट्ये राखत परस्परांशी

संवाद साधत, सहप्रवासासाठी एकत्र आले पाहिजे. मुख्य म्हणजे आपण एकत्र आल्याने आपणा सर्वांच्या साहित्यात समान असलेला शोषितांचा आशय आपला घनगंभीर सूर महाराष्ट्राच्या काना-कोपऱ्यात उमटवू शकेल. आपल्या या सहप्रवाशांच्या एकत्र येण्याने मराठी साहित्याचा मुख्य आणि महाप्रवाह हाच आहे याची एकमेव जाणीव सर्वांना होईल आणि साहित्यनिर्मितीच्या व भरण-पोषणाच्या सर्व सुविधा आपणांस हक्काने मिळू शकतील. आपल्या चळवळींचे प्रबोधनकार्य त्यामुळे उजळून निघेल.

आज दलित, आदिवासी, ग्रामीण साहित्याचे तसेच जनसाहित्याचे प्रवाह संयुक्त व्यासपीठावर एकत्र आलेले स्पष्ट दिसत असले, तरी ते तेवढेच नाहीत. स्त्रीमुक्ती साहित्याचे, समतावादी साहित्याचे, शहरातील शोषितांचे जीवनदर्शन घडविणाऱ्यांचे, देशी साहित्याची संवेदना जागविणाऱ्यांचे अनेक प्रतिनिधी आणि साहित्यिक इथे उपस्थित आहेत. तेही आपलेच सहप्रवासी आहेत. या सर्वांच्या जीवनवादी संवेदनांचे साहित्य म्हणजेच हे सर्व उपप्रवाह आहेत; त्या सर्वांच्या एकत्रित येण्यानेच मराठी साहित्याचा मुख्य आणि महाप्रवाह सिद्ध होणार आहे.

आपआपल्या गटांच्या किंवा संघटनांच्या साहित्यक्षेत्राच्या बाहेर मनाने जाऊन या प्रवाहांचे आपण स्वागत केले पाहिजे. जागरुकतेने आणि दक्षतेनें स्वागत केले, तरच या महाप्रवाहातून सागरनिर्मिती होणार आहे; अन्यथा ते मधेच कुठेतरी वाटेवर आटून जाणार आहेत, याचे दूरदर्शी भान आपण सावधानतेने ठेवावे.

मराठी साहित्याच्या क्षेत्रातील दलित साहित्याचे युगप्रवर्तकत्व आज कोणीही नाकारू शकत नाही. या साहित्याने फुले-आंबेडकरांच्या तत्त्वज्ञानाला अनुसरून आपल्या जन्मारंभी एकूणच मराठी समाजव्यवस्थेविरुद्ध व मराठी साहित्याविरुद्ध विद्रोह पुकारला आणि आपले स्वतंत्र अस्तित्व दाखवून दिले. हा क्रांती करू इच्छिणाऱ्या भावनांचा अतिशय धाडसी व आक्रमक उद्रेक होता. त्यामुळे प्रस्थापित मराठी साहित्य काही काळ हदरून गेले. या उद्रेकात प्रस्थापित व्यवस्था मोडून उद्ध्वस्त करण्याची जशी एक प्रेरणा होती, तशी प्रस्थापित व्यवस्थेपासून तुटून, स्वतंत्रपणे राहण्याचीही दुसरी एक प्रेरणा होती. पहिल्या प्रेरणेचे स्वरूप जुन्या प्रस्थापित व्यवस्था व परंपरा उद्ध्वस्त करणे व नव्या अनुकूल, समतावादी व्यवस्था आणि परंपरा निर्माण करणे, असे दुहेरी होते. इतर सर्व शोषितांना ती अधिक आकर्षक वाटत होती. पण नंतरच्या काळात दलित साहित्याची दुसरी प्रेरणा अधिक प्रभावी झाली. केवळ उद्ध्वस्ततेची गीते ते गाऊ लागले, केवळ अलगतेचे तिचे पोवाडेच ऐकू येऊ लागले. समाजातील इतर सवर्ण शोषितांशी सहप्रवास करण्याच्या इच्छेपेक्षा इतर सर्वांहून आपण वेगळे आहोत, हेच दाखविण्यात ते साहित्य आपली धन्यता मानू लागले. मराठी समाजव्यवस्थेतील कुणाशी सहप्रवास

करायचा व कुणाशी विद्रोह पुकारावयाचा, याविषयी त्यांच्या कल्पना अस्पष्ट, धूसर झाल्या. त्यामुळे उर्वरित शोषितांनी आपआपले वेगळे ध्वज उभे करून आपआपले साहित्य निर्माण करण्याचा प्रयत्न केला.

ग्रामीण साहित्याची चळवळ त्यांपैकीच एक आहे. तिचा विद्रोह केवळ पहिल्या प्रकाराचा, म्हणजेच विधायक स्वरूपाचा आहे. मराठी जुनी समाजव्यवस्था व तिच्यातील प्रस्थापितता कालबाह्य झालेली आहे, तिच्यातील काही बाबी उद्‌ध्वस्त करण्याच्या लायकीच्याच आहेत, ही ठाम समजूत या चळवळीचीही आहेच. पण याच मराठी समाजात राहून, याच मराठी समाजाचा एक घटक बनून आपण त्या उद्‌ध्वस्त करावयाच्या आहेत, त्यातून कालसुसंगत, धर्म-जात-वर्गनिरपेक्ष, समतावादी जनसामान्याला केंद्र मानून मूल्यसंकल्पना मांडणारी, संपूर्ण नवी मांडणी लोकशाही वृत्तीनेच करावयाची आहे, याची धारणा ग्रामीण साहित्याच्या चळवळीमध्ये विशेष आहे. या विधायकतेवर ते अधिक भर देते. प्रस्थापित शोषक वर्गही याच समाजाचा, पर्यायाने आपल्यातच जन्माला आलेला निषिद्ध घटक आहे; तो उपरा नाही किंवा त्याच्यापासून फुटून आपणास स्वतंत्र समाज बनवावयाचा नाही किंवा राष्ट्र बनवावयाचे नाही, अशी या चळवळीची दृढ समजूत आहे. यासाठी शोषित सवर्णांसह सर्व दलित, आदिवासी, भटके-विमुक्त, स्त्रिया, जनसाहित्यवादी यांनी एकत्र येण्याची गरज त्यालाही वाटते. आदिवासींचे साहित्य, जनसाहित्य, स्त्री-मुक्तीचे साहित्य, यांचीही सामाजिक भूमिका यापेक्षा वेगळी आहे, असे मला वाटत नाही. दलित साहित्याचे स्वरूपही अलीकडे निवळले आहे. विधायक विद्रोहाकडे ते अधिक झुकत चालले आहे. आपल्या उपक्रमांच्या कक्षा त्याने अधिक व्यापक केल्याची जाणीव गेल्या पाच-सहा वर्षांत दिसते आहे. ही चांगली चिन्हे आहेत. त्यामुळेच आपण आज या संयुक्त व्यासपीठावर एकत्र येऊ शकलो आहोत. त्यातून आपल्या सर्वांच्या चळवळींना एक फार मोठे बळ लाभणार आहे व मराठी समग्र साहित्याचे स्वरूप येत्या दहा-बारा वर्षांत आमूलाग्र बदलणार आहे, असा मला विश्वास वाटतो.

जनसामान्यांच्या, सर्व मराठी शोषितांच्या दिशेने जाणाऱ्या या चळवळींनी १९६७ ते १९८७ या वर्षांत आरंभलेले हे कार्य वास्तविक महाराष्ट्रातील प्रस्थापित साहित्य संस्थांनी याअगोदरच स्वत:च्या हातात घेण्याची सामाजिक आणि सांस्कृतिक गरज होती. पण त्यांना हे स्वातंत्र्योत्तर काळातील युगभान अजूनही दुर्दैवाने आले नाही.

कोणतीही सुजाण संस्था, मग ती सामाजिक असो वा साहित्यिक असो; ती समाजाच्या गरजा ओळखून स्वत:मध्ये वेळोवेळी बदल घडवून आणत असते. समाजजीवन हा एक प्रवाह आहे; तो स्थितिशील पाण्याचे डबके नाही, याचे तिला भान असते. हे भान तिला असेल तरच ती समाजाच्या परिवर्तनशीलतेत सहभागी

होऊ शकते व स्वत:ही त्याचबरोबर परिवर्तनशील राहते. तिचा हा परिवर्तनशील स्वभाव नाहीसा झाला की त्या संस्थांची संस्थाने होतात. मग या संस्था प्रस्थापितांच्या वैयक्तिक हितसंबंधांना जपत त्यांची भोगस्थाने होऊन राहतात.

१९६०-६२ पासून महाराष्ट्रातील काही साहित्यसंस्थांशी माझा संबंध आहे. गेल्या पंचवीस वर्षांपूर्वी जसे आणि जे कार्य त्या करीत होत्या तेच कार्य आणि तसेच कार्य त्या आजही करीत आहेत. त्यांची स्थितिशील वृत्ती धुव्राइतकीच अढळ आहे. या संस्था साहित्यासारख्या प्रवाही आणि प्रभावी कलेच्या माध्यमातून समाजाचा विचार करायला कधी शिकलेल्या दिसत नाहीत. ना. सी. फडक्यांच्या मनोरंजनवादी दृष्टीने आणि तदनंतर समाजविन्मुख व्यक्तिकेंद्री साहित्यविचारांनी त्यांची ही सामाजिक निष्क्रियतावादी वृत्ती भक्कम करून टाकली आहे. कर्मकांडी पद्धतीने मृत साहित्यिकांच्या जयंत्या आणि पुण्यतिथ्या साजऱ्या करणे, देण्याघेण्याच्या व्यापार-वृत्तीने व हितसंबंधी धोरणाने वक्त्यांची व्याख्याने ठेवणे, जुन्या ग्रंथांवर त्याच त्याच विषयांची प्रत्येक वर्षी नव्याने वक्तव्ये घडवून आणणे, एरवी संस्थेचे ग्रंथालय, फोन, चहापाणी, शिपाई, हॉल्स, निवास, इतर जागा स्वत:साठी वापरून आपले असे खाजगी, साहित्यिक व सामाजिक हितसंबंध वाढविणे, संस्थेत गोळा झालेल्या जनतेच्या पैशावर मनोरंजनवादी संमेलने घेणे, हितसंबंधितांच्या जुजबी पुस्तकांना पारितोषिके देणे, इत्यादी सांकेतिक कार्ये सांकेतिक पद्धतीने या संस्थांमधून चालत असतात.

गेली काही वर्षे सामाजिक विचार करणारी दृष्टी समाजातील अनेक संस्थांत अभावाने आढळते. वैयक्तिक स्वार्थ, हितसंबंध एवढेच तिथे सांभाळले जातात. या संस्थांच्या कार्याला त्यामुळे व्यापक सामाजिक व सांस्कृतिक संदर्भ कधीच प्राप्त होत नाहीत. स्वातंत्र्योत्तर गेल्या चाळीस वर्षांत देशाच्या आणि मराठी समाजाच्या जीवनात कितीतरी अशा महत्त्वाच्या घटना घडून गेल्या आहेत की, ज्यांचा परिणाम आपल्या सामाजिक आणि सांस्कृतिक जीवनावर खोलवर झालेला आहे. त्यामुळे आपल्या जीवनाचे आणि पर्यायाने त्यातून जन्मणाऱ्या साहित्याचे आणि संस्कृतीचे संदर्भ बदललेले आहेत. पण या साहित्यसंस्था स्वातंत्र्यपूर्व काळात जशा होत्या तशाच आजही असलेल्या दिसतात. स्वातंत्र्य मिळाल्यापासून या संस्थांनी महाराष्ट्राच्या राजकीय व सामाजिक जीवनापासून, त्यातील घडामोडीपासून अलिप्तता स्वीकारली. केवळ वाङ्मयीन स्वरूपाच्या काहीशा निरुपद्रवी वाटणाऱ्या उपक्रमांवर त्या भर देत होत्या; त्या उपक्रमांत आजही फरक पडलेला दिसत नाही. प्रबोधनवादी भूमिका न स्वीकारता, सर्वसाधारण मनोरंजनवादी, भूतकालाचे गुणसंकीर्तनवादी अशीच भूमिका या संस्थांची राहिलेली आहे; मग ती साहित्यसंमेलने असोत वा संस्थांनी ठेवलेली भाषणे, व्याख्याने वा इतर उपक्रम असोत.

१९६७ ते ८७ च्या वीसएक वर्षात साहित्याच्या क्षेत्रात कितीतरी नव्या

चळवळी निर्माण झाल्या. दलित साहित्य, ग्रामीण साहित्य, जनसाहित्य, आदिवासींचे, भटक्या-विमुक्तांचे साहित्य, लोकसाहित्य, स्त्री-मुक्तीचे साहित्य असे नवनवे साहित्यप्रवाह कितीतरी निर्माण झाले. मराठी साहित्याचे अंतरंग स्वातंत्र्योत्तर काळात या साहित्यप्रवाहांनी पार पालटून टाकले आहे. त्याबद्दल या साहित्यसंस्थांनी काय भूमिका स्वीकारली आहे? याविषयी किती कार्यक्रम त्यांनी घडवून आणले आहेत? या प्रवाहांविषयी ह्यांनी काही गंभीर विचार आपल्या मुखपत्रांचे अंक काढून, या विषयावर परिसंवाद घेऊन, ग्रंथयोजना करून, हे प्रवाह मराठी मनाला नीटपणे समजून देण्याची संस्थात्मक भूमिका या संस्थांनी किती बजावली आहे? उलट या नव्या साहित्य प्रवाहांबद्दल या संस्थांनी सदैव तुच्छताबुद्धी व उपेक्षाच धारण केलेली दिसून येते. हे साहित्यच नव्हे; खरे साहित्य वेगळेच आहे; ते जणू पुणे-मुंबईतच फक्त पिकते आहे; साहित्याने फक्त मनाचे पिंजण करणाऱ्या मध्यमवर्गीय कुढेपणाचेच वर्णन केले पाहिजे; अशी जणू यांची धारणा आहे. सबंध मराठी समाजाचे प्रतिनिधित्व करणाऱ्या या साहित्यसंस्थांना जनसामान्यातून निर्माण होणाऱ्या साहित्य-प्रवाहांविषयी अशी पक्षपाती भूमिका घेण्याचा अधिकार असतो काय? यातून एक मूलभूत प्रश्न निर्माण होतो तो हा की, या सार्वजनिक, सामाजिक साहित्यसंस्था चालविणारे लोक कोण आहेत? कोणत्या समाजाचे ते प्रतिनिधित्व करतात? कोणत्या समाजाची ते वाङ्मयसेवा करीत आहेत?

आपल्या समाजातील अठरा पगड जाती, आदिवासी, भटके-विमुक्त, आज प्रचंड संख्येने शिकत आहेत आणि साहित्यनिर्मिती करीत आहेत. साहित्याचे वाचन-आस्वादन करीत आहेत. त्यांची उपेक्षा न करता त्यांची अभिरुची घडविण्याचे, तिच्यावर संस्कार करण्याचे कितीतरी मोठे कार्य आज या साहित्य-संस्थांना करता येण्यासारखे आहे. या संस्थांनी या नवजागृत मराठी समाजाची अभिरुची घडविण्याचे काय कार्य केले आहे? या संस्थांना महाराष्ट्राच्या कानाकोपऱ्यातील सभासदांकडून वर्गणीद्वारा पैसा मिळतो. पण या संस्थांचे बहुतेक सर्व कार्यक्रम त्या संस्थांच्या प्रमुख कार्यालयातच होतात. तिथे फक्त दहा ते बारा श्रोते संध्याकाळचा न जाणारा वेळ घालविण्यासाठी आलेले असतात. अशा प्रकारचे कार्यक्रम संस्थेच्या सर्व सभासदांपर्यन्त जाण्याची कोणती योजना या साहित्य-संस्थानी आखलेली आहे? त्यांच्याजवळ अशा उपक्रमशील योजना मुळातच आहेत काय?

गेल्या तीस-चाळीस वर्षांत शासकीय पातळीवर राज्यभाषा म्हणून, विद्यापीठीय पातळीवर शिक्षणाच्या माध्यमाची भाषा म्हणून, वाङ्मयीन पातळीवर एक कलामाध्यम म्हणून, प्राथमिक व माध्यमिक शालेय पातळीवर पाठांची भाषा म्हणून, शास्त्रांची परिभाषा म्हणून, जीवन व्यवहारातील भाषा म्हणून मराठी भाषेसंबंधी कितीतरी प्रश्न आणि समस्या निर्माण झालेल्या आहेत. मराठी भाषेच्या उपासक असलेल्या या

साहित्यसंस्थांनी मराठी भाषेचे हे प्रश्न किती खोलवर जाऊन, किती सातत्याने, किती उपक्रम कृतीत आणून सोडविले आहेत? या साहित्यसंस्थांचा आणि मराठी भाषेच्या अस्तित्वाचा काही प्राणसंबंध शिल्लक राहिला आहे काय?

महाराष्ट्राच्या शालेय व माध्यमिक शिक्षणात, विद्यापीठीय अभ्यासक्रमात, संशोधनाच्या क्षेत्रात, प्रसार-माध्यमात मराठी भाषेला आणि मराठी साहित्याला किती तरी महत्त्वाचे स्थान आहे. मराठी साहित्याच्या अभ्यासासंबंधी व संशोधनासंबंधी किती तरी प्रश्न स्वातंत्र्य मिळाल्यावर, गेल्या तीस-चाळीस वर्षांत निर्माण झाले आहेत. या अभ्यासक्रमांची, संशोधनांची, प्रसार-माध्यमांची भाषेच्या व मराठी साहित्याच्या संदर्भात पुनर्रचना करण्याची किती तरी नितान्त आवश्यकता जाणकार मराठी माणसाला वाटते आहे. यासंबंधी या साहित्यसंस्थांनी किती उपक्रम आणि कार्यक्रम राबवले आहेत? या संस्थांनी प्रसंगी विद्यापीठावर, संशोधनक्षेत्रांवर वाङ्मयीन सामाजिक संस्था या नात्याने कधी नैतिक दडपणे आणली आहेत? या संस्थांनी एकत्र येऊन कधी काही कालोचित योजना सादर केल्या आहेत का? या संदर्भात या संस्थांना कधी तरी विद्यापीठे, शिक्षणबोर्डस्, सरकार आणि आपण एकत्र येणाची गरज वाटली आहे का? समाजाचे सांस्कृतिक प्रतिनिधित्व आपल्याकडे असल्याच्या जाणिवेने काही प्रयत्न केले आहेत का?

कधी तरी स्वातंत्र्यपूर्वकाळात, तत्कालीन जागृत वर्गाने या साहित्यसंस्था स्थापन केल्या. त्या वेळच्या तीन-चार साहित्यसंस्थांनी कधी तरी एकत्र येऊन महामंडळाची स्थापना केली. वर्षातून एकदा साहित्यसंमेलन सांकेतिक पद्धतीने भरविणे यापलीकडे आज तरी या महामंडळाजवळ काहीही कार्यक्रम नाही.

निदान हे 'अखिल भारतीय' म्हणवून घेणारे साहित्यसंमेलन तरी पुरेशा प्रातिनिधिक वृत्तीने, गांभीर्याने आणि विधायक प्रवृत्तीनें आपणच निर्माण केलेल्या 'घटने' नुसार या महामंडळाने भरवावे; पण तेवढीही कल्पकता आणि बुद्धी या महामंडळाने कधी राबवलेली दिसत नाही.

निरनिराळ्या साहित्य-प्रवाहांनी महाराष्ट्राच्या विविध प्रदेशांत कितीतरी नवनव्या साहित्यसंस्था स्थापन करून नव्या वाङ्मयीन प्रवृत्तीचे भरण-पोषण चालू केले आहे. या नव्या प्रवृत्तींच्या साहित्यसंस्थांना मराठी 'महामंडळात' काडीचेही स्थान नाही. किंबहुना 'महा' म्हणविणाऱ्या या मंडळाने या नव्या मराठी साहित्य संस्थांची व प्रवाहांची दखलच घ्यावयाची नाही, अशी 'लघुतम' वृत्ती धारण केली आहे. महामंडळाला गेल्या पंचवीस-तीस वर्षांतील हा वाङ्मयीन बदलच मान्य नाही. मग हे मंडळ समग्र मराठी रसिकांचे प्रतिनिधित्व कसे काय करू शकते? हा प्रश्न महामंडळाला, ते बनवणाऱ्या साहित्य-संस्थांना आणि या साहित्यसंस्थांच्या सभासदांना कधी गंभीरपणे पडला आहे काय?

साहित्यसंमेलनाच्या अध्यक्षीय निवडणुकीचे मतदारसंघ तयार करताना साहित्यिकांच्या मतांना प्राधान्य कसे मिळेल याचे भान ठेवून तयार करणे आवश्यक असते, शिवाय संस्थांच्या शाखा-उपशाखांच्या कार्याध्यक्षांना, कार्यवाहांना, कार्यकारिणीला, सभासदांना त्यात कसे योग्य ते प्रतिनिधित्व ठेवता येईल, याचीही जाणीव असणे आवश्यक असते. नवसाहित्यिकांना व नववाङ्मयीन प्रवृत्तींना त्यात अर्थपूर्ण स्थान देऊन ते साहित्य-संमेलन वर्तमान वाङ्मयीन प्रवृत्तींचे कसे पोषण करील याची दक्षता घेण्याची गरज असते. पण अशा प्रकारच्या संस्थात्मक तटस्थ विवेक किंवा तारतम्यबुद्धी या महामंडळाने किंवा ते निर्माण करणाऱ्या साहित्यसंस्थांनी कधीही दाखविलेली दिसत नाही. मग या महामंडळाला किंवा त्यातील साहित्यसंस्थांना कोणत्या अर्थाने प्रातिनिधिक किंवा सार्वजनिक म्हणावयाचे? का त्या केवळ जुन्या आहेत, कागदी व्यवहार योग्य पद्धतीने रंगवीत असतात, म्हणून त्यांना तसे मानावयाचे?

महामंडळाच्या विद्वान अध्यक्षांना व संस्थांना अजूनही 'अखिल भारतीय' पातळीवरचे 'मराठी साहित्य संमेलन' हे अजूनही 'जत्राच' असावी, उत्सवी स्वरूपच त्यांना असावे, मनोरंजनासाठीच तेथे सर्वांनी एकत्र जमावे, असे वाटते आहे.

खरे तर महामंडळाच्या जन्माच्या अगोदरची साहित्य संमेलने गंभीर प्रवृत्तीने भरताना दिसतात. त्यांना सामाजिक, सांस्कृतिक, साहित्यिक प्रश्नांविषयी पुरेशी आस्था असताना दिसते. त्या वेळेच्या संमेलनांच्या कार्यक्रमपत्रिकांतील विषय, परिसंवाद, पास झालेले ठराव पाहताना याची पदोपदी जाणीव होते. अध्यक्षीय भाषणे तर गंभीर आणि विचारप्रवर्तक दिसतात.

१९५५-६० पर्यन्त महाराष्ट्रात दळणवळणाचे पुरेसे रस्ते नव्हते, मुख्य शहरांना व तालुक्यांनाच फक्त एस्.टी. चे रस्ते जोडलेले होते. महाराष्ट्राच्या दोन-तीन शहरांतच फक्त दैनिके, वर्तमानपत्रे, नियतकालिके राजव्यापी पातळीच्या स्वरूपात निघत होती. शिक्षणप्रसार फक्त ठराविक जिल्ह्यांच्या शहरांपुरताच, एका विशिष्ट वर्गापुरताच मर्यादित होता. शिक्षणसंस्थाही मोठमोठ्या शहरांतच स्थापन होत होत्या व तेथेच प्रामुख्याने कार्य करत होत्या. सगळ्या महाराष्ट्रात एक दोनच विद्यापीठे होती. साहित्यिक बहुधा शहरवासी असत व घरी बसूनच साहित्यनिर्मिती करीत. साहित्य-चर्चा फक्त दैनिके, साप्ताहिके, नियतकालिके यांतूनच चाले, व्याख्यानानिमित्त, वैयक्तिक स्वरूपात, काव्यवाचनानिमित्त, शाळा-महाविद्यालयांच्या वार्षिक स्नेहसंमेलनानिमित्त क्वचित साहित्यिक बाहेर पडत. त्या वेळी रेडिओचा, दूरदर्शनचा अजिबात प्रसार नव्हता. आजच्याइतका रसिक-वर्ग वाढलेला नव्हता. अशा वेळी साहित्यसंमेलनानिमित्त एकत्र येणे, त्या निमित्ताने प्रवास करून एकमेकांना भेटणे, आनंद-मजा करणे, साहित्यिकांना केवळ 'आहे कसा आननी' हे पाहणे, हे सुसंगत होते. त्यामुळे वर्षातून एकदा आणि एकमेव होणाऱ्या संमेलनारा उत्सवी

स्वरूप, जत्राधर्मी स्वरूप प्राप्त होणे स्वाभाविकही होते.

पण आज तीसभर वर्षांत मराठी समाजात व परिस्थितीत प्रचंड बदल झालेला आहे. खेडोपाडी दळणवळणाचे डांबरी रस्ते आणि एस्.टी. गाड्या गेल्या आहेत. जिल्ह्यांच्या, तालुक्यांच्या, एवढेच काय, अनेक ठिकाणी गाव पातळीवरही दैनिके, साप्ताहिके, पाक्षिके निघत आहेत. नियतकालिकांची संख्या अशीच विपुल झाली आहे. अनेक शहरांतून, प्रदेशांतून ती निघत आहेत. शिक्षण-संस्थांचा, विद्यापीठांचा विस्तार झपाट्याने झाल्याने सर्व महाराष्ट्रभर खेड्यापाड्यांतून मोठ्या प्रमाणात वाचकवर्ग निर्माण झाला आहे. महाविद्यालये, शाळा-प्रशाला याही विपुल प्रमाणात खेड्यापाड्यांत झालेल्या आहेत. रेडिओ, दूरदर्शन, कॅसेट्स, रेकॉर्डप्लेअर्स, व्ही. डी. ओ. इत्यादींचा प्रसार सर्वदूर झाला आहे. गणेशमंडळे, शारदामंडळे, ज्ञानमंडळे, साहित्यमंडळे, निरनिराळ्या सहकारी संस्थांची सांस्कृतिक मंडळे भरमसाठ वाढलेली आहेत. या सर्वांचा परिणाम एक एक साहित्यिक आपल्या वाचकवर्गास व रसिकवर्गास वर्षातून पन्नास वेळा भेटण्यात झालेला आहे. धंदेवाईक कथाकथने, कविसंमेलने, व्याख्याने, महाविद्यालये-प्रशाला यांची स्नेहसंमेलने, छोटीछोटी अनेक साहित्यसंमेलने, मेळावे, निरनिराळ्या मंडळांची निमंत्रणे, वर्तमानपत्रे व नियतकालिके यांच्या सजावटीसाठी विपुल प्रमाणात साहित्यिकांची छापली जाणारी छायाचित्रे, त्यांच्या कॅसेट्स, व्ही. डी. ओ. कॅसेट्स, रेडिओवरील त्यांची भाषणे, दूरदर्शनवरील त्यांची छबी, दळणवळणाच्या सुलभतेने सहज भेटाभेटी होणे यामुळे 'साहित्यिक आहे कसा आननी' हे पाहण्याचे प्राथमिक औत्सुक्यही आता रसिक-वाचक वर्गात राहिले नाही. साहित्यिकांच्या अनेक दृष्कृत्यांमुळे, सांसारिक जीवनातील त्यांच्या अनेक भानगडींमुळे, कार्यक्रमासंबंधीच्या त्यांच्या धंदेवाईक वृत्तीमुळे, वाङ्मयातील चोऱ्यामाऱ्यांमुळे त्यांच्याविषयी आता पूर्वीइतका आदरही कुणाच्या मनात राहिलेला नाही. केवळ त्यांना भेटण्यासाठी अखिल भारतीय मराठी साहित्य संमेलनाला जावे, असे आता तरुण पिढीला स्वप्नातही वाटत नाही. आता साहित्यिक जत्रा किंवा उत्सवी संमेलने गावपातळीपासून जिल्हा-प्रदेश-पातळीवर पुष्कळ प्रमाणात भरू लागली आहेत. अशा परिस्थितीत या संमेलनांचेही संमेलन असलेले 'अखिल भारतीय' पातळीवरचे साहित्य संमेलनही उत्सवी स्वरूपाचेच ठेवावे, असे म्हणणे मूर्खपणाचे व जबाबदारी टाळण्याचे लक्षण आहे.

अखिल भारतीय पातळीवरील साहित्यसंमेलनाला किती तरी लाख रुपये सहज खर्च येतो. एवढा प्रचंड पैसा केवळ जत्रेपोटी, मनोरंजनापोटी दोन-अडीच दिवसांत उडविणे, हे दगडधोंड्यांनी नि प्रचंड दारिद्र्याने भरलेल्या महाराष्ट्राला परवडेल असे वाटत नाही. त्याहून कितीतरी महत्त्वाच्या जीवनावश्यक आणि निकडीच्या सामाजिक, सांस्कृतिक बाबी पैशावाचून अडगळीत पडलेल्या आहेत. त्यांच्यासाठी हा पैसा

वळवणे आवश्यक आहे.

खरे तर मराठी साहित्य-संमेलनासाठी 'अखिल भारतीय' हा शब्दप्रयोग आपण केवळ रेल्वेप्रवासात सवलत मिळावी म्हणून वापरणे योग्य नाही. त्या शब्दांचे गांभीर्य महामंडळाने आणि बुद्धिवादी महाराष्ट्राने अधिक मानावे, अशी अपेक्षा आहे. 'भारत' हा देश आशियाखंडाचा एक 'उपखंड' मानला जातो. या देशाची महानता, सांस्कृतिक परंपरा, जगातील त्याचे स्थान व माहात्म्य ओळखूनच 'अखिल भारतीय' या शब्दप्रयोगाचे औचित्य आपण राखले पाहिजे. जगाच्या पाठीवर मराठी माणूस अनेक ठिकाणी पसरला आहे. अखिल भारतीय मराठी साहित्य संमेलनातील अध्यक्षीय भाषण आणि झालेल्या कार्यक्रमांचा अहवाल त्यांच्या हातात पडल्यावर महाराष्ट्राच्या सांस्कृतिक विश्वात कोणते विचारमंथन चालले आहे, मराठी मनाचे वाङ्मयीन प्रतिबिंब आज कोणत्या स्वरूपाचे आहे, मराठी समाजात कोणते नवे सांस्कृतिक व साहित्यिक प्रवाह वाहत आहेत, ते तसेच का वाहत आहेत. आधुनिक जगाच्या संस्कृतीत त्यांचे संदर्भमूल्य काय, याचा थोडातरी सुगावा त्या मराठी माणसाला या संमेलनाच्या द्वारे लागणे आवश्यक आहे. तरच या महामंडळाच्या 'महा' पणाला अर्थ प्राप्त होईल आणि 'अखिल भारतीय' या शब्दप्रयोगाचीही आपण मराठी माणसांनी लाज राखल्यासारखे होईल.

जगाच्या पाठीवर, विशेषत: युरोपीय राष्ट्रांत, साहित्यिकांच्या अनेक वार्षिक परिषदा होत असतात. त्यांत साहित्यविश्वाची, निर्मितीची, समीक्षेची, तिच्या दर्जाची, एकूण घडामोडींची कसून चिकित्सा होते. सर्वजण साक्षेपाने अभ्यासपूर्वक आपली मते मांडत असतात आणि त्या परिषदांतील अध्यक्षीय भाषण हा त्या सर्वांचा परिपाक ठरावे, अशा योग्यतेचे असते. इतर राष्ट्रांतील जाणकारांच्या उड्या त्या परिषदांच्या अहवालावर, अध्यक्षीय भाषणांवर पडत असतात. ती जरी एका राष्ट्रातील 'घटना' असली, तरी तिला खंडीय आणि जागतिकही महत्त्व प्राप्त होते. या दृष्टीने आपल्या तथाकथित प्रातिनिधिक साहित्यसंस्था आणि त्याचे महामंडळ काही उपक्रम हाती घेते काय? आतापर्यन्त त्यांनी कधी त्या दिशेने विचार केला आहे काय?

या साहित्य-संस्था आजच्या नव्या मराठी माणसाच्या प्रातिनिधिकही नाहीत आणि त्याचे मंडळ 'महा' वगैरेही नाही. त्या अतिशय संकुचित वृत्तीच्या आहेत. त्यांना कमरेला नेसलेल्या त्यांच्याच 'घटने' चेही नीट पालन करता येत नाही, याचे अनेक पुरावे या साहित्यसंस्थांच्या आणि महामंडळाच्या कारभारात आणि उपक्रमांत आहेत. जे 'महामंडळ' आपल्या सोयीसाठी 'घटना व नियम' तयार करते, तेच महामंडळ संमेलनाच्या प्रत्येक वेळी 'तीच घटना' आणि 'नियम' धाब्यावर बसवून मोकळे होते. 'संमेलनाचा अध्यक्षीय उमेदवार घटक, समाविष्ट संस्थेचा निदान एक

वर्ष तरी अगोदर रीतसर सभासद असला पाहिजे' असा घटनेत महामंडळ नियम करते; तेच महामंडळ आपणास 'हवा तो अध्यक्ष' पाहिजे म्हणून आपल्याच घटकसंस्थेला मागील वर्षाची तारीख टाकून अध्यक्षीय उमेदवाराला सभासद करून घेण्यास धडधडीत सुचवते. एरवी नैतिकतेच्या गप्पा मारणारा अध्यक्षीय उमेदवार साहित्यिकही असे कर्म करण्यास हसतमुखाने संमती देतो. साहित्य-संस्थांच्या कार्यकारिणीच्या सर्व सदस्यांना मतदानाचे स्थायी अधिकार घटनेत असतानाही, संस्थांचे सर्वोच्च अधिकारी तो नियम धाब्यावर बसवतात आणि आपल्या हितसंबंधी उपऱ्या लोकांना तो अधिकार देऊ करतात. कार्यकारिणीचे सदस्यही तो हक्क मुकाट्याने आणि लाचारपणाने सोडून देतात. ही महामंडळाची, त्याच्यातील साहित्यसंस्थांची, तेथील सर्वोच्च अधिकाऱ्यांची, कार्यकारिणीच्या जागृत सदस्यांची आणि अध्यक्ष होऊ इच्छिणाऱ्या तेथील हितसंबंधी साहित्यिकांची अवस्था आहे. या संस्था आणि महामंडळ म्हणजे एक करमणूकप्रधान पोरखेळ वाटावा, असे त्यांचे आरोप-प्रत्यारोप सततच चालतात. ही त्यांची दारुण शोकान्तिका आहे. अशा या साहित्य-संस्थांकडून आणि त्यांनी बनविलेल्या महामंडळाकडून सुजाण मराठी माणसाने येथून पुढे अपेक्षा ठेवणे अनाठायी आहे. याची जाणीव पूर्वीच होऊन की काय या साहित्यसंस्थांपासून व महामंडळापासून जाणकार आणि श्रेष्ठ साहित्यिक आणि समीक्षक सदैव चार पावले दूर असतात. स्वतंत्रपणे स्वत:चे कार्य आत्मनिष्ठेने करीत राहतात.

यातूनही कुणी जाणकार या साहित्यसंस्थाचा आणि महामंडळाचा हा दयनीय कारभार पाहून, हितसंबंधी वृत्ती पाहून ते सर्व मोडून काढण्याच्या उद्देशाने संस्थांत प्रवेश करू पाहातो, नवे काही करण्याच्या जिद्दीने कमर कसून उभा राहतो. अशा वेळी या साहित्यसंस्था एकवटून आणि कोणत्याही प्रकारची नामुष्की पत्करून त्याला विरोध करतात. सर्व दारे बंद होतील आणि आपले निरकुंश अंदाधुंद साम्राज्य अढळ राहील याची पुरेपूर व्यवस्था करतात.

या संस्थांच्या आश्रयाला निष्क्रियतावादी आणि कलावादी प्रामुख्याने आलेले आहेत. साहित्यातील 'कलात्मकता' आणि साहित्यातील 'कलावाद' यांतील फरक बहुतेक वर्तमानपत्री लेखन करणाऱ्यांना कळत नसला, तरी जाणकारांना तो निश्चितपणे कळतो. त्यात मराठी साहित्यात रुजलेला कलावाद हा अत्यंत एकांगी, मूळ पाश्चात्त्य कलावादाच्या दृष्टीने कमालीचा उथळ, बेजबाबदार, व्यक्तिकेन्द्रित वृत्तीला खतपाणी घालण्याच्या उद्देशाने विपर्यस्त करून स्वीकारलेला आहे, हे जाणकार चटकन जाणतात. सौंदर्यशास्त्राचा जनक असलेल्या कांटनेच साहित्याच्या स्थानी असलेले प्रभावी सामर्थ्य, त्याचा मानवी उदात्त नैतिकतेकडे असलेला सौंदर्यात्म कल या मराठी साहित्यिकांनी मुळात जाऊन कधी लक्षातच घेतला नाही. सार्त्रच्या

'साहित्यिक स्वातंत्र्याचा अर्थ' यांनी पुरेशा गांभीर्याने कधी समजून घेतला नाही. मर्ढेकरांच्या सौंदर्यशास्त्रीय कलावादी दृष्टीला किती मर्यादा होत्या, याची जाणीव त्याच वेळी दि. के. बेडेकरादी अनेक जाणकारांनी करून दिली. आजघडीलाही गं.बा. सरदार, एम. पी. रेगे, रा. भा. पाटणकर, शरद्चंद्र मुक्तिबोध, द. ग. गोडसे, यांच्यासारखी वाङ्मयाचा व्यापक व सखोल अभ्यास करणारी मंडळी काय म्हणत आहेत, काय मांडत आहेत याकडे या संस्था संपूर्ण दुर्लक्ष करीत आहेत. या विचारवंताचे वाङ्मयीन भान या संस्थांना परवडण्यासारखे नाही.

या सर्वांच्या वैचारिकतेकडे दुर्लक्ष करून या संस्था कलावादाच्या प्रावरणाखाली आपली व्यक्तिकेन्द्रित, हितसंबंधी, समाजविन्मुख वृत्ती लपविण्याचा प्रयत्न करतात. अशा एकांगी, उथळ वृत्तीने जोपासला गेलेला यांचा मराठीतील कलावाद यामुळे ना. सी. फडके यांच्या मनोरंजनवादाचेच उशिरा जन्मलेले अपत्य ठरलेला आहे!

या संस्थांचा आणखी एका अंगाने समाजशास्त्रीयदृष्ट्या विचार करता येण्यासारखा आहे. अखिल भारतीय साहित्य संमेलनविषयक नुकत्याच झालेल्या घडामोडीत या संस्थांतून कार्य करणारी वृत्ती ही वर्णवर्चस्ववादी ब्राह्मणी आहे हे सूर्यप्रकाशाइतके स्पष्ट झालेले आहे. या संस्थांची हीच वृत्ती त्यांच्या विविध कार्यक्रमांतून निवडलेल्या व्याख्यान-विषयातून आणि वक्त्यांतून, दिल्या जाणाऱ्या पुस्तक-पुरस्कारांतूनही जाणवल्याशिवाय राहत नाही. ही फार जुनाट वृत्ती आहे. गेल्या शंभर वर्षांत म. जोतिबा फुले, राजर्षी शाहू महाराज, डॉ. आंबेडकर, यांनी तर या वृत्तीवर प्रहार केलेच आहेत. पण साहित्यक्षेत्रातही फुले, भालेकर, भास्करराव जाधव, अण्णासाहेब लठ्ठे यांच्यासारख्यांनी शंभर वर्षांत प्रहार केले आहेत. आज लक्ष्मणशास्त्री जोशी, गं. बा. सरदारही तेच कार्य करीत आहेत. कुसुमाग्रज, पु. ल. देशपांडे यांसारख्या श्रेष्ठ साहित्यिकांनी ही वृत्ती निषिद्ध मानली आहे. पण त्याचे यांना अजूनही मनापासून काही वाटत नाही.

या संस्थांवर निवडून येणारे सगळेच वर्णवर्चस्ववादी ब्राह्मणी वृत्तीचे असतात असे नाही. काही समंजस, कालभान असलेली, दूरदर्शी विचार करणारी मंडळीही असतात. पण ती संख्येने तिथे कमी असतात. सामूहिक पद्धतीने चालणाऱ्या कारभारात त्यांच्या विचारांना तिथे स्थान मिळत नाही. तिथे पगडा असतो फक्त वर्णवर्चस्ववादी ब्राह्मणीवृत्तीचा. ही वृत्ती अतिशय हुशारीने, सूक्ष्मरीत्या, अप्रत्यक्षरीत्या निरनिराळे युक्तिवाद, आविर्भाव आणि पवित्रे धारण करून, तर कधी चलाखीने, धूर्तपणाने कार्य करताना दिसते. पुष्कळ वेळा तोंडी लावण्यापुरते वरवरचे पुरोगामीपण पांघरुणासारखे वापरतानाही दिसते. त्यामुळे सरळमार्गी समंजस, सात्त्विक विचारवंतांचे तिथे काही चालत नाही.

या संस्थांवर आताशा समाजातील नवजागृत स्तरांतून काही व्यक्ती कार्यकारिणीवर

निवडून येताना दिसतात. पण त्याही पुष्कळ वेळा अर्धजागृत असतात. अभ्यासू नसतात. बेसावध असतात. पुष्कळ जण वैयक्तिक हितसंबंध निर्माण करण्यासाठी आपल्या निवडीचा वापर करताना दिसतात. पुष्कळसे केवळ पुणे-नागपूर-औरंगाबादला आणि साहित्य संमेलनांना संस्थेच्या खर्चाने जाता येते, फुकटचा मोठेपणा मिळतो, एवढ्याच संकुचित हेतूने येताना दिसतात. पुष्कळदा नवविचारी व्यक्ती तेथे कसून धडपड करतात. परिवर्तन घडवून आणण्याचा प्रयत्न करतात. संस्थांना वर्तमान समाजवास्तवाकडे खेचू पाहातात. पण त्याही शेवटी तेथील परंपरावादाला, जुनाट भक्कम पगडा असलेल्या वर्णवर्चस्ववादी प्रवृत्तींना, कागदी घोडी नाचवणाऱ्या कारभाराला आणि त्यातून येणाऱ्या अनुभवांना वैतागून या संस्थांना रामराम ठोकतात. शेवटी या संस्था आहेत तिथेच राहातात.

इतर क्षेत्रांतील संस्थांतून एरवी काहीही घडत असले, तरी समाजातील शिक्षणसंस्था आणि साहित्यसंस्था यांच्याकडून आपण वेगळी अपेक्षा करीत असतो. उत्तम समाजधारणेचे शिक्षण या संस्थांनी द्यावे अशी शिक्षणसंस्थांकडून अपेक्षा असते, तर उदात्त मानसिकतेचे संस्कार साहित्याने आणि साहित्यसंस्थांनी सुदृढपणे घडवावेत, अशी त्यांच्याकडून अपेक्षा असते. म्हणूनच या संस्थांवर आपण समाजाचे धन खर्ची घालत असतो. घातलेले भांडवल सव्याज आर्थिक स्वरूपात परत करावे, असे या संस्थांकडून आपण कधीच अपेक्षित नसतो. या काही इतर संस्थांप्रमाणे औद्योगिक किंवा व्यापारी संस्था आपण मानत नाही. त्यांनी समाजाची बुद्धिमत्ता, नीतिमत्ता, संवेदनशीलता आणि भावनिकता व्यापक पातळीवर पोसावी, एवढीच अपेक्षा असते.

पण या दोन्ही प्रकारच्या संस्था जेव्हा संकुचित वृत्तीमुळे किडू लागतात, हितसंबंधी वृत्तीमुळे नासू लागतात, तेव्हा सगळा समाजच किडण्याची आणि नासण्याची शक्यता निर्माण होते. ज्यांना आम्ही आजवर साहित्य-संस्कृतीची आणि विद्येची माहेरघरे मानले, शिक्षणाच्या ज्या विद्यापीठांना आजवर आम्ही शिरसावंद्य मानून त्यांची पदवी मिळविण्यात भूषण मानले, त्याच ठिकाणच्या सर्वोच्च शिक्षणसंस्थांना, विद्यापीठांना आणि साहित्यसंस्थांना आज प्रचंड दुर्गंधी सुटलेली दिसते. या वर्षभरातील पुण्या-मुंबईची वर्तमानपत्रे पाहिल्यावर त्याचा धडधडीत प्रत्यय आल्याशिवाय राहत नाही. उद्या ही दुर्गंधी सर्वच मराठी माणसाला उद्ध्वस्त करील अशी भीती वाटते, म्हणून हा टीकेचा प्रपंच केला आहे.

याचा सारांश एवढाच की, प्रस्थापित साहित्यसंस्था ज्या पद्धतीने आज कार्य करीत आहेत, ती कार्यपद्धती लक्षात घेता त्यांना व्यापक सामाजिक, सांस्कृतिक संदर्भ नजीकच्या भविष्यकाळात तरी लाभेल असे वाटत नाही. अशा परिस्थितीत नवा कालसंदर्भ समाजाला प्राप्त करून देण्यासाठी आपण नव्या साहित्यसंस्थांची

स्थापना करणे, नवी नियतकालिके निर्माण करणे, नव्या प्रकाशनसंस्था निर्मिणे, एवढेच काय, नव्या प्रेरणांनी वेगळी साहित्यसंमेलने भरविणे, या संमेलनांत नव्या नव्या साहित्यप्रवृत्तींना एकत्र आणून, त्यातील समानसूत्रे एकत्र करून नवा प्रमुख मराठी साहित्यप्रवाह निर्माण करणे व त्यासाठी संयुक्त व्यासपीठांची स्थापना करणे, नव्या जीवन संदर्भाचे साहित्य निर्माण करणे, एवढेच आपल्या हाती राहते. मग भले या प्रस्थापित साहित्यसंस्था, त्यांची पक्षपाती वर्तमानपत्रे आणि त्यांतील समीक्षक आपणांस 'सवते सुभे' स्थापन करणारे म्हणोत; त्याची तमा बाळगण्याचे काही कारण नाही.

नवजागृत मराठी समाजापुढे करावयाचे वाङ्मयीन संस्थात्मक कार्य तसे अवघड आहे. पुरेशा जबाबदारीने, कर्तव्यभावनेने ते रेटणे आवश्यक आहे. पहिली गोष्ट म्हणजे या कार्याला व्यापक पातळीवर खरोखरच जर गती मिळावी असे वाटत असेल, तर प्रथम आपणा सर्वांनी एकत्रित आणि भक्कमपणे संघटित असणे गरजेचे आहे. त्यात कुठेही राजकीय, जातीय, वर्गीय, पक्षीय दुभंग येता कामा नये. दुसरी गोष्ट, कोणतेही कार्य करण्यासाठी धनराशीची नितान्त गरज असते. नवजागृत समाजाला खऱ्या अर्थाने आताशा कुठे शिक्षण, संस्कृती आणि साहित्य यांचा आधुनिक संदर्भ लाभत आहे. आताशा कुठे हा समाज माणसात येत आहे. ग्रामीण विभागातील बहुजन समाजाला स्वातंत्र्योत्तर काळात राजकीय संदर्भ लाभला आणि त्याच्या हातात राजसत्ता आली. तिच्या मागोमाग अर्थसत्ता आली. नवेनवे उद्योग-व्यवसाय ग्रामीण विभागात आले. त्यामागोमाग शिक्षणसंस्था ग्रामीण विभागात जन्मल्या; आणि त्यातूनच आधुनिकतेचा नवा सांस्कृतिक संदर्भही लाभला. पण या सांस्कृतिक संदर्भाचे भरणपोषण अजून खेड्यात पुरेशा आत्मभानाच्या जाणिवेने होत नाही. सांस्कृतिक भ्रष्ट अनुकरणात हा समाज कमी-अधिक प्रमाणात धन्यता मानताना दिसतो. शहरात जे काही चालते आहे, तेच खेड्यात आणण्याचा, शहरी जाणिवांशी, साहित्य संस्कृतीशी आपला उपरा संबंध जोडण्याचा प्रयत्न हा समाज करताना दिसतो आहे. त्यासाठी तो आजही आपला धनसंचय वेचताना दिसतो आहे. प्रस्थापित साहित्यसंस्था, तेथील साहित्यसंमेलने, तेथील आत्मकेंद्रित साहित्यिकांचे विविध कार्यक्रम आपल्या मंडळात, गावात, कारखान्यावर, शाळा-कॉलेजात घडवून सांस्कृतिक आत्मभ्रष्ट आनंद मिळविण्याचा प्रयत्न करतो आहे. या समाजाच्या या कार्यासाठी होणारा खर्च आपण स्वत्वाच्या जाणिवेतून निर्माण होणाऱ्या जीवनवादी साहित्याच्या दिशेने, त्यांच्या साहित्यसंमेलनांच्या दिशेने, नव्याने स्थापन करावयाच्या साहित्यसंस्थांच्या, प्रकाशनाच्या, नियतकालिकांच्या दिशेने वळविणे अत्यावश्यक आहे. ग्रामीण विभागातील व नवजागृत समाजातील नेतृत्वाला ही सांस्कृतिक आत्मभानाची जाणीव आपण देणे आवश्यक आहे.

ग्रामीण व नवजागृत समाजाला योग्य रीतीने सांस्कृतिक व साहित्यिक संदर्भ प्राप्त करून घ्यावयाचा असेल, तर त्यातील नवशिक्षित वर्गावर फार मोठी जबाबदारी येऊन पडते. त्या त्या समाजस्तरांचा भूतकाल नेमका काय होता, परंपरा नेमक्या काय होत्या, आज त्यांची सामाजिक, आर्थिक, राजकीय, स्तरीय, भौगोलिक, ऐतिहासिक, समाजशास्त्रीय, नेमकी काय स्थिती आहे, त्यांच्या चालीरीतींची अर्थपूर्णता (सिग्निफिकन्स) कोणत्या स्वरूपाची आहे - या व इतर अनेक बाबींवर परिश्रमपूर्वक शास्त्रीय संशोधन झाले पाहिजे. समाजाचे भान ठेवून तद्‌विषयक विचार करण्याची गरज आहे. याच समाजविषयक आत्मभानातून साहित्यनिर्मितीही होण्याची गरज आहे. हे एवढ्यासाठी सांगावेसे वाटते की, नवजागृत व ग्रामीण समाजातून शिक्षित झालेले अनेक तरुण आर्थिकदृष्ट्या किंवा नोकरीत स्थिर झाल्यावर आपल्या समाजाला, कुटुंबाला, भूतकाळाला विसरतात. त्यापासून जाणीवपूर्वक दूर जाण्याचा प्रयत्न करतात. एवढेच नव्हे, तर त्यांच्याकडून होणारे संशोधन, चिंतन, साहित्यनिर्मिती ही सुद्धा प्रस्थापित वर्गांची, त्याच्या मूल्यकल्पनांची सहीसही अनुकरण करणारी व त्या वर्गांपैकीच जणू आपणही एक आहोत हे दाखवून देण्याच्या उपऱ्या ईर्षेतून होते. ही त्या नवशिक्षित तरुणांची आत्मभ्रष्टतेतून निर्माण होणारी शोकान्तिका त्याला फार उशिरा कळते.

त्याची अशी शोकांतिका होण्याचे एक प्रमुख कारण असे दिसते की, हा नवजागृत समाजस्तरातील तरुण एका पारंपरिक आणि पांढरपेशा, शहरनिष्ठ शिक्षण-व्यवस्थेत शिकून पदवीधर झालेला असतो. त्याच्यावरील शिक्षणाचे हे संस्कार त्याच्या समाजस्तराविषयी, कुटुंबाविषयी, त्याच्या जीवनपद्धतीविषयी, त्याच्या दरिद्री, अज्ञानी माणसांविषयी त्याच्या अर्धसुप्त मनात एक सूक्ष्मशी नफरत, एक घृणा तयार करतात. त्याच्या हे फार उशिरा लक्षात येते. कधी कधी ते जन्मभरही लक्षात येत नसते.

त्याचे हे आत्मभ्रष्टीकरण होऊ नये म्हणून खरे तर आपण नवजागृतांनी नवे नवे शिक्षणक्रम आखले पाहिजेत, नवी नवी क्रमिक पुस्तके तयार केली पाहिजेत व आपल्या नंतरच्या पिढ्यांवर लहानपणापासून योग्य ते संस्कार केले पाहिजेत. वास्तविक आपण खऱ्या अर्थाने एकत्र आलो, तर ९५ टक्के समाजच एकत्र येणार आहे. केवळ आपण फुटीर आहोत, असंघटित आहोत म्हणून अत्यल्पसंख्यांकाची संस्कृती, शिक्षण, विचार, साहित्य आपणास शिरोधार्य मानावे लागत आहे व त्यामुळे आपण अधिकच आत्मभ्रष्ट होत आहोत. ही सर्वक्षेत्रीय आत्मभ्रष्टता आपण एकत्र येण्याने, संघटित होण्याने नष्टप्राय होणार आहे.

१९६० नंतर म्हणजे गेल्या पंचवीसभर वर्षांत ग्रामीण विभागात व नवजागृत समाज-स्तरात मोठ्या प्रमाणात लेखकवर्ग, वाचकवर्ग, आणि साहित्यप्रेमी वर्ग

तयार झालेला आहे. त्याच्या साहित्यकृतींना, वाङ्मयविषयक, व वाङ्मयव्यवहारविषयक मतांना, प्रतिक्रियांना प्रस्थापित, पारंपरिक साहित्यक्षेत्रात स्थान दिले जात नाही. पुष्कळ वेळा शहरनिष्ठ वर्तमानपत्रांत किंवा नियतकालिकांत जी मते, प्रतिक्रिया व्यक्त होत असतात, त्याच्या विरोधात या नवशिक्षित वा नवजागृत वर्गांच्या प्रतिक्रिया असतात. म्हणून त्यांना प्रसिद्धी मिळत नाही. या नवशिक्षित वर्गांची भाषा सरळधोपट, ग्रामीण ढंगाची, अनघड, आक्रमक असते. शैलीचे नखरे नसलेली असते. म्हणूनही त्याच्या मतांना व प्रतिक्रियांना स्थान मिळत नाही. यामुळे महाराष्ट्राच्या समाजजीवनात त्यांना तोंड फुटत नाही. त्यामुळे ग्रामीण व नवजागृत वर्ग शांत, निवांत आहे, त्याची काहीच प्रतिक्रिया नाही, असा आभास साहित्यिक व सांस्कृतिक क्षेत्रात निर्माण होतो. हे जर टाळावयाचे असेल तर आपण आपल्या संस्था स्थापून, आपली नियतकालिके, दैनिके निर्माण केली पाहिजेत व त्याचे पोषण होईल अशा प्रकारचे वर्तन केले पाहिजे. देशाचे स्वातंत्र्य प्रभावी लोकसंघटना बांधून मिळविता येते; पण मानसिक स्वातंत्र्यासाठी फार मोठा झगडा स्वत: व्यक्तीलाच स्वत:शी मांडावा लागतो. पुष्कळ वेळा मानसिक गुलामगिरी ही एका बाजूने तुम्ही स्वत: सुधारल्याचा, जीवनात यशस्वी झाल्याचा आभास निर्माण करीत असते आणि दुसऱ्या बाजूने इतरांसाठी, प्रस्थापित वर्गांच्या हितासाठी प्रत्यक्ष किंवा अप्रत्यक्षरीत्या तुम्हाला राबवीत असते. ही गुलामगिरी नष्ट करणे अवघड आणि मानसिक कष्टाचे कार्य असते. हे आपण कसोशीने केले पाहिजे.

ज्या हेतूंनी आपण वाङ्मयीन चळवळी चालवतो ते हेतू आपल्या मनासमोर स्पष्ट असण्याची आवश्यकता आहे. नुसती साहित्यसंमेलने भरविणे आणि साहित्याच्या प्रसिद्धीसाठी संधी उपलब्ध करून घेणे एवढेच हेतू या चळवळीमागे नाहीत. अर्थात, आरंभीच्या काळात प्राथमिक स्वरूपात त्याची नितांत गरज होती. आता संमेलनाची गरज समाजाकडून पुरवली जात आहे. प्रसिद्धीही पूर्वीइतकी अवघड राहिलेली नाही.

आज खरी गरज आहे ती साहित्यविषयक आपल्या जाणिवा समृद्ध करण्याची. साहित्य आणि समाजजीवन यांची ताटातूट कधीच होऊ शकत नाही; तसेच साहित्य आणि सौंदर्यजाणीव यांचीही ताटातूट कधीच होऊ शकत नाही. या बाबतीत आपण जागृत नाही आहोत. सौंदर्याविषयीच्या, कलात्मकतेविषयीच्या अगदी चुकीच्या आणि बाळबोध कल्पना या चळवळीतील साहित्यिकांनी उराशी धरलेल्या आहेत; हे आपण मोकळेपणाने मान्य केले पाहिजे. सौंदर्यकल्पना, कलात्मकतेची कल्पना जीवनविरोधी मुळीच नाही. उलट जीवनानुभवांचा प्रभावी संस्कार साहित्याद्वारा करण्यासाठी त्या फारच उपकारक आहेत. त्या जीवनवादीच आहेत. हे आपण नीटपणे समजून घेतले पाहिजे. प्रस्थापित कलावादी साहित्यिकांनी ज्या सौंदर्यकल्पना रूढ केल्या आहेत, त्या आपण सोडून दिल्या पाहिजेत. त्या उथळ आणि एकांगी

आहेत. त्यासाठी ‘सौंदर्य-शास्त्राचा’ खोलवर जाऊन विचार मांडला गेला पाहिजे. आपल्या सुदैवाने दि. के. बेडेकर, शरद्‌चंद्र मुक्तिबोध यांनी खोलवर सौंदर्यविचार मांडला आहे. रा. भा. पाटणकर, द. ग. गोडसे, ही जाणकार मंडळी तो मांडत आहेत. त्यातील योग्य ते स्वीकारले पाहिजे आणि आपली कलात्मकतेची जाणीव प्रगल्भ केली पाहिजे. कारण ती आजही प्राथमिक पातळीवर रेंगाळताना दिसत आहे.

साहित्य हे जीवनसौंदर्याविषयी जाणीव निर्माण करते. तसे ते जीवनसंस्कृतीविषयीही जाणीव निर्माण करीत असते. म्हणून नवसाहित्यिकांनी आपल्या समाजविषयक जाणिवाही व्यापक आणि प्रगल्भ करून घेण्याची नितांत आवश्यकता आहे. साहित्यिक व्यक्ती एखाद्या विशिष्ट कुटुंबात, विशिष्ट समाजस्तरात, विशिष्ट संस्कारात जन्माला येते. या विशिष्ट परिस्थितीत जन्माला आल्याने तिला विशिष्ट स्वरूपाचे अनुभव येतात. या अनुभवाचीच शिदोरी जन्मभर साहित्यनिर्मितीसाठी वाङ्‌मयीन पातळीवर वापरण्याची परंपरा मराठी कलावादी साहित्यिकांनी रूढ व मान्यताप्राप्त करून ठेवली आहे. त्यामुळे बहुतेक सगळे मराठी साहित्य व्यापक जाणिवेच्या अंगाने विचार करता किरटे, झुडुपांच्या उंचीचे झाल्याचे दिसून येते. तुकारामाचे अभंग, हरिभाऊ आपट्यांच्या, डॉ. केतकरांच्या कादंबऱ्या, श्री. म. माटे, भालचंद्र नेमाडे, अनिल अवचट यांचे साहित्य या किरटेपणाच्या कक्षा ओलांडून गेलेले दिसते. खरे तर आलेल्या अनुभवांच्या द्वारा वाचन-चिंतनाच्या आधारे आपल्या जाणिवा साहित्यिकांना व्यापक आणि प्रगल्भ करता येणे शक्य असते. पण ही प्रक्रियाच मराठी साहित्यात अपवादाने आढळते. चळवळीतील साहित्यनिर्मितीला हा फार मोठा धोका आहे, असे आजवरचे चित्र दिसते. म्हणून या चळवळीतील साहित्यिकांनी आपल्या सामाजिक आणि साहित्यिक जाणिवांचा मेळ घालून त्या व्यापक, प्रगल्भ आणि समृद्ध करण्याची नितांत गरज वाटते. या व्यापकतेची कक्षा नुसतीच आपल्या समाजापुरती समग्र मराठी माणूस समजून घेण्यापुरती असून उपयोगाची नाही; तिने भारतीय समाजाचा, परंपरांचा संदर्भही प्राप्त करून घेणे आवश्यक आहे. त्यामुळे मराठी माणसाचे मराठीपण व भारतीयपणही कळण्यास मदत होणार आहे. त्यासाठी परिश्रमपूर्वक अध्ययन, चिंतन करावे लागेल. इतर राज्यांशी सांस्कृतिक, सामाजिक, वाङ्‌मयीन संबंध जोडावे लागतील. त्यांना कमी लेखून भागणार नाही.

याशिवाय अनेक छोट्यामोठ्या प्रश्नांची सोडवणूक आपणास करावी लागणार आहे. नव्या वाचकवर्गाची अभिरुची संस्कारित आणि प्रगल्भ करण्याची जरुरी आहे. समग्र समाजाला आपलीशी वाटेल, सर्व मराठी बोलींशी नातेसंबंध ठेवील, अशी नवी मराठी प्रमाणभाषा आपणांस घडवावयाची आहे.

खरे तर आपला सामाजिक संघर्ष हा आपल्याशीच असतो. समग्र समाज एका

विशिष्ट पातळीवर आल्याशिवाय त्यातील कुणालाच नीटपणे जगता येणे अशक्य असते. समाजात परिवर्तन किंवा सुधारणा करावयाच्या असतात. त्या आपल्याच मराठी समाजात राहून, आपणा सर्वांच्या मध्येच त्या आपणास करावयाच्या असतात. म्हणून आपला संघर्ष अंतिमतः केवळ कुठल्या धर्माविरुद्ध, कुठल्या विशिष्ट जातीविरुद्ध, व्यक्तीविरुद्ध नसतो. तिच्यातील दोषाविरुद्ध असतो. प्रत्येक धर्मात, जातीत आणि समाजस्तरात 'कुऱ्हाडीचे दांडे' जन्माला येतच असतात. प्रत्येक मानववंशात, कुळात, शोषकवर्ग जन्माला येतच असतो. म्हणून आपला झगडा मुख्यतः प्रवृत्तींविरुद्ध असतो. अर्थात पुष्कळ वेळा काही जातीच शोषक असलेल्या, काही देशच शोषक असलेले, काही धर्मच असहिष्णु असलेले ढोबळमानाने दिसत असतात; त्याला काही ऐतिहासिक कारणे असतात. त्यामुळे आपण स्थूलमानाने त्यांच्याशी शोषणवृत्तीचे समीकरण बांधत असतो. त्यामुळे विशिष्ट जातींवर, धर्मावर, वंशावर हल्ले होताना जगाच्या इतिहासात दिसत असतात. पण हे त्यांतील दुष्प्रवृत्तींवरचे हल्ले असतात, हे आपण हेरले पाहिजे. हे साक्षेपी भान ठेवूनच संघर्ष नेमका कुणाशी व कशासाठी करावयाचा हे नीटपणे ठरविले पाहिजे. प्राथमिक संघर्ष आणि अंतिम संघर्ष यांतील फरक कळण्याचा विवेक जागृत ठेवला पाहिजे. प्राथमिक संघर्ष हा मर्यादित आधारभूमी तयार करण्यासाठी असतो. अंतिम सामाजिक संघर्ष हा सर्वच समाजस्तरांसाठी, त्यांना समान पातळीवर आणण्यासाठी, सर्वांच्या कल्याणासाठी असतो. आपला संघर्ष प्राथमिकतेकडून अंतिमतेकडे प्रवाही राहील, गतिशील राहील, याची दक्षता बाळगली पाहिजे. त्यामुळे या नव्या साहित्य चळवळींतील साहित्यिकांवर फार मोठी जबाबदारी येते. नुसत्या साहित्यनिर्मितीच्या धुंदीत त्याला कधीच राहता येणार नाही. नुसत्या समीक्षणात, रसग्रहणात, चर्चाविवेचनात त्याची हयात त्याला घालविता येणे परवडणारे नाही. ज्या संवेदना, जाणिवा जागवण्याचा तो साहित्याद्वारा प्रयत्न करतो, त्याच संवेदना आणि जाणिवा समाजजीवनात कशा उतरवता येतील, यासाठी त्याला प्रत्यक्ष कृतींच्या सामाजिक प्रबोधनाच्या चळवळीत सक्रियतेचा मोठा वाटा उचलणे भाग असते. साहित्यभान आणि समाजभान असे दुहेरीपण जाणूनच आपण संयुक्तपणे एकत्र येऊन उद्याच्या आपल्याच भवितव्याची शिल्पे कोरू या!

◆

आधुनिकतेने निर्माण केलेले साहित्यिक प्रश्न

स्वतंत्र भारताच्या जागृतीच्या बाल्यावस्थेत आपल्या साहित्य चळवळींचा जन्म झाला. 'साहित्य चळवळ' ही आधुनिक संकल्पना आहे. ब्रिटिश आमदानीत भारतीय समाजाला आधुनिकतेचे वारे प्यायला मिळाले. हे वारे महाराष्ट्रात १८५० पासून वाहू लागले. आणि १८७० च्या आसपास आधुनिकतेची पहाट जाणवू लागली. या काळात धर्मकारण, समाजकारण, शिक्षण, साहित्यनिर्मिती, राहणीपद्धती इत्यादी क्षेत्रांत आधुनिकतेचा प्रभाव पडू लागला.

पण भारतीय समाज हा वर्णव्यवस्थेत, जातिव्यवस्थेत विभागला गेलेला असल्याने परंपरेने ज्ञानोपासना ज्या उच्च वर्णाकडे होती; त्या वर्णव्यवस्थेपुरतीच आधुनिकता मर्यादित राहिली आणि बाकीचा उर्वरित समाज बव्हंशी आधुनिकतेपासून वंचित राहिला.

स्वातंत्र्योत्तर काळात ही वंचना संपली. समाजाच्या सर्वांगीण विकासाचे वारे वाहू लागले. लोकशाही शासन व्यवस्था, ग्रामीण विभागातील शिक्षण प्रसार, शेतीविकास, पंचवार्षिक योजना, धरणे-पाटबंधारे, वीज-निर्मिती, विविध उद्योगधंदे, त्यामुळे खाजगी क्षेत्रांत आणि शासकीय क्षेत्रांत उपलब्ध झालेल्या विविध प्रकारच्या नोकऱ्या, विविध जातिजमातीसाठी राखीव सुविधा इत्यादींमुळे समाजाच्या विविध स्तरांत कमीअधिक प्रमाणात विकासाचे वारे शिरले. १९६० ते १९८५ च्या पंचवीस वर्षांत विविध साहित्य चळवळींचा जो जन्म झाला त्याचे कारण ही समाजजागृतीच आहे.

सर्वस्तरीय जागृतीच्या या बाल्यावस्थेत प्रथम गटागटाने जागृती झाली. हे गट वर्णीय होते, तसे धर्मीयही होते, जातीय होते, तसे लिंगभेदीयही

होते. शहरी होते, तसे ग्रामीण, ग्रामाबाहेरील, आदिवासी, भटके असेही त्यांचे स्वरूप होते. भारतीय समाज हाच मुळी हजारो वर्षांपासून तो ब्रिटिश राजवट संपेपर्यंत अनेक कारणांनी विविध गटांत विभागला गेला आहे.

त्यामुळे आपल्या समाजजागृतीच्या बाल्यावस्थेत गटागटांत आणि गटागटांपुरती आरंभी जागृती होणे स्वाभाविक होते. ऐतिहासिक दृष्ट्या ते सुसंगतही होते. त्यामुळेच दलित साहित्य, आधुनिक ग्रामीण साहित्य, आदिवासी साहित्य, जन साहित्य, स्त्रीमुक्ती साहित्य, ख्रिस्ती साहित्य, मुस्लीम समाजाचे साहित्य इत्यादी साहित्यचळवळी मराठी समाजात सुरू झाल्या.

अशा विविध गटांत आणि त्या त्या गटांपुरत्या चळवळी सुरू होण्याची नितांत आवश्यकताही होती. त्यामुळे त्या त्या एकजिनसी गटात जागृतीचा विचार प्रसृत करणे सोपे जाते. त्या त्या गटाचे विविध स्वरूपाचे राजकीय, सामाजिक, सांस्कृतिक, आर्थिक वा इतर प्रश्न कोणत्या स्वरूपांचे आहेत; त्यांचा ऊहापोह होऊन त्यांचे रेखांकन निश्चित होते. अशा रेखांकनामुळे त्या त्या गटाच्या विकासाची दिशाही निश्चित व्हायला मदत होते. त्या गटाला स्वत:च्या सामाजिक अस्तित्वाचे भान येते; जगण्यासाठी त्याला एक प्रकारचा आत्मविश्वास प्राप्त होतो. एकूण व्यापक समाजव्यवस्थेतील त्या गटाचे स्थान निश्चित होते.

मराठी समाजातील असे गट जागे झाल्याने समाजाच्या सर्वांगांतून, सर्व स्तरांतून जागृती झाली. त्यामुळे प्रथमच एकूण समाजजागृतीचे चित्र स्पष्ट झाले. साहित्याच्या संदर्भापुरते बोलायचे तर मराठी समाजात ब्राह्मणापासून भटक्यापर्यंत प्रथमच साहित्यनिर्मिती होऊ लागली. ही जागृती अपूर्व आहे.

पण ही जागृती अपूर्व असली तरी अपूर्ण आहे. मर्यादित स्वरूपाची आहे; व्यापक पातळीवरची नाही. ही जागृती गटागटातच बंदिस्त राहिली आणि तेवढ्यापुरतेच कार्य करू लागली, तर आपण, म्हणजे भारतीय समाज, एका कायमस्वरूपी फुटीरतेच्या दिशेने वाटचाल करण्याचा भीषण धोका आहे, हे प्रत्येक गटाने ओळखले पाहिजे. आजचे भारतीय समाजाचे चित्र हे अशाच फुटीरतेचे चित्र आहे; हे विविधतेचे चित्र नव्हे. (क्र. १ टीप पाहा)

एखाद्या समाजातील एखादा गट जेव्हा प्रथम जागृत होतो; तेव्हा त्याला प्रथम जागृतीचे काही फायदे मिळतात. कारण त्याच्या भोवतालचा इतर समाज किंवा इतर गट जागे झालेले नसतात किंवा त्याच्याइतके जागृत नसतात. त्यामुळे हे फायदे सहजासहजी उपलब्ध झालेले असतात. उदाहरणार्थ ब्राह्मणसमाजाला त्याच्या प्रथम जागृतीचे फायदे मिळाले. किंवा अनेक जातींसाठी ज्या राखीव जागा व सुविधा प्रथम ठेवल्या गेल्या त्यांचे फायदे मागास वर्गातील एखाद दुसऱ्या प्रथम-जागृत जातींना विशेष मिळाले.

काळाच्या ओघात हे ठीकच असले, तरी नंतरच्या काळातील सर्व-गट-जागृतीच्या काळात त्यांतूनच काही दोष निर्माण होतात. विशेष म्हणजे प्रथम जागृत गटाला आरंभी जे फायदे निर्वेधपणाने मिळत आलेले असतात, ते फायदे नंतरच्या जागृत गटांनाही मिळू लागल्याने फायद्यांचे प्रमाण कमी कमी होते. तसेच पूर्वीचे फायदे मिळविण्यात आणि मिळण्यात हळूहळू व्यत्यय येऊ लागतो. मग त्यासाठी संघर्ष करावा लागतो. पूर्वी मिळालेले फायदे काही प्रमाणात काढून घेऊन ते इतरांना दिले जाऊ लागतात. त्यामुळे आपल्या हक्कांवर गदा आली, आपल्या प्रस्थापनेला उखडण्याचा प्रयत्न होऊ लागला; असे वाटू लागते आणि त्यासाठी नवा संघर्ष करावा लागतो. नवे पवित्रे घेऊन संघटनांना नव्याने उजाळा द्यावा लागतो. हा उजाळा देण्यासाठी भूतकाळ जागवावा लागतो. भूतकाळ जागवल्याने अस्मिता जागी होते. ही अस्मिता तळपती ठेवावयाची तर गटांतर्गत जुनी श्रद्धास्थाने, जुनी पवित्र ठिकाणे, जुन्या परंपरा, जुन्या महान व्यक्ती यांचे गोडवे गावे लागतात, व संघर्ष तीव्र करावा लागतो. मग तो जुन्या एखाद्या धार्मिक स्थळी नवे मंदिर बांधण्याचा असो किंवा पाडण्याचा असो, एखाद्या जुन्या शैक्षणिक पीठाला नवे नाव देण्याचा असो; अयोध्येत असो, नाहीतर औरंगाबादेत असो; मुळात त्यांचे स्वरूप एकच असते.

सारांश आपल्या भारतीय समाजात आरंभी आरंभी झालेली जागृती गटागटात अलग अलग असली तरी सर्वगटजागृतीच्या काळात हीच जागृती समाजाला फुटीरतेच्या कड्याकडे नेत आहे. म्हणून आपल्या गटाभोवतालच्या उर्वरित समाजात जागृती झाली असेल, तर त्या त्या गटांनी आपला प्रथम-जागृतीचा टप्पा संपुष्टात आला आहे, हे वेळीच जाणून व्यापक-जागृतीच्या दिशेने वाटचाल करण्यास सज्ज झाले पाहिजे. कारण कोणताही जागृत गट हा सबंध समाजाच्या अंतर्गत जगत असतो. त्या गटाचे अस्तित्व हे अंतिमत: त्या समाजाच्या अस्तित्वावर अवलंबून असते; किंबहुना तो सबंध समाजाचाच एक घटक असतो. आणि त्या समाजाच्या सर्वांगांचा विकास झाल्याशिवाय त्यातील एखाद्या घटकाचा विकास होणे शक्य नसते तरीही घटकाचा स्वतंत्र विकास झाल्यासारखे एखाद्या वेळेस वाटते; पण ती सूज असते. ती कधी ना कधी तरी उतरणारच किंवा नच उतरल्यास तिच्यावर जालीम उपाय करून ती आज ना उद्या उतरवावी लागणारच; हे सत्य कोणताही गट वा समाज टाळू शकत नाही.

गटाचे प्रश्न हे समाजाने सोडवण्याचा प्रयत्न केला पाहिजे, हे जसे खरे आहे; तितकेच गटानेही एकूण समाजाचे म्हणून काही प्रश्न असतात आणि ते सुटल्याशिवाय आपल्या विशिष्ट गटाचे प्रश्न सुटणे शक्य नाही; याची जाणीव ठेवून व्यापक-जागृतीच्या दिशेने वाटचाल केली पाहिजे. 'आमच्या गटाचे प्रश्न हेच फक्त

महत्त्वाचे प्रश्न; आमच्या पोटसमाजाचे प्रश्न हेच फक्त समाजाने आपले प्रश्न मानावेत; त्यांना अग्रक्रम द्यावा; असा जर अतिव्याप्तीतून निर्माण होणारा हट्ट एखाद्या समाज-गटाने धरला किंवा प्रत्येक गटाने धरला, तर सर्व समाज फुटीरतेच्या कड्याकडे वेगाने चालला आहे, हे निश्चित जाणावे. समाजांतर्गत कोणत्याही धर्माचा, जातीचा, पंथाचा, गटाचा वा स्त्रीपुरुषांचा प्रश्न सबंध समाजव्यूहाच्या अंगोपांगांशी किंवा अनेक घटकांशी प्रत्यक्षाप्रत्यक्ष किंवा स्थूलसूक्ष्मरूपात जोडलेला असतो. तेव्हा त्याची उकल करताना सबंध समाजव्यूहावर त्याचा परिणाम होणार असतो. म्हणून समाजातील कोणत्याही प्रश्नाची उकल अतिशय साक्षेपाने आणि तितकीच नाजूक हातांनी, सूक्ष्म बुद्धीने करण्याची गरज असते. अंगात आल्यासारखे व्यासपीठावर ओरडण्याने, वक्तृत्वाच्या शब्दबंबाळ आतषबाजीने किंवा श्रोत्यांना वा जनतेला विवशतेची दारू पाजून, उग्र भावनांच्या फटकाऱ्यांनी जनावरासारखे बिथरवून समाजाचे प्रश्न सुटतील असे वाटत नाही. निदान सृजनशील चतुर साहित्यिकाचे हे कार्य नव्हे. त्याची लेखणी अशा प्रश्नांकडे इंजक्शनच्या सुईप्रमाणे रक्ताच्या पेशीपेशीवर अतिशय सखोल परिणाम करणारी,तरीही वरवरच्या स्नायूत्वचेला चेतवण्यापुरताच धक्का लावणारी असली पाहिजे.

स्वातंत्र्योत्तर भारतीय समाजाचे प्रश्न आपल्या परंपरांतून आणि भूतकाळात घडलेल्या इतिहासातून निर्माण झालेले आहेत; तसेच ते समाजाच्या आधुनिकतेच्या घडणीपोटीही निर्माण झालेले आहेत. उदाहरणार्थ हिंदू, बौद्ध, जैन, लिंगायत धर्म आणि वर्णव्यवस्था, जातिव्यवस्था यांनी निर्माण केलेल्या परंपरा; मोंगलांनी आक्रमण करून, राज्ये स्थापन करून, मुस्लिम धर्माची स्थापना करून घडविलेला इतिहास, ब्रिटिशांनी साम्राज्य स्थापन करून, शिक्षण देऊन, ख्रिस्ती धर्माचा प्रसार करून, शासनादी यंत्रणा निर्माण करून घडविलेला इतिहास यांतून काही प्रश्न निर्माण झाले आहेत. तसेच स्वातंत्र्योत्तर भारताने स्वीकारलेली लोकशाही समाज व्यवस्था, निर्माण केलेली राष्ट्राची घटना, विविध राज्ये, त्यांचे केंद्रांशी व परस्परांशी असलेले विविध संबंध; विकास होण्यासाठी राबवल्या जाणाऱ्या योजना, सुधारणा व ध्येयधोरणे इत्यादींनीही काही प्रश्न निर्माण केलेले आहेत. परंपरा, इतिहास आणि आधुनिकता यांचा परस्परांवर परिणाम होऊनही प्रश्नांची गुंतागुंत अतिशय किचकट झालेली आहे.

आपले हे सगळेच किचकट प्रश्न राजकारणी लोकांनी सोडवावेत अशी आपण सगळेच जण अपेक्षा करतो आणि त्यांच्याकडे ते सोपवून देतो. वास्तविक सध्याचे राजकारणी हे काही विचारवंत नव्हेत. विशेषत: आपले राजकारणी ज्या घराण्यांतून पुढे आलेले आहेत, ती घराणी काही विचारांचा वारसा असलेली नाहीत. जुने सरंजामदार, इनामदार, वतनदार, जमीनदार, पाटील, सामंत इत्यादी मध्ययुगीन

राजेशाहीचा, सरदारशाहीचा वारसा असलेली बागायतदार, धनवान मंडळी आहेत. मध्ययुगीन विषमतावादी सामाजिक मूल्यांना ती मनापासून मानतात. त्यांच्या प्रत्यक्ष आचरणातून त्या गोष्टी दिसतात. त्यांचे बरेचसे नेतृत्व दडपशाही,दादागिरी, गुंडगिरी, भ्रष्टाचारातून गोळा केलेला पैसा आणि भरपूर रिकामा वेळ यांतून आकाराला आले आहे. गरीब, असंघटित, लाचार जनता सामाजिक दृष्ट्या, आर्थिक दृष्ट्या त्यांच्या टाचेखाली असते. म्हणून हे नेतृत्व टिकत असते.

अशा नेतृत्वाकडे आपण सामाजिक प्रश्न सोडवण्यासाठी सोपवतो आणि ही मंडळी त्यांच्या स्वार्थासाठी, स्वतःची खुर्ची टिकवण्यासाठी स्वतःच ते प्रश्न सोडवतो असे भासवून नेतृत्व टिकविण्यासाठी त्यांचा वापर करतात.

सामान्य जनतेलाही असे वाटते की, 'अमक्या तमक्या पुढाऱ्याने अमुक तमुक प्रश्न धसाला लावले आहेत.' जणू आता ते लौकरच सुटणार; असे जनतेला वाटते. त्यामुळे ती पुढाऱ्यावर विसंबून प्रश्नांविषयी निष्क्रिय राहते. आज आपल्या बहुतांशी सामाजिक संस्था निष्क्रिय होत गेल्या आहेत. त्यांची सामाजिक कार्ये ठप्प झालेली आहेत. त्यांच्यात राजकारणी घुसल्यामुळे त्यांना राजकीय आखाड्यांचे स्वरूप आले आहे. सामाजिक आचार-विचारांचे त्यांच्यातील अभिसरण बंद होऊन निवडणुका, सत्ता, मोठेपणा, शासनाचा पैसा जास्तीत जास्त संस्थेच्या नावे गोळा करून त्याची गडगंज होण्याकडे विल्हेवाट लावणे, अशासारख्या गोष्टी तिथे घडताना आपण पाहतो आहोत.

आरंभी आरंभी अशा संस्थांतील सामाजिक विचारवंतांनी अनुदान, मदत, देणग्या मिळण्यासाठी राजकारण्यांना चोरपावलांनी सामाजिक संस्थांत प्रवेश दिला. नंतरच्या काळात या चोरपावलांचे चांगलेच फावले आणि विचारवंतांना मागच्या दारांनी संस्थांच्या बाहेर पडावे लागले.

परिणामी आपल्या सामाजिक प्रश्नांचे आणि संस्थांचेही 'राजकारणीकरण' झाले आणि मूळ सामाजिक समस्यांना विपर्यस्त दिशा लागल्या, त्यांचे विकृतीकरण झाले. अशा रीतीने सामाजिक विचारांत राजकीय प्रदूषण येऊन सामाजिक वातावरणच पूर्णपणे नासून गेले.

भारतीय समाजव्यवस्थेवर याचा विपरीत परिणाम झाला. स्वातंत्र्यानंतरच्या चाळीस वर्षांत अडीच ते पावणेतीनपट लोकसंख्या वाढली. समाजाच्या खालच्या स्तरांत आणि मुस्लिम समाजात ही लोकसंख्या प्रचंड प्रमाणात वाढली. तिच्यावर कुणाचेही नियंत्रण नाही. येत्या काही वर्षांत भारत हे जगातील सर्वात मोठ्या लोकसंख्येचे आणि जमिनीच्या तुलनेत घनदाट आणि अतिरिक्त लोकसंख्या असलेले राष्ट्र होणार आहे. चीनसारख्या अवाढव्य राष्ट्रालाही या बाबतीत आपण मागे टाकणार आहोत, असा तज्ज्ञांचा अंदाज आहे.

समाजाच्या खालच्या स्तरात वाढणाऱ्या ह्या लोकसंख्येचे लोंढेच्या लोंढे शहरांकडे पोटासाठी उद्योग शोधायला वाहत आहेत. कंगाल होत चाललेल्या खेड्यापाड्यातून या प्रचंड अज्ञानी बेकारांना उपासमार सहन करावी लागत असल्याने हे लोंढे शहराकडे धावत आहेत. परिणामी शहरे या लोकसंख्येमुळे सुजत आहेत. तिथे झोपडपट्ट्या, अनारोग्य, पाणी-वीज यांची टंचाई, कचऱ्यांचे ढीग, उघड्यावरचे सांडपाणी यांमुळे ही शहरे बकाल, गलबल्याची, हिंस्र प्रवृत्तीची होत चालली आहेत. तिथलेही जगण्याचे प्रश्न भीषण होत चालले आहेत. तरीही या देशाच्या लोकसंख्या-नियंत्रणाचा प्रश्न कुणाही राजकारण्याला भेडसावत नाही.

याहून विचित्र कोंडी झाली आहे ती भारतीय तरुण पिढीची. जीवनाचे प्रश्न सोडवायला कुचकामी ठरणारे महाविद्यालयीन शिक्षण तिला नाइलाजाने घ्यावे लागत आहे. कालबाह्य झालेल्या या शिक्षणावरची तिची निष्ठा उडणे, त्याविषयी तिला मुळीच प्रेम न वाटणे, या शिक्षणाचा तिरस्कार वाटणे स्वाभाविकच आहे. तरीही हे शिक्षण घेतल्याशिवाय दुसरा पर्याय तिला दिसत नाही. कारण कोणतीही नोकरी मिळवण्यासाठी तिच्याजवळ कोणती ना कोणती पदवी असण्याशिवाय गत्यंतर नाही.

तशातच शासन या तरुण पिढीच्या बेकारीचे संकट पुढे पुढे ढकलण्यासाठी नव्या नव्या युक्त्या काढते आहे. बी. ए. नंतर बी. एड, एम. ए. नंतर एम. फिल., केंद्रीय प्रवेशपद्धती, 'बी. प्लस', थ्रूऔट एकच विषय, स्पर्धा परीक्षा, नेट, सेट इत्यादींचे अडथळे निर्माण करून विपरीत चाळणी लावते आहे. त्याचा परिणाम तरुण पिढी त्रस्त होण्याशिवाय दुसरा काहीही होत नाही. कारण एवढे करूनही बेसुमार लोकसंख्येमुळे तिच्या पदरी नोकरी पडेलच याची शाश्वती नाही. तिला बेकारीला तोंड हे द्यावेच लागते आणि ज्या अपेक्षेने आयुष्यातील वीस एक वर्षे शिक्षणासाठी घालविलेली असतात ती सगळी व्यर्थ गेली असा प्रचंड अपेक्षाभंग तिला सहन करत राहावे लागते. राजकारणी मंडळी नोकरीसाठी मुलाखती घेताना प्रामाणिकपणे योग्य उमेदवार निवडून त्याला नोकरी देतीलच असे नाही. तिथे अनेक प्रकारे पदोपदी भ्रष्टाचार चाललेला असतो. परिणामी तरुण पिढीचे उष्ण रक्त निराशेने धुमसत राहते.

ग्रामीण विभागात शिक्षणाचा प्रसार महाराष्ट्र राज्याच्या स्थापनेनंतर म्हणजे १९६० नंतर झपाट्याने झाला. या शिक्षणाचे दुष्परिणाम ग्रामीण विभागात दोन प्रकारे झाले. नव्याने शिक्षित झालेली ही पिढी कष्टार्जित शेतीसंस्कृतीपासून मनाने तुटली. उन्हातानात, वाऱ्या-वादळात नि थंडीपावसात शारीरिक कष्टाची कामे शेतावर करण्यात तिला कमीपणा वाटू लागला. त्यामुळे तिचे ओझे कंगाल होत चाललेल्या खेड्यावर जास्त जास्त पडू लागले. ती ऐतखाऊ संस्कृतीचा भाग होऊन

खेड्यात वावरू लागली.

वास्तविक सत्तर ते ऐंशी टक्के लोकसंख्या असलेल्या भारतीय खेड्यांमध्ये अगदी पहिल्या पंचवार्षिक योजनेपासून स्थानिक शेती, पिके, पाणी, खनिजे यांचे सर्वेक्षण आणि संशोधन करून त्यानुसार त्या त्या ठिकाणीच छोटे छोटे आधुनिक उद्योग-व्यवसाय निर्माण करण्याची गरज होती. या उद्योगांना उपकारक असेच शिक्षण स्थानिक, तालुका, जिल्हा यांचे एक एक परिमाण (युनिट) लक्षात घेऊन उपयोगी धंदे-शिक्षण देण्याची गरज होती. असे झाले असते, तर आजच्या तरुण पिढीला जी भीषण निराशा, उद्वेग, चीड, संताप आलेला आहे तो आला नसता. ती आपआपल्या भागात सुखाने उद्योगव्यवसाय करत जगली असती. पण शासनाला अजूनही असे काही सुचत नाही.

आजची तरुण पिढी वृत्तीने अतिरेकी, हिंस्र होते आहे. शेजारच्या देशात जाऊन ती बंदुका, रायफली, रॉकेट, मशीनगन्स, बॉंब इत्यादी शस्त्रास्त्रे घेऊन येते आहे आणि आपल्याच समाजावर त्यांचा वर्षाव करून सूड घेते आहे. आंदोलने करण्याची कोणतीही संधी ती फुकट दवडत नाही. संप-मोर्चे, दगडफेक, निषेध, बंद इत्यादी द्वारा ती राष्ट्रीय संपत्तीची नासाडी करते आहे. प्रसंगी उद्वेगाने स्वत:ला जाळून घेते आहे. यापाठीमागे घोर निराशा आणि पराकोटीची उद्विग्नता याशिवाय दुसरे काय आहे? तिची जर्द-मद्यादि व्यसनाधीनता आपणास हेच सांगते आहे! तिच्या संवेदनशील मनाचा होणारा कोंडमाराच या वर्तनातून सिद्ध होतो आहे. पण राजकारण्यांना हे दिसत नाही. ते मंडल आयोगाचे उपाय सांगताहेत. सर्वत्र आकाश फाटले आहे; केवळ मंडळ आयोगाची सुई त्याला पुरेशी पडणार नाही.

तरुण पिढीची सामाजिक मानसिकता समजून घ्यायला कोणतेही राजकारण अपुरेच पडणार आहे. तरुण पिढीही आपल्या दुर्दैवाची खोलात जाऊन आत्मपरीक्षा करण्याइतकी प्रौढ आणि सुबुद्ध नाही. त्यासाठी खऱ्याखुऱ्या विचारवंतांची, निरपेक्षबुद्धीने कार्य करणाऱ्या जाणकार समाजशास्त्रज्ञांची, सामाजिक मानसशास्त्रज्ञांची आणि दूरदर्शी समाजभान असलेल्या आत्मीय आणि पक्षनिरपेक्ष कार्यकर्त्यांची गरज आहे.

पण त्यांची परंपरा आपल्या समाजातून आज नष्टप्राय होण्याच्या मार्गावर आहे. त्यांचे विचार वाचावेत, त्यांना महत्त्व द्यावे, त्यांच्या आधारे सामाजिक उपाय योजावेत, असे कुणालाही वाटत नाही. वर्तमानपत्रे, मासिके, रेडिओ, दूरदर्शन, चित्रपट, नाटके इत्यादी जनसंपर्क माध्यमेही धंदेवाईक दृष्टीमुळे मनोरंजन, स्वप्नरंजन, हिंस्रता आणि प्रामुख्याने राजकीय घडामोडी व त्यावरील तात्कालिक भडक प्रतिक्रिया यांनी ग्रासलेली दिसतात. वर्तमान वास्तवातील जनसामान्यांच्या सामाजिक मनाचा ठाव घेण्याचे त्यांच्यातील सामर्थ्य नष्ट झाले आहे याचे मूळ कारण ती आपआपसात स्पर्धाग्रस्त आणि धंदेवाईक झालेली आहेत.

दिल्लीपासून गल्लीपर्यंत राजकारण पसरल्याने गावातील वातावरणही राजकारणग्रस्त असते. गावातील एखादी घटना, एखादी बाब, साधी एखाद्याला नोकरी लावणे यांसारख्या क्षुद्र गोष्टींनाही राजकीय रंग चिकटलेले असतात किंवा चिकटविले जातात. लग्नासारख्या सांस्कृतिक घटनेतही राजकारण शिरलेले दिसते. सारांश आधुनिक समाजव्यवस्थेत जनसामान्यावर आतून-बाहेरून फार मोठा राजकीय दबाव सातत्याने पडलेला दिसतो आहे. माणसांची मने त्यामुळे दडपली जात आहेत. त्यांची प्रचंड घुसमट होते आहे.

पहिल्या महायुद्धाच्या काळात बर्ट्रांड रसेल यांनी लिहिलेल्या 'पोलिटिकल आयडियल्स' या पुस्तकात आणि दुसऱ्या महायुद्धाच्या काळातील मनोरुग्णांची तपासणी करून डॉ. फ्रॉईड यांनीही सादर केलेल्या अहवालात हेच दाखवून दिले आहे की, आधुनिक समाजव्यवस्थेत राजकीय घडामोडी, राजकारण्यांचे मतलबी विचार, त्यासंबंधीच्या चर्चा यांचा फार मोठा दाब समाजावर पडतो आणि सामान्य माणसाचे सरळ, संवेदनशील, प्रांजळपणे काही करू पाहणारे मन त्याखाली दडपले जाते. सामान्य माणसाच्या खऱ्याखुऱ्या दुःखांचा, अडचणींचा, दयनीय परिस्थितीचा विचार न करता राजकारणी व्यक्ती त्याला आपल्या सत्तेसाठी, स्वार्थासाठी वेठीला धरून त्याचा वापर करून घेतात, असे रसेलने स्पष्ट म्हटले आहे.

आधुनिक समाजव्यवस्थेत राजकारण ही एक कायमची डोकेदुखी होऊन बसली आहे. सामान्य माणसाला ती सरळपणे जगू देत नाही. संप, मोर्चे, बंद इत्यादींचा पहिला फटका बसतो तो सामान्य माणसाला. गिरणी कामगारांच्या संपात कायमचे घरात बसले आहेत ते सामान्य कामगार. बॉंबस्फोट, जाळपोळी, भोसकाभोसकी, अतिरेक्यांचे बळी यात प्रथम सापडतो तो सामान्य माणूस. रेल्वे अपघात, बस अपघात, खाणीतील अपघात, भोपाळ विषारी वायू अपघात, सीमातंटे यांत प्रथम मरतो तो सामान्य माणूस. जवळ पैसे नसल्यामुळे आरोग्याला, अन्नाला, शिक्षणाला, नोकरी मिळवण्यापासून वंचित होतो तो सामान्य माणूस. दुष्काळात प्रथम भरडला जातो तो सामान्य माणूसच. राजकीय आंदोलनासाठी ट्रकच्या ट्रक भरून नेला जातो तो वेठीला धरलेला सामान्य माणूसच. ... या सगळ्यांच्या प्रचंड ताणाखाली आज जनसामान्य सोससोस सोसत जगतो आहे. मरणांतिक घुमसटतो आहे.

आधुनिक समाजव्यवस्थेचे सगळे जीवन-संदर्भच बदललेले आहेत. जेव्हा एखाद्या समाजाचे (किंवा समाजव्यवस्थेचे) संदर्भ बदलतात तेव्हा त्या समाजांतर्गत सर्व घटक, संस्था, वस्तू, इतर व्यवस्था यांचेही संदर्भ बदलतात. त्यामुळे त्यांचा नव्याने विचार करून बदलत्या संदर्भाच्या अनुषंगाने त्यांचे नवे आणि योग्य ते कार्य निश्चित करावे लागते.

या वास्तवाच्या प्रकाशात साहित्यक्षेत्राचाही नव्याने विचार करणे अपरिहार्य होऊन बसते. इमॅन्युअल कांट या पाश्चात्त्य तत्त्वज्ञाने सत्य, शिव, सुंदर या जीवनमूल्यांचा विचार करताना असे दाखवून दिले आहे की, 'सत्य' हे मूल्य निसर्गातील कार्यकारण संबंधाशी निगडित आहे, 'शिव' हे मूल्य मानवी समाजाच्या अंतिम कल्याणाशी निगडित आहे, तर 'सौंदर्य' हे मूल्य मानवी मनातील मुक्त जाणिवांशी निगडित आहे. म्हणजे असे की 'सत्य' हे निसर्ग संबंधांशी बांधलेले असते, 'शिव' हे समाजव्यवस्थेच्या मूलभूत प्रेरणांशी बांधलेले असते. या बांधलेपणाच्या पलीकडे जाऊन मानवी मन विहार करू शकते, कल्पना करू शकते, संवेदनांचे बंध तयार करू शकते. यातूनच मानवी मनाला आणि समाज-मनाला नवे नवे सांस्कृतिक आकार प्राप्त होतात. मानवाची ही जी मूलभूत प्रेरणा आहे; तिलाच त्याने सौंदर्य प्रेरणा असे म्हटले आहे. या सौंदर्याचे त्याने स्वायत्त सौंदर्य आणि परायत्त सौंदर्य असे दोन प्रकार केलेले आहेत. तसेच सौंदर्याची प्रेरणा त्याने आत्मिक मानली आहे. तो विश्व चैतन्यवादी असल्याने ही आत्मिक स्वरूपाची प्रेरणा अनेकतेकडून एकतेकडे ओढ घेणारी आहे, असेही तो म्हणतो. सर्व कलांच्या मुळाशी या सौंदर्य प्रेरणेचाच आविष्कार असतो, असेही त्याने म्हटले आहे.

त्याने सौंदर्यविषयी आणखी पुष्कळ म्हटलेले असले तरी प्रस्तुत ठिकाणी म्हणजे साहित्य-कलेला आजच्या संदर्भात समजून घ्यायला त्याचे एवढे म्हणणे पुरेसे आहे.

कांटच्या या म्हणण्याच्या प्रकाशात असे दाखवून देता येते की प्रतिभावंतांची प्रतिभाशक्ती सत्याचा शोध घेताना निसर्ग नियमांशी बांधली जाते, शिवाचा शोध घेताना समाजसंकल्पनेशी बांधली जाते तर सौंदर्याचा शोध घेताना ती या दोन्ही बंधनांतून मूलत: मुक्त होऊन स्वतंत्रपणे नवसृष्टी उभी करू शकते.

कलावंत कलाकृतीत अशी नवी सृष्टी उभी करतो. साहित्य ही कला आहे; त्यामुळे साहित्यकृतीतही साहित्यिक अशी स्वतंत्र नवी सृष्टी उभी करू शकतो.

बाकीच्या कलांचे स्वरूप आपण तूर्त बाजूस ठेवू; पण साहित्यकलेत साहित्यिक जी स्वतंत्र नवी सृष्टी उभी करतो तिचे मौलिक स्वरूप पाहण्याचा प्रयत्न करू.

कांटनेच सांगितले आहे की, सौंदर्याचे दोन प्रकार करता येतात. एक : स्वायत्त सौंदर्य आणि दोन : परायत्त सौंदर्य. निसर्गातील सौंदर्याला तो प्रामुख्याने स्वायत्त सौंदर्य (free beauty) मानतो आणि जे सौंदर्य अर्थयुक्त असते त्याला तो परायत्त सौंदर्य (dependent beauty) मानतो. सौंदर्य निर्माण करण्याची ही प्रेरणा मानवी आणि मूलभूत आहे, तसेच अनेकतेतून एकतेकडे जाणारी ही आत्मिक प्रेरणा आहे. या प्रेरणेत निसर्ग व समाज यांच्या बंधनातून मुक्त होऊ पाहणाऱ्या आत्म्याचा अंतिम पातळीवरील आविष्कार म्हणून कला म्हणजे दुसरे-तिसरे काही नसून मूलत:

आत्माविष्कार असतो, असे तो मानतो. असे म्हणता येईल की निसर्गात आणि समाजव्यवहारात माणसावर आणि त्याच्या मनावर जी मूलभूत बंधने पडतात, त्यातून मुक्त होण्याची आणि मनाजोगती नवी सृष्टी निर्माण करण्याची धडपड म्हणजे कलानिर्मिती, साहित्यनिर्मिती होय.

साहित्यनिर्मितीचे भाषा हे माध्यम मूलतः अर्थयुक्त आहे. अर्थ व्यक्त करताना भाषा ध्वनी, भावना, संवेदना, अनेकविध संदर्भ, लयात्मता इत्यादी व्यक्त करत असली, तरी मूलतः तिला अर्थ प्रथम व्यक्त करावयाचा असतो आणि अनुषंगाने इतर घटक व्यक्त करावयाचे असतात. त्यामुळे कलामाध्यम म्हणून भाषेचा वापर केल्यावर साहित्यकृती अपरिहार्यपणे अर्थयुक्त होते. त्यामुळे साहित्यकृतीतील सौंदर्य प्रामुख्याने परायत्त स्वरूपाचेच असते. हे कलावंताच्याही लक्षात आलेले असल्यामुळे या 'अर्थयुक्त' माध्यमाचा सौंदर्यनिर्मितीसाठी साहित्यकृतीत जास्तीत जास्त प्रभावीपणे कसा वापर करता येईल, याचे भान कलावंत ठेवतो.

अशा या वैशिष्ट्यपूर्ण भाषामाध्यमाचा निसर्ग आणि समाज यांच्या बंदिस्त पर्यावरणात वावरणाऱ्या संवेदनशील व प्रतिभावंत कलावंत-मनावर दुसरा असा परिणाम होतो की, निसर्ग आणि समाज यांची त्या मनावर दबाव आणणारी बंधने तो साहित्यकृतीत भाषेद्वारा व्यक्त करतो आणि त्याच भाषेद्वारा या बंधनाच्या पलीकडे जाऊन मनाला हवीशी वाटणारी, नवी सृष्टी निर्माण करू शकतो. म्हणजे त्याच्या साहित्यकृतीत एकाच वेळी निसर्ग आणि समाज यांचे वास्तव आणि कलावंताला हवेहवेसे वाटणारे सौंदर्यात्म जग व्यक्त होत राहते. त्याच्या या सौंदर्यात्मक जगात त्या कलावंताला हवीहवीशी वाटणारी मानवी ध्येये, समाजाची स्वसंवेद्य, आदर्श रूपे, कल्पनीय पातळीवर त्यांची नवी सृष्टी किंवा रचना किंवा मानवी कल्याणाचे व्यूह अवतरू शकतात.

रवींद्रनाथ टागोरांनी पाश्चात्त्यांचा चैतन्यवादी साहित्यकला-विचार आणि भारतीयांचा आध्यात्मिक विचार यांचा समन्वय साधून नवा साहित्यविचार आधुनिक काळात मांडण्याचा प्रयत्न केला आहे. ज्ञानदेवांनी भारतीय तत्त्वज्ञानात आपले चिद्‌विलासवादी तत्त्वज्ञान मांडून आध्यात्मिक विचार पुढे नेण्याचा प्रयत्न केला आहे.

ज्ञानदेवांनी जड आणि चैतन्य हे एकाच मूळ परमेश्वरी तत्त्वाचे 'विलास' किंवा आविष्कार मानले, तर रवींद्रनाथ टागोरांनी पाश्चात्त्यांच्या तत्त्वविचारातील चैतन्य-शक्तीस ईश्वराच्या ठिकाणी स्थापन करून त्यांच्या चैतन्यशक्तीला अध्यात्माचे ईश्वरी पैलू पाडले. पाश्चात्त्यांची चैतन्यशक्ती ही निर्माण झालेल्या ज्ञात-अज्ञात विश्वाच्या बुडाशी असलेली आणि जडाच्या ठायी सूक्ष्म रूपात, ऊर्जा रूपात वसत असलेली एक आदिकारणात्मक शक्ती आहे; तर भारतीयांचा तत्त्वज्ञानातील परमेश्वर

किंवा ईश्वर हा मूलत: आदिकारणात्मकच असला, तरी हे आदिकारण तथाकथित एखाद्या शक्तीप्रमाणे केवळ सत्स्वरूपी किंवा अंधळे नाही. ते मूलत: आनंदस्वरूपी, कल्याणस्वरूपी, माणसाने ते सर्वार्थाने जाणून घेतले किंवा आत्मसात केले तर (म्हणजे त्याचा साक्षात्कार झाला तर) ते शाश्वत सुखशांती, परमसंतोष, समाधान देणारे आहे; असे मानले जाते. हे उघड आहे की 'हिंदू' धर्मासह इतर कोणत्याही धर्मातील देवदेवता किंवा ईश्वर आणि भारतीय तत्त्वज्ञानाने निष्कर्षित केलेला तात्त्विक परमेश्वर हे भिन्न आहेत. चिद्विलासवादी ज्ञानदेवांना आणि पौर्वात्य व पाश्चिमात्य तत्त्वज्ञानाचा समन्वय साधणाऱ्या कलावंत टागोरांना हा तात्त्विक परमेश्वरच अभिप्रेत आहे.

भारतीय तत्त्वज्ञानातील पंथ, संप्रदाय, मतभेद, कर्मकांड, कट्टर, कर्मठ विचारसरणी इत्यादी सोडून दिले, तरी मूलभूत एक विचार शिल्लक राहतोच. ज्ञात-अज्ञात, चराचर विश्वाला व्यापून राहिलेले हे परमेश्वरी तत्त्व मनाच्या गाभ्यापासून (साक्षात्कारी स्वरूपात) समजून घेतले तर माणसाला या जगाच्या पाठीवरील आपले योग्य ते स्थान कळेल. मग तो वासना, विकार, राग, द्वेष, मत्सर, अहंकार, सत्ताकांक्षा, स्वार्थ यांतून मुक्त होईल आणि समाजव्यवस्थेत जगण्याच्या निमित्ताने जे क्षुद्र, तात्कालिक, पाशवी स्वरूपाचे लहान-मोठे संघर्ष चाललेले असतात; तेही विझून जातील. माणसाचे एक निरामय, सर्वहितदर्शी, निरहंकारी, शांतिमय, समाधानी, समत्ववादी जीवन सुरू होईल. खोट्या यशाच्या, खोट्या विजयाच्या, खोट्या वैभवाच्या भ्रामक कल्पना तो सोडून देईल नि आत्मिक भावनेने सर्वांशी मनाने एकरूप होऊन जगू लागेल. ईश्वर समजून घेण्यातून मिळणारे एवढे यश मानवाला रगड आहे. ज्ञानोबापासून विनोबापर्यंत, किंवा तुकोबापासून तुकडोजींपर्यंत सर्व भारतीय संतांनी जो कवित्वाचा प्रपंच केला त्याचे मध्यवर्ती सूत्र यापेक्षा वेगळे नाही. आधुनिक समाजातील रवींद्रनाथ टागोर आणि अरविंद महर्षी यांचाही तोच आटापिटा होता. महात्मा गांधींनी याच तत्त्वाचा आविष्कार आधुनिक समाजरचना लक्षात घेऊन राजकारणात, समाजकारणात, विचारात आणि आचारात करण्याचा प्रयत्न केला. अशा रीतीने भारतीय साहित्यपरंपरेत प्राचीन काळापासून समाजाच्या व्यापक धारणेसाठी व तात्त्विक अधिष्ठानासाठी साहित्य, समाज आणि तत्त्वज्ञान यांचा एक मेळ घातलेला दिसतो. रवींद्रनाथ टागोर, विनोबा भावे यांनी तो मेळ आधुनिक साहित्य व समाज यांना आणून भिडविला.

आधुनिक समाजव्यवस्थेची काही वैशिष्ट्ये साहित्याच्या संदर्भासाठी लक्षात घेतली पाहिजेत. विज्ञान, तंत्रज्ञान, यंत्रनिष्ठ प्रचंड उद्योग, मानवी मनाच्या ज्या विविध शक्ती आहेत त्यांतील तर्कात्म बुद्धिशक्तीचा अवाजवी वापर, जगण्यासाठी

आधुनिक जीवनाचे प्रतिबिंब अधिक वास्तवशील, अधिक प्रभावी, अधिक सौंदर्यशील होऊन साहित्यात कसे पडेल यासाठी कमीअधिक भिन्नतेने आकाराला आलेल्या दिसतात. पण १९७० च्या नंतर सुरू झालेल्या चळवळींचे स्वरूप काहीसे भिन्न आहे. एक तर या चळवळी नवजागृत समाजस्तरांतून निर्माण झालेल्या आहेत. त्यांचा सामाजिक संदर्भ प्रखरतेने त्या त्या सामाजिक स्तरांचा असलेला दिसतो. या नवजागृत समाजाच्या सामाजिक जाणिवा, जीवन-जाणिवा किंवा जीवनमूल्ये या चळवळींच्या साहित्यात प्रामुख्याने व्यक्त होताना दिसतात. आपल्या कला-जाणिवा समृद्ध, सकस वा अद्ययावत कराव्यात या जाणिवेने या चळवळी प्रत्यक्षात प्रभावी झालेल्या दिसत नाहीत. 'साहित्य हे समाजपरिवर्तनाचे प्रभावी हत्यार आहे' ही मार्क्सवादी साहित्यविषयक विचार-प्रणाली त्यांनी प्रत्यक्षाप्रत्यक्ष आत्मसात केलेली आहे. समाजपरिवर्तनासाठी ते आपले साहित्य राबविताना दिसतात. त्यामुळे कलाजाणिवांकडे त्यांचे दुर्लक्ष झालेले दिसते. 'एके काळी फ्रान्समध्ये साहित्याने क्रान्ती घडवून आणली' असे म्हटले जाते. हे वाक्य ऐतिहासिक सत्य सांगणारे वास्तवदर्शी विधान आहे, की गौरवदर्शी विधान आहे; हे कुणाही मराठी विचारवंताने तपासून पाहिल्याचे माझ्या वाचनात नाही. बहुधा ते गौरवदर्शी विधान असावे, असे मला वाटते.

कारण असे की, समाजात क्रांती व्हायची असेल तर क्रांतीचे तर्कनिष्ठ तत्त्वज्ञान मांडण्याची गरज असते. ते अतिशय प्रभावी असावे लागते. आणि मानवी बुद्धीला वैचारिक आवाहन करण्याची प्रचंड कुवत त्याच्याजवळ असावी लागते. कृतिशील मानवी मनात एखादा प्रभावी विचार जसा दीर्घकालपर्यंत जाणिवेच्या पातळीवर रुजतो तशी साहित्यकृतीने निर्माण केलेली प्रभावी सामाजिक भावना दीर्घकाल टिकू शकत नाही. श्रेष्ठ साहित्यकृतींमध्ये विचारही प्रभावी असतात, हे मला माहीत आहे. पण एखादा वैचारिक लेख किंवा वैचारिक ग्रंथ विचारांचा जो प्रभाव आधुनिक मानवी मनावर दीर्घकाल टिकवू शकतो, तसा प्रभाव एखादी आधुनिक कथा, कविता वा कादंबरी टिकवू शकत नाही. साहित्यकृती प्रामुख्याने जीवनदर्शन घडवीत असते, ती अनुभवदर्शन घडवीत असते. साहित्यकृतीची प्रकृती मानवी मनावर अनुभवात्मक सखोल संस्कार करण्याची असते. आणि मानवी अनुभवांत नुसतेच विचार नसतात. भावना, कल्पना, काव्य, नाट्य, विनोद, उपहास, रमणीय विलास, सुखद संवेदना, मानवी चित्रविचित्र स्वभाव, निसर्गदृश्ये, विविध भावास्थिती यांनीही साहित्यकृती भरलेल्या आणि भारलेल्या असतात. या सर्वांबरोबरच विचार हाही एक घटक साहित्यकृतींत असतो; तो एकमेव नसतो. फक्त वैचारिक ग्रंथात किंवा तत्त्वज्ञानात तो एकमेव स्वरूपात असतो. साहित्यकृतीच्या वाचनाने वाचकाच्या मनावर इतर घटकांबरोबरच विचारांचा खोलवर संस्कार होतो.

साहित्यकृतीतील विचारांचा हा संस्कार सूक्ष्म असतो. तो व्यक्तिमनात खोलवर सूक्ष्मपणे रुजतो; हीही गोष्ट खरी. पण तो वैयक्तिक पातळीवरचा असतो. तो दुसऱ्याला एखादा विचार पटवून द्यावा, तसा पटवून देता येत नाही. तो संस्कार ही फक्त स्वत: अनुभव घेण्याची बाब असते. 'साहित्यकृती' ही आधुनिक समाजात एकएका व्यक्तीने वाचन करून अनुभवण्याची वस्तू झाली आहे. सभा भरवून तिचे वाचन करता येणे व ते अनुभवणे शक्य नसते. पण वैचारिक ग्रंथ किंवा एखाद्या क्रांतीचे तत्त्वज्ञान जे वैचारिक प्रभाव प्रचंड प्रमाणात मानवी समाजमनावर पाडते आणि त्या समाजाला कृतीला सरळ सरळ प्रवृत्त करते; तशा प्रकारचा हा साहित्यकृतीचा संस्कार असत नाही. तरीसुद्धा वैचारिक ग्रंथांचा किंवा तत्त्वज्ञानाचा जो प्रभाव मानवी मनावर पडतो, त्याला पूरक-पोषक असे घटक जर एखाद्या साहित्यकृतीत असतील तर ती साहित्यकृती ते विचार व्यक्तिमनात खोलवर रुजवण्यास मदत करते, सामान्यांपर्यंत ते विचार नेण्यास मदत करते, हे मानावेच लागते, पण हे कार्य मदत करण्याचे आहे. त्यामुळे ते वैचारिक ग्रंथांच्या वा तत्त्वज्ञानाच्या तुलनेने काहीसे दुय्यम आहे. हेगेल या तत्त्वज्ञाने याची मीमांसा चांगल्या रीतीने केलेली आहे. या विवेचनाचा मूळ मुद्दा एवढाच की, समाजपरिवर्तनासाठी साहित्याचा वापर करू पाहणाऱ्या साहित्यचळवळींनी साहित्याच्या या मूलभूत मर्यादांचे भान ठेवले पाहिजे. केवळ साहित्यनिर्मितीने सर्वांगीण समाजपरिवर्तन होत नसते, हे लक्षात ठेवले पाहिजे.

म्हणून घणाघाती साहित्य निर्माण करणाऱ्या चळवळींनी आणि साहित्यिकांनी आपल्या साहित्यकृतींनी खरोखरच किती समाजपरिवर्तन झाले; याची शास्त्रीय आणि वस्तुनिष्ठ पाहणी किंवा तपासणी केली पाहिजे आणि साहित्येतर इतर बाबींनी म्हणजे उदाहरणार्थ शिक्षण, सवलती, उद्योगधंदे, पंचवार्षिक योजना, सामाजिक कार्यकर्त्यांचे समाजकार्य, राजकीय कार्यकर्त्यांनी खेचून आणलेल्या भौतिक सुधारणा यांनी किती समाजपरिवर्तन झाले; हेही तपासले पाहिजे किंवा त्याची पाहणी केली पाहिजे. हे सर्व सांगण्याचा हेतू एवढाच की, केवळ आक्रमक विचार, विवशतायुक्त भावना यांना वक्तृत्वपूर्ण शैलीने नटवून, अलंकारांच्या माळा घालून 'परिवर्तनवादी साहित्य निर्मिती' होऊ शकत नाही. ते साहित्य समाजाचे अपेक्षित परिवर्तन करू शकणार नाही. परिवर्तनाची प्रत्यक्ष प्रभावी साधने वेगळीच आहेत. शिवाय अशा प्रकारचे कृतक साहित्य जातिवंत साहित्यपण हरवून बसलेले असल्याने त्याचे साहित्यसंस्कारही नीटपणे होऊ शकत नाहीत; हे ध्यानात यावे.

साहित्य प्रत्यक्ष परिवर्तन करू शकत नाही; ते मानवी मनावर खोलवर आणि आंतरिक संस्कार करते; हे नीटपणे साहित्यिकाने ओळखले, तर त्याचे साहित्य निश्चितपणे अपेक्षित दिशेने समाजधारणा करायला उपकारक ठरेल. संस्कार हे आंतरिक, मानसिक

स्वरूपाचे असतात. मनाला ते कायमचे पण नकळत, सूक्ष्मपणे वळण देतात. जीवनदर्शनाने किंवा अनुभवदर्शनाने झालेले संस्कार एखाद्या विचारापेक्षा कितीतरी पटींनी मानवी मनाला आतून पटतात. साहित्याचे हे संस्कारसामर्थ्य वैचारिक लेखात असतेच असे नाही. म्हणून साहित्याने आपल्या चालीने चालावे आणि संस्कार करावेत. आजच्या साहित्य-चळवळीतील साहित्यिकांना याचे भान येण्याची गरज आहे.

आजच्या साहित्य-चळवळींमध्ये असलेले नवजागृत सगळेच तरुण चळवळे असले तरी ते सगळेच 'साहित्यिक' असतात; असे मानणे धाडसाचे होईल. तरीही हे चळवळे तरुण चळवळीत असल्यामुळे आणि साहित्यसदृश लेखन करीत असल्यामुळे चळवळींच्या मुखपत्रांना, नियतकालिकांना आणि प्रकाशकांनाही त्यांचे सहित्य नाइलाजाने, दबावामुळे, चळवळीला उपकारक म्हणून, विचाराचा प्रसार व्हावा म्हणून आणि पुष्कळ वेळा अस्सल साहित्य आणि साहित्यसदृश व्याजलेखन यांतील फरक न कळल्यामुळे सरसकट प्रसिद्ध करावे लागत असते. त्यामुळे चळवळींतून दर्जा नसलेले, अतिशय सामान्य साहित्य मोठ्या प्रमाणात निर्माण होते. अशा साहित्याचा संस्कार नवजागृत पण साहित्यिक प्रतिभेच्या शक्यता असलेल्या तरुणावरही होतो आणि त्यांचीही साहित्यनिर्मिती गढूळ होऊन जाते, असेही निदर्शनास येते. त्यामुळे जागृतीच्या दुसऱ्या टप्प्यांवर आलेल्या साहित्य-चळवळींवर फार मोठी जबाबदारी पडते. या चळवळींनी अधिक गंभीरपणे साहित्याच्या साहित्यपणाचा सर्वांगीण विचार करण्याची, तो प्रतिभा असलेल्या तरुण लेखकांवर बिंबविण्याची आज नितान्त गरज वाटते. त्यासाठी संमेलनांचा उत्सवी मार्ग न अवलंबता शिबिरे, संस्कारकेंद्रे यांचा नेटका आणि सखोल परिणामकारक मार्ग अवलंबिण्याची विशेष गरज असते.

आधुनिक साहित्यिक हा नुसता चळवळ्या नागरिक नसतो किंवा विचारांना रंगीबेरंगी भाषेचे कागद चिकटवून त्यांना सजवून विकणारा कुणी दुकानदार जिनगरही नसतो. तो आपल्या समाजात जन्माला आलेला एक सर्जनशील प्रतिभावंत असतो. अनेक विसंगतींनी, विद्रूपांनी, विषमतेने, शोषणाने, अन्यायाने भरलेल्या आपल्या समाजातील अनुभव तो उत्कट संवेदनशील मनाने घेतो. तो प्रतिभावंत असल्याने हे अनुभव घेत असतानाच त्याला समाजाचे नवे नमुनेदार रूप मानसिक पातळीवर जाणवू लागते. हे नवे रूप आणि समाजाचे वास्तव रूप यांचा सर्जनात तो मेळ घालून साहित्यकृती निर्माण करतो. तुम्हा-आम्हा सामान्यजनांना हे नवे रूप एरवी दिसत नसते, म्हणून तर साहित्यिकाला आपण मानतो. अशा साहित्यिकाच्या प्रतिभेवर चळवळीच्या एका विशिष्ट दिशेनेच निर्मिती करण्याची सक्ती करणे; हाही एक शोषणाचाच प्रकार होतो. अशा रीतीने चळवळीही साहित्यिकांचे शोषण करू शकतात आणि साहित्यिकानेही समाजजीवनातील अनुभव डोळसपणाने न घेता केवळ वासना चिवडणारे, लैंगिक

भावना चाळवणारे, पशुतेच्या हिंस्त्र प्रवृत्तींचा आविष्कार करणारे, शब्दवेल्हाळ भाषेचे कविसंमेलनातून मद्य पाजणारे साहित्य निर्माण करणे किंवा केवळ कल्पनारम्य निर्मितीत धन्यता मानणे आणि जनसामान्यांच्या समाजात पैसा, प्रतिष्ठा, प्रसिद्धी मिळवणे; हाही लुटारूपणाचाच म्हणजे शोषणाचाच प्रकार आहे; हे लक्षात ठेवले पाहिजे. सारांश प्रतिभेचे मूळ स्वरूप जाणून तिच्या विविध पैलूंवर योग्य ते संस्कार होण्याची गरज असते. छोट्या छोट्या साहित्य-संमेलनातून, शिबिरांतून, संस्कार-केंद्रांतून हे संस्कार होतील अशी दक्षता घेतली पाहिजे.

चार-पाच सुट्या भागांत केलेल्या या विवेचनाचा नीट अन्वय लावला, तर आपल्या लक्षात येईल की, आधुनिक म्हणवल्या जाणाऱ्या आजच्या समाजव्यवस्थेत आपण एका विशिष्ट परिस्थितीच्या कड्यावर येऊन पोचलो आहोत. या परिस्थितीत 'साहित्यावर' पूर्वी कधी नव्हती इतकी एक मोठी जबाबदारी येऊन पडते.

कांटसारख्या थोर तत्त्ववेत्त्याने साहित्यकलांची मूलभूत गरज मानवाला आहे आणि त्यांतून तो सौंदर्याची निर्मिती करतो; असे दाखवून दिलेले असले, तरी आधुनिक समाजव्यवस्थेत साहित्याची गरज निकडीची होऊन बसलेली आहे. आजच्या समाजावर राजकारणांचा, व्यापारी तत्त्वांवर चालणाऱ्या जनसंपर्क माध्यमांचा, जाहिरातींचा, प्रत्येक वस्तूच्या व्यापारीकरणाचा, साहित्याचाही व्यापारी वस्तू म्हणून झालेल्या विकृतीकरणाचा इतका पगडा पडलेला आहे की, जनसामान्य माणूस या सर्वांगांनी झालेल्या प्रदूषणात घुसमटून गेला आहे. त्याच्या मनातील भावभावना, आशाआकांक्षा, मनापासून काही बोलण्याची इच्छा रोजच्या या विपरीत धबडग्याच्या दाबाखाली चिरडून जात आहेत. अशा वेळी माणसाच्या मनोगताला सरळसरळ आविष्कृत करणारी भाषा ज्या कलेला माध्यम म्हणून लाभली आहे, त्या साहित्यकलेची जोपासना यथार्थपणे, फारच जागरूकतेने होण्याची आवश्यकता आहे. साहित्य हे आधुनिक समाजातील जीवनमूल्य आहे; या जाणिवेने जर आपण साहित्यनिर्मितीकडे, साहित्यवस्तूकडे, साहित्यास्वादाकडे पाहू लागलो, तरच मनाची प्रचंड कोंडी झालेल्या आधुनिक माणसाच्या आविष्काराला योग्य ठिकाण मिळणार आहे. मनाची योग्यपणे प्रतिष्ठापना करून पूजावयाचा पवित्र देव्हारा, मनाचे सर्व स्तर प्राजंळपणे जिच्यात व्यक्त होतात अशी ती देवतातुल्य दिव्य वस्तू, मनाचा सर्वांगीण साक्षात्कार किंवा प्रत्यक्षदर्शन जिथे होते, असे ते मंगल मंदिर म्हणून जर आपण साहित्याकडे पाहू लागलो, तरच आधुनिक माणसाला 'माणूस' म्हणून साहित्य तारू शकेल.

'अमृतानुभव' व्यक्त करणाऱ्या संत ज्ञानेश्वरांची साहित्याकडे पाहण्याची हीच भूमिका होती; पुढे सर्व संतपरंपरेने– विशेषत: तुकारामासारख्या महान संताने-हीच भूमिका अवलंबिली.

आधुनिक मानव धर्मश्रद्धा हरवून बसला आहे. धर्माने समाजधारणा नीटपणे

होण्यापेक्षा हिंसाचार, दुराग्रह आणि युद्धेच विशेष घडवून आणली. कालबाह्य धार्मिक आचारसंहितांनी माणूस कर्मठ आणि परंपरांचा गुलाम केला. धर्मयुगानंतरच्या विज्ञानयुगाने मानवाला निसर्गाची अनेक रहस्ये कळली आणि सत्ये मिळाली. त्यांच्या आधारे त्याने भौतिक सुविधांचा उत्कर्ष साधला आणि जीवन सुखी करण्याचा प्रयत्न केला; पण या भौतिक उत्कर्षाने विपरीत भांडवलशाही आणि अतिसंहारक शस्त्रास्त्रेही निर्माण केली. जागतिक समाजात प्रचंड विषमता निर्माण करून, संहारक शस्त्रांस्त्रांची आगारे निर्माण करून, पृथ्वीवर प्रचंड प्रदूषण निर्माण करून मानवाला अतिरिक्त भोगासक्त करून दोन महायुद्धे त्याच्या पदरात टाकून एकेकाळचा विज्ञानाचा वरदायी देवदूत आज विक्राळ, भीषण राक्षसाचे रूप घेऊन माणसाच्या मानगुटीवर बसला आहे. त्यामुळे माणसाचे विद्रुपीकरण सुरू झाले आहे.

अठराव्या शतकात तत्त्वज्ञ कांट याने सत्य, शिव, सौंदर्य या मूल्यांची तात्त्विक मीमांसा करताना सौंदर्यशास्त्राचा पाया घालण्याला पूरक अशी सौंदर्यमूल्याची मीमांसा केली आणि पुढे एकोणिसाव्या आणि विसाव्या शतकांत सौंदर्याचा आविष्कार करणाऱ्या ललित कलांनी एकांतिकता गाठली. जणू सौंदर्यमूल्याचा उत्कर्ष करणारे हे कलायुग ठरले. पण सौंदर्यमूल्याच्या अतिरिक्त आणि केवल तत्त्ववादी भूमिकेमुळे व्यावहारिक जीवनानुभव आणि कलानुभव यात पूर्णत: भेद कल्पून जीवनाशी कलेचा असलेला संबंध तोडून टाकला आणि कलेला स्वतंत्र हस्तिदंती मनोऱ्याचे विश्व निर्माण करून दिले. त्यामुळे ती मनाच्या समग्र आविष्काराला पारखी झाली.

पाश्चात्त्य समाजजीवनात भौतिकतेला, फ्रान्सच्या राज्यक्रांतीमुळे प्रतिष्ठा प्राप्त झाली. स्वातंत्र्य, समता, बंधुता या आधुनिक जीवनमूल्यांचा उदय झाला. परिणामी व्यक्तीचे स्वातंत्र्य महत्त्वाचे मानले गेले. त्याला टोकाची प्रतिष्ठा प्राप्त होऊन मुक्त समाजाची कल्पना उचलून धरली गेली. व्यक्तिस्वातंत्र्य त्यामुळे भौतिक स्वैराचारात, मनमानी आचार-विचार यात परिवर्तित झाले. मानवी अहंकार, व्यक्तिकेंद्रित भोगवादी विचारसरणी यांना खूप खतपाणी मिळाले नि माणसांची आतून बंद बेटे तयार झाली. माणूस म्हणून माणसामाणसातील संवादच बंद झाला. सारांश अतिरिक्त व्यक्तिस्वातंत्र्यामुळे समाज अराजकाच्या सुळक्यावर जाऊन पोचला.

एकांतिक भांडवलशाहीने समाजाचे प्रश्न सुटणार नाहीत, हे जाणून एकोणिसाव्या शतकात कार्लमार्क्सने समाजाची, समतेची इतिहासावर आधारित नवी मीमांसा केली, नव्या समाजसंकल्पनेचे तत्त्वज्ञान आकाराला आले. आर्थिक, भौतिक समतेवर विशेष भर देण्यात आला. त्यावर आधारित नवा मानव घडवण्याचा प्रयत्न झाला. पण या नवसमाज-व्यवस्थेत मानवी मन नीट श्वास घेऊ शकत नाही आणि त्याची प्रचंड घुसमट होऊ शकते, हे रशियातील मार्क्सवादी समाजरचनेने प्रत्ययाला आणून दिले. शेवटी तीही कोलमडली गेली.

राजेशाही, साम्राज्यशाही, हुकूमशाही, समाजवादी राज्यव्यवस्था जाऊन लोकशाही शिल्लक राहिली. प्रत्येक व्यक्तीला प्रतिनिधी निवडण्याचा मताधिकार दिला, राष्ट्राच्या घटनेने मानवी मूलभूत हक्क कोणते ते सांगितले, त्यांना संरक्षण दिले, तरीही लोकशाहीत राजकारण भ्रष्ट झाले, समाजात भ्रष्टाचार, अन्याय, शोषण, अत्याचार प्रत्यक्षाप्रत्यक्ष वाढीलाच लागले. सामान्य माणूस भरडतच चालला.

अशा रीतीने मानवाच्या शेकडो वर्षांच्या इतिहासात मानवी सुखासाठी, समाजस्वास्थ्यासाठी अनेक मूल्यांचा, अनेक तत्त्वज्ञानांचा, अनेक समाजशास्त्रीय दृष्टिकोणांचा, व्यवस्थांचा एकेकश: उदय झाला, विकास झाला, एकांतिक टोकाला जाऊन त्यांचा पडताळा घेतला गेला, तरीही मानव, सामान्य जन सुखी होत नाही; समाजाला स्वास्थ्य लाभत नाही, असेच अनुभवाला आले आहे. भल्या भल्या धर्मसंस्थापकांनी आणि प्रवर्तकांनी, विचारवंतांनी आणि शास्त्रज्ञांनी, तत्त्वज्ञांनी मंडळींनी त्यापुढे हात टेकले. अशा वेळी प्रतिभावंत असला तरी साहित्यिक तरी काय करू शकेल? तो फार काही करू शकणार नाही.

पण सर्वांनी हात टेकले तरी पुन्हा मानव उभारी धरतो आणि उद्योगाला लागतो; हेही इतिहासच वारंवार सांगत आला आहे. त्यामुळे साहित्यिकही उभारी धरेल यात मला शंका वाटत नाही.

एकविसाव्या शतकाच्या महाद्वारापाशी आपण उभे असताना आपणांस दिसून येते की, प्रदीर्घ भूतकाळात जगाच्या पाठीवर प्रत्येक तत्त्वाची, सिद्धान्ताची वा तत्त्वज्ञानाची एक एक युगलाट आली आणि गेली आहे. तिने असे दाखवून दिले की, एकेकश: तत्त्व स्वीकारून मानवाला सुख-स्वास्थ्य लाभत नाही. मग ते अनेक धर्मांना जन्म देणारे शिवतत्त्व असो, विज्ञान-तंत्रज्ञानाचे युग निर्माण करणारे निसर्गातील सत्यतत्त्व असो, कलांना व्यापून उरणारे सौंदर्यतत्त्व असो, स्वातंत्र्य, समता, बंधुता, लोकशाही, मार्क्सवाद यांपैकी कोणतेही तत्त्व किंवा तत्त्वज्ञान असो, विज्ञानाने केलेला भौतिक विकास असो किंवा संतांनी केलेला मानवाचा आत्मिक विकास असो; ते एकेकश: अपुरेच पडते.

(अ) ते अपुरे पडत असले तरी निरुपयोगी ठरत नाही, याचाही त्या त्या वेळी पडताळा येतो. म्हणून या अनेकविध तत्त्वांचा योग्य रीतीने समन्वय साधण्याची, ते एकाच मानवी समाजवस्तूचे विविध पैलू आहेत, हे जाणवल्याने त्यांची संतुलित एकात्मता साधण्याची नितान्त गरज आहे.

(ब) लक्ष्यार्थाने पृथ्वी ही फार लहान झाली आहे. जगातील राष्ट्रांचे परस्परसंबंध गल्लीतील किंवा फ्लॅटमधील शेजारसंबंधासारखे घनिष्ठ आणि परस्परावलंबी झालेले आहेत. त्यामुळे जगाच्या पाठीवरचे विविध प्रश्न, विविध समस्या एकमेकींत गुंतून गेलेल्या आहेत. त्यांचे एकात्म स्वरूप लक्षात घेऊन त्यांची सोडवणूक केली, तर

ते प्रश्न आणि त्या समस्या सुटणार आहेत. प्रश्नांची एकेकश: केलेली सोडवणूक किंवा त्यावर शोधलेले उपाय अंतिमत: निष्फळ ठरणार आहेत.

(क) आधुनिक माणूस स्वत:च्या हक्काविषयी, स्वत:च्या स्वातंत्र्याविषयी, आत्मभानाविषयी विशेष जागृत झालेला आहे. तो बुद्धीचा विशेषत्त्वाने वापर करणाराही झालेला आहे. त्यामुळे त्याच्यावर बाहेरून लादलेले विचार, सिद्धान्त किंवा उपाय त्याला मानवत नाहीत; त्यांना तो नाकारताना दिसतो. स्वत:ला प्रमाण मानून जगताना दिसतो.

(ड) लोकशाहीत सामान्य माणसाला स्वत:च्या अंत:प्रेरणा मांडण्याची व व्यक्त करण्याची नितान्त आणि सततची (म्हणजे रोजचीच) गरज असते. कारण लोकशाहीत नेते, पुढारी हे स्वत:च्या राजकीय स्वार्थासाठी वस्तुस्थितीचा सतत विपर्यास करून तिची मांडणी व अन्वयार्थ स्वत:ला अनुकूल व विरोधकांना प्रतिकूल अशा पद्धतीने लावण्याचा किंवा मांडण्याचा प्रयत्न करतात. अशा वेळी सामान्य माणसाने आपल्या अंत:प्रेरणांचा उद्‌घोष सातत्याने करण्याचा कंटाळा केल्यास किंवा आळस केल्यास नेते-पुढारी मंडळींचे फावते आणि ते आपले घोडे पुढे दामटतात. हे घोडे दामटणे म्हणजे 'वस्तुस्थितीचा विपर्यास' (हीच खरी वस्तुस्थिती होय असे) स्वीकारणे, असा त्याचा अर्थ होतो.

आज समाजमन जाणून साहित्यनिर्मिती करणाऱ्या साहित्यिकाची जशी गरज आहे, तशी तशा प्रकारचे साहित्य समजून घेऊन त्याचे समाजशास्त्रीय दृष्टीने, सामाजिक जीवनाच्या मूल्याच्या दृष्टीने मूल्यमापन करणे आणि समाजमनस्कता दाखवून देणे याचीही नितान्त गरज आहे.

वरील चारही गोष्टींचा पुन्हा एकत्रित विचार करताना असे दिसून येते की, इथे साहित्याला मोक्याचे स्थान प्राप्त होणार आहे. अनेकविध तत्त्वे, सिद्धान्त वा विचार असोत, किंवा प्रश्न् वा समस्या असोत; त्यांच्या अनेकतेतील एकता प्रतिभावंत साहित्यिक आपल्या साहित्यात साधू शकतो. कारण अनेकतेतील एकता शोधणे, हेच साहित्याचे ध्येय असू शकते, असे कांटने स्पष्ट सुचविले आहे.

दुसऱ्या बाजूने माणूस समजून घेणारे आणि माणसाला समजून देणारे साहित्य हे माणूस आणि त्याच्या भोवतालचे विचार, सिद्धान्त आणि प्रश्न, समस्या यांचाही एकात्म मेळ घालून देऊ शकते. प्रतिभावंताच्या सर्जनशील साहित्यात तशी एकात्म मांडणी असू शकते.

पूर्वीच आपण असे पाहिले आहे की, साहित्यवाचनाचा संस्कार आंतरिक स्वरूपाचा असतो. तो संस्कार मानवी मनाला आतूनच वळण लावू शकतो, इतका तो सूक्ष्म आणि सखोल, तसेच मनाच्या जाणीव-नेणिवेच्या पातळ्यांवरही होणारा असतो. बाहेरच्या उपायांना न मानणारा आधुनिक मानव साहित्यास्वादाने निश्चितपणे

आतून संस्कारित होऊ शकतो. वाचन हा आंगिक घटक झालेला आधुनिक मानव साहित्यवाचनाला पारखा राहिलेला नाही, ही वस्तुस्थिती आहे.

भूतकाळाच्या प्रचंड ऐतिहासिक ओझ्यांनी आणि आधुनिक समाजाच्या असंख्य प्रश्नांनी, समस्यांनी आधुनिक सामान्य माणूस आतून छिन्नविछिन्न झाला आहे. त्याच्या मनाला अनेक तडे गेलेले आहेत. त्याचे हे मन सांधण्याचे कार्य आत्मिक शक्तींशिवाय दुसरे कुणी करू शकेल असे वाटत नाही. आत्मिक मूल्यांची शिकवण देणारी समाजातील धर्मव्यवस्था आज कालबाह्य ठरल्याने साहित्याशिवाय दुसरे कोणते अन्य माध्यम आधुनिक मानवावर आत्मिकतेचे आंतरिक संस्कार करू शकेल, असे दिसत नाही. त्यासाठी प्राचीन ऋषींनी, मध्ययुगीन संतांनी आणि आधुनिक महात्म्यांनी चोखाळलेले मार्ग आणि दिलेली शिकवण आधुनिक साहित्यिकांनी आत्मसात करण्याचीही गरज आहे; तरच त्यांचे साहित्य आधुनिक माणसाला नीटपणे आतून संस्कारित करू शकेल.

अत्याधुनिक साहित्याची व्यापक पातळीवरील भूमिका हीच असू शकेल.

टीप: १) समाजरचनेत आपण ज्या ठिकाणी, ज्या सामाजिक स्तरात, भोवतालच्या ज्या राजकीय, आर्थिक, सांस्कृतिक परिस्थितीत चळवळीचे काम करीत असतो किंवा साधे जीवन जगत असतो ती परिस्थिती सर्व समाजात, सर्वत्र एकसारखी नसते. तिच्यात विविधता असते. त्या विविधतेतच दृष्टीची व मानसिकतेचीही विविधता असते. पण विविधता म्हणजे फुटीरता नव्हे. विविधता ही एकाच वर्तुळातील लहानलहान अनेकरंगी पण एकमेकीत साखळीसारख्या अडकलेल्या वर्तुळात असू शकते. फुटीरतेला हे बाहेरचे एकवर्तुळत्व नसते आणि साखळीची अडकही नसते. विविधतेतील प्रत्येक वर्तुळ हे इतर वर्तुळांचे अस्तित्व मानते व स्वत:चेही अस्तित्व मानते; पण फुटीरता ही स्वत:च्या अस्तित्वासाठी इतरांना नष्ट करू पाहते व तिचे एकुलते एक वर्तुळच प्रमाण मानते.

◆

साहित्य-चळवळी, समाज आणि साहित्यिक

(फ्रेबुवारी १९९२ मध्ये कोल्हापूर येथे साजऱ्या झालेल्या ६५ व्या अखिल भारतीय मराठी साहित्य संमेलनात माझी प्रकट मुलाखत झाली. ही मुलाखात प्रा. कमलाकर दीक्षित, प्रा. म. अ. कुलकर्णी, डॉ. द. ता. भोसले आणि डॉ. वासुदेव मुलाटे यांनी घेतली. तिचे हे लिखित रूप.)

मुलाखतीचे प्रास्ताविक : व्यासपीठासमोर बसलेल्या साहित्यप्रेमी रसिक बंधुभगिनींनो, आपल्या साक्षीनं मी प्रकट मुलाखत देत आहे. माझ्यासमोर अनेक ज्येष्ठ आणि श्रेष्ठ साहित्यिक आणि समीक्षक बसलेले आहेत. काही तर मला गुरूच्या ठिकाणी आहेत. त्यांच्यापासून मिळालेल्या ज्ञानानेच मी संस्कारित झालेलो आहे. त्यामुळे उत्तरं देताना कित्येक वेळा मी त्यांच्याच मतांचा उच्चार करतो आहे, असे त्यांना वाटेल. पण ते अगदी बरोबर असणार आहे. आपण वडीलधारेपणाच्या भावनेनं माझ्या ओबडधोबड विचारांचा स्वीकारा करावा, ही नम्र विनंती. आपणास नमस्कारून मी प्रश्नांना उत्तरं देत आहे.

प्रश्न : लहानपणी आपलं वाङ्मयाविषयीचं प्रेम, कुतूहल कोणत्या कारणांमुळे निर्माण झालं? 'आपण कलावंत आहोत' याची जाणीव केव्हा, कशी झाली?

उत्तर : मी शेतकऱ्याचा मुलगा आहे. शेतकऱ्याच्या घरात वाङ्मयपरंपरा नसते, पाटी-पुस्तकं, ग्रंथसंग्रह यांपैकी काहीही नसतं, हे आपणास ठाऊक आहे, त्यामुळे मी वाङ्मयाकडं कसा वळलो हे मलाही माहीत नाही. म्हणजे स्पष्ट ज्ञान नाही. पण काही अंदाज बांधता येण्यासारखा आहे. प्रत्येक माणूस कुठं जन्माला यावं, हे दैवाच्या हातात असतं. पण तो स्वत: काही स्वभावधर्म घेऊनच जन्माला येतो. हे स्वभावधर्म त्याच्या आयुष्याला आकार देत राहतात.

असा आपल्या स्वभावधर्मानुसार जास्तीत जास्त चांगला आकार आपल्या आयुष्याला देणं, हे आपल्या हातात असतं. माझा स्वभाव संवेदनशील, भावनाप्रधान, चिंतनशील, बऱ्यापैकी कल्पनाशक्ती असलेला, स्वत:मध्ये रमणारा, स्मरणशक्ती बऱ्यापैकी असलेला, उपक्रमशील आहे, याचा मला हळूहळू उलगडा होत गेला. आरंभीच्या काळात मला अज्ञात असलेल्या या स्वभावधर्मांना अनुसरून मी वागत होतो. या मला अज्ञात असलेल्या स्वभावात एक प्रतिभाशक्तीचा अंशही होता.

माझ्या वडिलांचा मी पहिला मुलगा असल्यामुळं हिशेब ठेवण्यापुरतं लिहायला-वाचायला यावं म्हणून त्यांनी मला शाळेत घातलं होतं. प्राथमिक शाळेतल्या दोन-तीन शिक्षकांच्या लक्षात माझा हा स्वभाव आला. 'हे पोरगं वेगळं दिसतंय. बडबड्या आणि गडबड्या स्वभावाचं आहे.' माकडाला जसं सांगावं तशी माकड उडी मारतं, त्याप्रमाणं या पोराकडनं गाणी, लावण्या, गीतं, नकला, अभिनय जशा बसवून घ्याव्यात तसं ते करून दाखवतंय, हे त्यांच्या लक्षात आलं होतं. दुसऱ्याची गीतं आणि पाठांतराच्या कविता म्हणता म्हणता मला वाटू लागलं की, आपणाला हवी तशी गीतं, कविता आपणच कराव्यात आणि गाऊन म्हणून दाखवाव्यात. त्याप्रमाणं मी गांधीवधानंतर 'महात्मा गांधींचा दहा-पंधरा कडव्यांचा पाळणा' लिहिला होता आणि तो शाळेच्या समारंभात १९४९ साली खड्या आवाजात म्हणून दाखवला होता. त्या वेळी मी तेरा वर्षांचा होतो. हीच माझी पहिली कविता होती. मराठीच्या मास्तरांनी मग मला मोठमोठ्या कवींच्या कवितांची पुस्तकं वाचायला दिली. अलंकार, छंद यांची माहिती करून दिली नि मी जमेल तशा, सुचेल त्या विषयांवर कविता करू लागलो. दहावी-अकरावीला असताना मी ग्रामीण कविता लिहिली. तीच पुढं 'हिरवे जग' या माझ्या पहिल्या कवितासंग्रहात प्रसिद्ध झाली. पण ही नंतरची गोष्ट. प्राथमिक शाळेतल्या शिक्षकांनी माझे गुण ओळखून माझ्यावर आपलेपणाने संस्कार केले. सौंदलगेकर गुरुजींनी साहित्याचे, गाण्याचे संस्कार केले, नाईक गुरुजींनी नकला, नाट्यछटा, नाटक यांच्याद्वारा अभिनयाचे, व्यवस्थित बोलण्याचे संस्कार केले, तर सणगर गुरुजींनी चित्रकलेचे संस्कार केले. पण यांतली माझ्याजवळ राहिली ती फक्त साहित्यकला. कारण त्या वेळी शाई स्वस्त होती. कोरे कागद मागितले की कुणीही देत. पाठकोरे कागद तर शाळेत भरपूर मिळत. म्हणजे ही कला फुकटात पोसता येत होती. बाकीच्या कलांसाठी पैसा वेचावा लागत होता. आणि तो तर माझ्या गरिबीमुळे माझ्याजवळ नव्हता. त्या वेळी एक एक पैसा गाडीच्या चाकाएवढा मला दिसत होता.

दुसरी एक गोष्ट सांगायची राहिली. माझ्या लहानपणी घरोघरी जाती होती. आमच्या घरीही तीन जाती होती. त्या जात्यांवर आई दळत असे. दळताना ती छान अशा बारीक सुरावर ओव्या म्हणत असे. त्या ओव्या मला फार आवडत असत.

आईच्या पुष्कळ ओव्या स्वतंत्रपणे केलेल्या असायच्या. त्यांना तात्कालिक संदर्भ असायचे. म्हणजे आईच्या ठिकाणी कविताशक्तीचा गुण होता. कदाचित तोच माझ्यात उतरला असावा.

अशा रीतीनं माझा कविता करण्याचा गुण वाढीला लागला. त्यातूनच हळूहळू विशेषत: कॉलेजला आल्यावर आपण साहित्यिक होऊ शकू, ही जाणीव मला झाली नि मी साहित्यनिर्मितीकडं वळलो.

प्रश्न : पहिले आपण कवी. नंतर कथाकार, कादंबरीकार झालात. सध्या आपल्यातला कवी जिवंत आहे काय? आणखी काव्यलेखन करणार आहात काय? कवितेकडून कथा-कादंबरीकडे कसे काय वळलात?

उत्तर : आयुष्याच्या पहिल्या पंचवीस वर्षांच्या कालावधीत प्रत्येक साहित्यिक हा कवीच असतो. मग तो कविता लिहो अथवा न लिहो. रामायणाचा पहिला उद्गार कवितेतूनच बाहेर पडला आहे. हिंदू मनाचा पहिला उद्गार छंदोबद्ध वेदरूप आहे. खेड्यातल्या ग्रामीण स्त्रिया शोक अनावर झाला की लयबद्ध रडतात. कविता ही उत्कट मनाच्या हृदयाची मातृभाषा असते. कविता करण्यासाठी काही वेगळं शिकावं लागतं असं नाही. तरुणपणात काव्य हा अनुभवाचा एक महत्त्वाचा घटक असतो. म्हणून मीही पहिला पहिला कवीच होतो. नादावून कविता करत होतो. पुढं त्यांचा छंद जडला.

छांदिष्टपणाच्या काळातच अभ्यासक्रमात ग्रामीण कविता आली. मी ती अतिआवडीनं साभिनय म्हणून दाखवी. माझी ही आवड बघून शिक्षकांनी यशवंत-गिरीश यांची जानपद गीतं, ग्रामीण खंडकाव्यं वाचायला दिली. मी हाडाचा शेतकरी असल्यामुळे या कवितांतून मला तपशिलाच्या अनेक चुका दिसून आल्या. त्यांतून आपणच ग्रामीण कविता स्वाभाविक नि अस्सल गावरान भाषेत लिहावी, असं वाटू लागलं. मग ग्रामीण कविता लिहू लागलो. माझं ग्रामीण मन मोकळं करायला ही कविता मला फार जवळची वाटू लागली.

पण प्राध्यापक झाल्यावर, वाचन-चिंतन वाढत गेल्यावर असं वाटू लागलं की, कविता हा साहित्यप्रकार सगळेच अनुभव व्यक्त करायला पुरेसा पडत नाही. म्हणून मग कथेकडं वळलो. याच कारणासाठी ऐन तिशी-पस्तिशीत कादंबरीकडं वळलो. नंतर लक्षात आलं की, अनुभव विविध प्रकारचे असतात. म्हणून मग नाटक सोडलं तर साहित्याचे सगळेच प्रकार हाताळू लागलो.

कविता हा एक साहित्यप्रकार आहे, पण काव्यात्म जगणं ही एक मानवी वृत्ती आहे. त्यामुळे तुमचं गद्यलेखनही काव्यात्म असू शकतं. निदान माझ्या गद्यलेखनात काव्यत्मतेचा घटक विविध प्रकारांनी अवतरत असतो. या अर्थानं माझ्यातला कवी आजही चांगला जिवंत आहे, असंच म्हणावं लागेल. पण १९६०-६५ पर्यंत जेवढं काव्यलेखन केलं, तेवढं प्रमाण नंतर राहिलं नाही. कविता विरळ होत गेली. तिच्यातून

व्यक्त करायचा अनुभव गद्यरूपातून व्यक्त होऊ लागला. पण कविता विरळ होत गेली तरी मला सोडून मात्र गेलेली नाही. कारण नुकतंच म्हणजे १९९० मध्येच माझं 'मायलेकरं' हे दीर्घकाव्य प्रसिद्ध झालेलं आहे, आणि सरस उतरलं आहे. याचा पुरावा म्हणजे विद्यापीठीय अभ्यासक्रमात ते आज अभ्यासलं जात आहे.

प्रश्न : आपल्याला कथा कशी सुचते? कथेत प्रयोग का करावेसे वाटले?

उत्तर : कथा कशी सुचते, हा मानसशास्त्राचा विषय आहे. त्यासंबंधी पुष्कळ सांगता येईल. 'साहित्याची निर्मितिप्रकिया' या माझ्या पुस्तकात मी निर्मितीविषयी विस्तृत विवेचन केलं आहे. मात्र मी कथेकडं का वळलो हे आपणास आत्ताच सांगितलं आहे. 'प्रयोग का करावेसे वाटले?' या प्रश्नाचं उत्तर तसं अवघड आहे. एकतर माझी ग्रामीण कथा व्यंकटेश माडगूळकर, शंकर पाटील, रणजित देसाई, द. मा. मिरासदार यांच्या कथांपेक्षा वेगळेपणानं उठून दिसली. याला कारण माझं वेगळं व्यक्तिमत्त्व हेच आहे. या चार लेखकांत दिसून न येणारे काही व्यक्तिविशेष माझ्यात आहेत. ते म्हणजे माझ्या अनुभवातली काव्यात्मवृत्ती, पूर्वसूरींच्या तुलनेत विशेष अंतर्मुखता, ग्रामीण भाषेचा मुक्त वापर, विस्तारापेक्षा सघन मांडणी करण्याचा स्वभाव; या वृत्तींमुळे माझ्या कथेत आरंभी प्रतिमा भरपूर येत असत. त्यांच्या अस्तित्वामुळे माझी शैली वेगळेपणानं उठून दिसू लागली.

दुसरं असं की, आताच ज्या चार लेखकांचा मी उल्लेख केला त्यांच्या कथा मी १९६१ पर्यंत भरपूर वाचल्या होत्या. १९६१ साली तर मी प्राध्यापक झालो, पण १९५८ ते ६१ या काळात माझी चिकित्सावृत्ती वाढली होती. या काळात मी बी.ए, एम.ए. करत होतो. त्याचाही तो परिणाम असावा. या चिकित्सावृत्तीमुळे मला या चार लेखकांच्या कथाकार म्हणून काही मर्यादा जाणवत गेल्या. त्या मर्यादांतून बाहेर पडणारी ग्रामीण कथा आपण लिहावी, असं मला वाटत होतं. आणि त्या अंगाने मी कथा लिहू लागलो.

ती विपुल प्रमाणात या काळात लिहिली, याला कारण मी मघाशी सांगितलंच की, मी या काळात कवितेकडून कथेकडे नुकताच वळलो होतो. तो पहिला बहर होता. यातून माझी कथा वेगळी होत गेली. खास प्रयोगासाठी प्रयोग करावेत आणि 'प्रयोगशील लेखक' ही बिरुदावली धारण करावी, असं मला कधी वाटलं नाही. पुष्कळ चांगले प्रयोग हे मन:पूर्वक करावयाच्या लेखनातूनच होत गेले. आपल्या मनाला जे पटतं, तसंच लिहिलं की ते अस्सल, जातिवंत असतं आणि वेगळंही असतं. लोकांना तो वेगळा प्रयोग वाटतो, एवढंच.

प्रश्न : आपण मराठी साहित्याला नेमकं कोणतं योगदान दिलं?

उत्तर : काही दिलं नाही. पुस्तकं लिहिली, ती मात्र मराठी साहित्याला दान

केली. त्याला 'योगदान' म्हणता येणार नाही. 'योग' हा शब्द फार मोठा आहे. तो वापरला तर माझ्या पुस्तकांचं मूल्यमापन करता येणं मला अवघड आहे. एक मात्र मी सांगतो की, मी जे साहित्य लिहिलं, त्यात माझी इन्व्हॉल्वमेंट खूप आहे. मी जे जगलो, जे अनुभवलं त्याचा शोध घेण्याचा अंतर्मुख गंभीर प्रयत्न म्हणजे माझी साहित्यनिर्मिती आहे. तिचं मूल्यमापन समीक्षक करायचे त्या प्रकारे करतील नि ते योगदान आहे का नाही, हे ठरवतील. मी मात्र सरसकट असं म्हणेन की, चांगल्या साहित्यिकानं मनापासून जी जी निर्मिती केलेली असते, ती ती त्या त्या समाजाच्या साहित्यक्षेत्राला भूषणयुक्त असते.

प्रश्न : संस्कारक्षम वयामध्ये कोणतातरी लेखक आपल्याला झपाटून टाकतो. त्याचा ठसा आपल्या लेखनावर उमटतो. अशा कोणत्या लेखकाचा खोल ठसा आपल्या लेखनावर उमटला आहे, असं आपणाला वाटतं?

उत्तर : पुण्या-मुंबईत जन्माला आलो असतो, तर आवडलेली सर्व पुस्तकं आणि लेखक वाचायला मिळाले असते. खेडेगावात असे लेखक संपूर्णपणे उपलब्ध होत नाहीत. त्यामुळे लेखक वाचत गेलो नाही; मात्र हाताला लागतील ती पुस्तकं वाचत गेलो. ही पुस्तकंही अर्धीमुर्धी, पहिली नि शेवटची पानं फाटलेली अशी असत. त्यामुळं कित्येक वेळा त्यांच्या लेखकांचाही पत्ता लागत नसे. मग कुण्या एका लेखकाचा ठसा मनावर कसा काय उमटणार? मात्र १९५५ मध्ये रत्नागिरीच्या गोगाटे कॉलेजमध्ये शिकत असताना श्री. म. माटे यांचं एक पुस्तक अभ्यासाला होतं- उपेक्षितांचे अंतरंग. त्या पुस्तकानं प्रभावित झालो होतो. त्यातला बन्सिधर म्हणजे मीच आहे, असं वाटून ढसाढसा रडलो होतो. मग माट्यांचं 'माणुसकीचा गहिवर' हेही पुस्तक वाचायला मिळालं. माटे वाचताना मीच मला वाचतोय असं वाटत गेलं. त्यांचा खोल संस्कार झाला असावा.

पु. लं. नी माझी हस्तलिखितातली 'हिरवे जग' मधील ग्रामीण कविता वाचली नि म्हणाले, "बाळा, तुझी कविता फार चांगली आहे... तुझ्या शेतात तुला त्या बहिणाबाईप्रमाणंच मोहरांचा हंडा सापडला आहे. तो जप." त्यांच्या या वाक्याचाही माझ्यावर खोल संस्कार झाला आहे. कारण तेव्हापासनं मी माझी कविता काळजीपूर्वक जपली आहे. माझं ग्रामीणपण मी तावूनसुलाखून शुद्ध आणि नेटकं करत गेलो आहे. त्याचा वाङ्मयीन विकास घडवला आहे.

माडगूळकर, पाटील, देसाई, मिरासदार यांच्या कथांचा माझ्यावर उलटा संस्कार झाला; तो म्हणजे यांच्या कथांना अनेक मर्यादा आहेत; त्या मर्यादांतून ग्रामीण कथा बाहेर खेचली पाहिजे, आपण ती जिद्द धरून कसून लेखन करू या, त्यातूनच आपलं स्वत्वही जोपासलं जाईल, असं वाटत होतं. १९६५ च्या आसपास तर या लेखकांच्या कथा माझ्या इतक्या ओळखीच्या झाल्या की, त्यांच्या कथांवरची त्यांची नावं पुसून

टाकली तरी ती कुणाची कथा आहे, हे मी छातीठोकपणे त्या काळात सांगू शकलो असतो. इतकंच काय, पहिला परिच्छेद वाचताच हा लेखक आता कोणत्या वळणानं पुढं जाणार याचा बरोबर अंदाज बांधत होतो; आणि ते बहुतेक वेळा खरं ठरत होतं. इतके ते लेखक आणि त्यांचे साचे माझ्या ओळखीचे झाले होते. हाही एक सखोल संस्काराचाच भाग आहे. जाणत्या वयात हा झाल्यामुळे त्या चौघांच्या ठशांतून माझी कथा आरंभापासूनच बाहेर पडलेली आहे. मात्र, एक गोष्ट खरी की, या चौघांनी ग्रामीण कथेचं अथांग विश्व माझ्यासमोर उलगडून ठेवलं होतं. त्या विश्वात वावरण्यासाठी मला खूपच ओळखीच्या खाणाखुणा माहिती करून दिल्या होत्या. मी त्या क्षेत्रात आत्मविश्वासानं वावरलो त्याचं कारण या चौघांनी तिथं भरपूर वर्दळ निर्माण केली होती. ते विश्व ग्रामीणांच्या वहिवाटीचं करून टाकलं होतं.

प्रश्न : स्मितावहिनींचा काही परिणाम तुमच्या जीवनावर आणि साहित्यावर झाला आहे की नाही? प्रेमविषयक जाणिवा तुमच्या कवितेत कुठं दिसत नाहीत, म्हणून हा प्रश्न विचारतो आहे.

उत्तर : तुमच्या स्मितावहिनींचा परिणाम माझ्या जीवनावर भरपूर झाला आहे. तिनं मला खूप समजून घेतलं आहे. त्यामुळेच माझं साहित्याचं वाचन, चिंतन, लेखन अतिशय निर्वेधपणानं चालतं. त्यामुळं माझ्याकडून मला हवी तशी साहित्यनिर्मिती होऊ शकते. स्मितावहिनींचा हा माझ्या साहित्यावरील किती मोठा परिणाम आहे.

प्रेमविषयक जाणिवा व्यक्त करणारी कविता मी पुष्कळच लिहिली आहे. पण ती प्रसिद्ध करण्याची इच्छा कधीच झाली नाही. माझी प्रेमकविता फक्त डॉ. अनुराधा पोतदार यांनी वाचली आहे. त्यांनाच फक्त मी ती दाखवलेली आहे. कॉलेजमध्ये त्या माझ्या प्राध्यापिका होत्या. कॉलेजचं वय प्रेमात पडण्याचं असतं. मी तसा एकदा-दोनदा पडण्याचा प्रयत्नही केला होता; पण जमलं नाही. मग फक्त प्रेमकविताच करत राहिलो. त्याचं कारण लवकरच माझ्या ध्यानात आलं की, कॉलेजमधलं प्रेम आपल्याला झेपणार नाही. आपल्या जीवनाचे प्रश्न वेगळे आहेत. ते अन्न, वस्त्र, निवारा आणि शिक्षण यांशी घनिष्ठपणे निगडित आहेत. ज्या मुलींवर प्रेम करावंसं वाटतं त्यांचा सामाजिक स्तर वेगळा आहे. आपल्यापेक्षा वरचा आहे. आपला पार खालचा आहे. या दोन स्तरांचं प्रेमाचं नातं जमणं कठीण. जमलं तरी टिकणं त्याहून कठीण. आपण हे थांबवलं पाहिजे. घरदारावर, भावंडांवर प्रेम केलं पाहिजे. ते फार आवश्यक आहे.

प्रेम ही अतिशय नैसर्गिक भावना आहे. प्रेम हे केलचं पाहिजे. प्रेम प्रेयसीवर नाही, तरी पत्नीवर करता येतं. तिच्यात सर्वस्व ओतता येतं.

एवढं सांगूनही आणखी एक वस्तुस्थिती सांगतो. माझी प्रकाशित नसलेली

प्रेमकविता ही संख्येनं माझ्या ग्रामीण कवितांपेक्षा अधिक आहे. आणि मी प्रेमभावना साहित्यात व्यक्त केली नाही, हे खरे नाही. 'आदिताल' मधल्या माझ्या कथा आणि 'स्पर्शकमळे' मधील माझे ललितलेख लोकांच्या वाचनात फारसे नसावेत, असं वाटतं. किंवा ग्रामीण लेखक हा शिक्का माझ्यावर पडल्यानं व ग्रामीण साहित्यासारखी सामाजिक-सांस्कृतिक चळवळ मी चालवत असल्यानं माझ्या साहित्यातल्या प्रेमभावनेची कुणीच प्राधान्यानं दखल घेत नसावं, असं वाटतंय.

प्रश्न : विनोदी लेखन का केलं नाही? तुमची कथा गंभीर प्रकृतीकडे जाताना दिसते; असं का?

उत्तर : 'विनोदी लेखन का करत नाही?' असं समोर बसलेल्या संमेलनाच्या अध्यक्ष असलेल्या रमेश मंत्र्यांनी विचारलं असतं तर म्हटलं असतं, 'तो तुमचा वारसा आहे; माझा नाही'. तरीपण माझे 'घरजावई' आणि 'माळावरची मैना' हे दोन विनोदी कथासंग्रह प्रसिद्ध आहेत.

सगळ्यांत अगोदर त्यांच्याच दुसऱ्या आवृत्त्या निघाल्या. बाकीचे माझे संग्रह मागे पडले. मी या विनोदी कथांचं लेखन केलं तेव्हाचा माझा काळ हा पुण्यात प्रपंचाची स्थिरस्थावर करण्याचा होता. आणि त्या काळात ग्रामीण लेखक म्हणजे विनोदी लेखकच, असं समीकरण माडगूळकर, मिरासदार, पाटील यांच्या विनोदी कथालेखनामुळे आणि विशेषत: कथा-कथनामुळं निर्माण झालं होतं. त्यामुळे लोकप्रिय मासिकांचे संपादक माझ्याकडंही 'फक्कड विनोदी कथेची किंवा इरसाल गावरान विनोदी कथेची' मागणी करत असत. त्या काळात मी अतिशय बिकट अशा आर्थिक अडचणींच्या काळात जगत होतो. त्यामुळे मला विनोदी लेखनाचे मोह सोडवले नाहीत. या काळातलेच माझे दोन्ही विनोदी कथांचे संग्रह आहेत.

पण नंतर असं होऊ लागलं की, माझ्याकडे संपादकांची सतत विनोदी कथांचीच मागणी होऊ लागली. गंभीर ग्रामीण कथा कुणी मागेनासे झाले. आणि मला तर गंभीर कथालेखन करणं मनापासून आवडत असल्यामुळं मी हा 'परधर्म' आपला मानण्यास नंतर नकार दिला. चक्क मी 'विनोदी कथालेखन बंद केलं आहे. हवी असेल तर गंभीर ग्रामीण कथा पाठवून देईन', असं संपादकांना लिहू लागलो. परिणामी लवकरच विनोदी कथांचं लेखन थांबवलं.

चांगलं विनोदी लेखन तशी प्रकृती असल्याशिवाय करता येत नाही, असं माझ्या लक्षात याच काळात आलं. मानवी जीवन जगताना माणूस एका गोष्टीच्या ध्यासात दुसऱ्या गोष्टीकडं दुर्लक्ष करतो, एक काम उत्तम करण्याच्या भरात दुसऱ्या कामांचं वाटोळं करून ठेवतो. स्वत:ला अतिशय शहाणपण प्राप्त झालंय असं समजून खूप बावळटपणाच्या गोष्टी करून बसतो. मानवी जीवनातील ही विसंगती- ही बेसिक विसंगती ज्याच्या लक्षात येते तो उत्तम विनोदी लेखक होतो. माझं लक्ष

जीवनातील ही विसंगती शोधण्यापेक्षा जीवनात निर्माण झालेल्या विसंगतीतून सुसंगती कशी निर्माण करता येईल, याकडे विशेष असतं. ही सुसंगती गंभीरपणानं मांडावी लागते; त्याशिवाय ती चांगल्या जीवनाची दिशा सुचवू शकत नाही, अशी माझी धारणा आहे. म्हणून मी गंभीर लेखनच सतत करत आलो आहे. जीवनातील केवळ विसंगती दाखवून हात झटकणारं विनोदी वाङ्मय कधी श्रेष्ठ होऊ शकेल, असं मला मनापासून वाटत नाही. हां! ते लोकप्रिय भरपूर होऊ शकतं; पण श्रेष्ठ होऊ शकतं की नाही याबद्दल मला जबरदस्त शंका आहेत. कारण नुसती विसंगती शोधणारं साहित्य हे जीवनाचा समग्र अनुभव देऊ शकत नाही. नुसतं विसंगतीवर बोट ठेवून हास्य निर्माण करण्यापेक्षा ती विसंगती का निर्माण झाली, हे शोधणं अधिक मौलिकतेचं लक्षण आहे. या मौलिकतेकडे आपण वळलो की आपणास गंभीरच व्हावं लागतं.

प्रश्न : आपल्या लेखनात व व्यक्तिमत्त्वात सुसंगती वाटत नाही. पुण्याला राहता नि ग्रामीण भागावर प्रेम करता. शहरात राहून ग्रामीण साहित्य लिहिता, हे कसं काय?

उत्तर : हां! हा एक ग्रामीण लेखकाला नेहमी विचारला जाणारा महत्त्वाचा प्रश्न आहे. लोकांना असं वाटतं की 'ग्रामीण लेखकानं ग्रामीण साहित्य निर्माण करण्यासाठी सतत ग्रामीण भागातच राहिलं पाहिजे. तिथलं जीवन सातत्यानं स्वत: जगलं पाहिजे.' याच चालीवर पुढे जायचं झालं तर, तिथलं दारिद्र्य भोगलं पाहिजे, तिथली शेती स्वत: केली पाहिजे किंवा तिथला नांगर स्वत: हाकला पाहिजे. तरच त्याला अस्सल ग्रामीण साहित्य लिहिता येईल. त्यानं असं केलं तरच तो 'खरा' ग्रामीण लेखक.

याच चालीवर आणखी पुढं जायचं झालं तर 'स्वामी', 'श्रीमान योगी' सारख्या ऐतिहासिक कादंबऱ्या लिहिणाऱ्या रणजित देसाईंनी स्वत: रायगडावर किंवा प्रतापगडावर जाऊन राहिलं पाहिजे. स्वत: निदान कोवाड ते कोल्हापूर असं पेटाऱ्यात बसून कुणाच्या तरी खांद्यावरून प्रवास केला पाहिजे, किंवा एखाद्या अफजलखानाचा वध स्वत: प्रतापगडाच्या पायथ्याशी केला पाहिजे आणि शेवटी गुडघीच्या रोगानं आजारी पडून स्वत: मेलं पाहिजे. गुडघीचा रोग नाही, तर निदान त्यांना थोरल्या माधवरावांचा राजयक्ष्मा म्हणजे टी. बी. चा आजार तरी झालाच पाहिजे आणि त्यातच ते मरण पावले पाहिजेत. त्याशिवाय त्यांना अस्सल ऐतिहासिक कादंबऱ्या आणि आणि शिवाजी-माधवराव यांच्यावर लिहिताच येणार नाही, असा त्याचा अर्थ होतो. आणखी सूक्ष्मात जायचं झालं तर शंकर पाटलांनी 'वेणा' ही कथा लिहिण्यापूर्वी स्वत: गरोदरपण, बाळंतपण भोगलं पाहिजे किंवा अरविंद गोखलेंनी वेश्यांच्या जीवनावर कथा लिहिण्यापूर्वी स्वत: वेश्यांच्या घरात राहून स्वत: वेश्याव्यवसाय

केला पाहिजे, अशी तर्कमालिका तयार करता येण्यासारखी आहे...

असा प्रश्न विचारण्यामागं जी समजूत झालेली आहे ती कशी चुकीची आहे, हे लक्षात येण्यासाठी मी मुद्दाम ही अनेक उदाहरणं दिली आहेत. आधार आणि आधेय एकच मानल्यामुळे असा चुकीचा विचार करण्याचा तर्कदोष निर्माण होतो. म्हणजे असं की, 'ग्रामीण साहित्य' म्हणजे एखाद्या खेड्यात घडणाऱ्या हकीकती किंवा तेथील माणसांचे वृत्तांत, अशी धारणा त्यामागं असते. असं जर असतं तर ग्रामीण विभागात जन्मभर राहून शिक्षणकार्य करणारे सगळे मराठी विषयाचे शिक्षक किंवा प्राध्यापक ग्रामीण साहित्यिक झाले असते. साहित्याविषयीचं प्राथमिक ज्ञान असणाऱ्या वाचक-समीक्षकांच्या किंवा साहित्याच्या क्षेत्रात नुकतेच पदार्पण केलेल्या उमेदवार लेखकांच्या अशा प्रकारच्या चुकीच्या समजुती असतात.

याचा अर्थ असा मुळीच नाही की, ग्रामीण जीवन न पाहता, न अनुभवता ग्रामीण साहित्य निर्माण करता येतं. जो विषय एखादा साहित्यिक हाताळत असतो, तो त्याचा आस्थाविषय असावा लागतो. त्या विषयासंबंधी त्याला मनापासून आस्था असेल तर त्या विषयाची तो त्याला आवश्यक तेवढी माहिती, ज्ञान आणि अनुभव विविध प्रकारांनी आणि पद्धतींनी आत्मसात करत असतो. त्यासाठी तिथं जाऊन राहिलंच पाहिजे असं नाही. हे आत्मसात केलेले मूलद्रव्य, म्हणजे रॉ मटेरिअल किंवा सामग्री तो आपल्या कलानुभवात आवश्यकतेनुसार मुरवत-जिरवत असतो. ही प्रक्रिया प्रतिभाप्रेरित असते. ती कल्पनीय असते. एकास एक अशी नसते. या कल्पनीयतेला मानवी स्वभावाचा त्याचा अभ्यास, समाजजीवनाविषयीचं, त्यातल्या प्रश्न-समस्यांविषयीचं त्याचं ज्ञान, त्याचा समाजशास्त्राचा अभ्यास मदत करत असतो. यातून त्याचा कलानुभव साकार होतो. त्यातूनच त्याची ग्रामीण, पौराणिक, ऐतिहासिक वा कोणतीही साहित्यकृती आकाराला येते.

वयाच्या वीसएक वर्षापर्यंत म्हणजे १९५५ पर्यंत मी माझ्या खेडेगावात राहिलो. मला ग्रामीण जीवनाचा प्रत्यक्ष अनुभव आला. त्यानंतर म्हणजे अगदी आजपर्यंत माझा माझ्या गावाशी सततचा संबंध आहे. तिथले बदल माझ्या नजरेसमोर आहेत. एवढंच नव्हे, तर १९६० ते १९९०-९२ पर्यंतच्या तीस-बत्तीस वर्षांत मी महाराष्ट्राच्या ग्रामीण विभागात ग्रामीण साहित्यचळवळीच्या आणि व्याख्याने, परिसंवाद यांच्या निमित्ताने भरपूर भटकलो.

पण म्हणून एवढ्याच भांडवलावर माझी साहित्यनिर्मिती होते, असं जर कुणाला वाटत असेल तर ते चूक आहे. नुसताच मी खेडेगावात राहिलो असतो, तर खेड्याचं समग्रदर्शन मला झालं नसतं. मी एकूण भारतीय खेड्यांचा समाजशास्त्रीय अभ्यास केला आहे. ग्रामीण समाजरचना कशी असते, याचा अभ्यास केला आहे. भारतीय परंपरा, रूढी, रीतिरिवाज यांचा अभ्यास केला आहे. हिंदू धर्म, हिंदू

संस्कृती, भारतीय मन, भारतीय लोकसमूह, खेडे आणि शहर यांचा संबंध, ग्रामीण विभागातील कृषिसंस्कृती, भारतीय शेतकऱ्यांचे आपल्या समाजव्यवस्थेत होणारे आर्थिक शोषण, आपले ग्रामीण राजकारण, त्याचा एकूण भारतीय राजकारणाशी असलेला संबंध यांचा, माझा अभ्यास यथाशक्ती सतत चाललेला असतो. याशिवाय साहित्य म्हणजे काय, श्रेष्ठ साहित्याचे गुणविशेष, लोकमानसावर त्याचा होणारा परिणाम, आधुनिक समाजाचे गुणविशेष, त्याची स्थितिगती यांचाही माझा अभ्यास सतत चाललेला असतो. हा अभ्यास ग्रामीण समाजाच्या आणि ग्रामीण साहित्यनिर्मितीच्या आस्थेतून चाललेला असतो. या सर्वांच्या एकत्र परिणामातून माझी ग्रामीण साहित्याची निर्मिती चाललेली असते.

मी जर नुसताच खेड्यात राहिलो असतो, तर मला हा अभ्यास करणं अशक्य झालं असतं. सबंध भारताच्या संदर्भात खेडं समजून घेता आलं नसतं आणि पर्यायानं आज जी मी साहित्यनिर्मिती करतो आहे, ती मला करता आली नसती. ही निर्मिती माझा आस्थाविषय असल्यानंच मी एवढा अभ्यास करू शकलो. कुठंही गेलो तरी ग्रामीण समाजजीवन या आस्थाविषयामुळेच मी समजून घेऊ शकतो, किंवा शकलो. सारांश; माझं आजचं ग्रामीण जीवनाचं जे आकलन आहे ते ग्रामीण जीवन मी प्रत्यक्षात जगलो, त्यातूनच केवळ निर्माण झालेलं नाही, हे लक्षात ठेवलं पाहिजे.

प्रश्न : तुम्ही शहरात राहूनही ग्रामीण साहित्याकडे वळलात. तुम्ही नागरभाषा आत्मसात केलेली असूनही ग्रामीण भाषेत लिहिता, हे कसं काय?

उत्तर : खरं म्हणजे मी भारतीय साहित्याकडे वळलो आहे. भारत हा खेड्यापाड्यांचा देश आहे. ७५ ते ८० टक्के भारतीय माणूस खेड्यापाड्यात राहतो आहे. प्रमुख भारतीय समाज हा त्यांचाच आहे. मराठी शहरी साहित्य हे शहराच्या एकूण समाजालाही सर्वांगांनी कवेत घेऊ शकत नाही. ते फक्त शहरातल्या पांढरपेशा, मध्यमवर्गीय समाजमनाचाच आवडीनं आविष्कार करतं, हे माझ्या लक्षात आलं आहे. उलट ग्रामीण साहित्याची टिंगलटवाळीच हे शहरी साहित्यिक करतात, असा मला शहरात अनुभव आला. म्हणून मी नोकरीच्या निमित्तानं शहरात राहिलो. पांढरपेशा, मध्यमवर्गीय झालो तरी तथाकथित शहरी मराठी साहित्य लिहू शकलो नाही.

उलट माझ्या लक्षात आलं की, भारतीय समाज हा ग्रामीणांचा असूनही या देशात अनेक कारणांनी या समाजाची उपेक्षा, शोषण, पिळवणूक होते आहे. या ग्रामीण समाजात प्रचंड दारिद्र्य, अज्ञान, उपासमार आहे. त्यांना कुणीही वाली नाही. या ग्रामीणांच्या असंघटितपणाचा, दारिद्र्याचा, अज्ञानाचा सगळेच शहरी सुशिक्षित, शहरी आणि ग्रामीण कारखानदार, भांडवलदार, राजकारणी, उद्योजक, व्यापारी

फायदा उठवतात. त्यांना फशी पाडतात. त्यांच्यासमोर निरनिराळ्या प्रकारची गाजरं बांधून त्यांना राबवून घेतात. या समाजाचा मनापासून कुणीही विचार, उद्धार करत नाही; हे मला दिसून आलं. याच्या जोडीला महात्मा फुले, डॉ. बाबासाहेब आंबेडकर, राजर्षी छत्रपती शाहू महाराज, महात्मा गांधींचे विचार, मार्क्सवाद, नेहरूंचा समाजवाद यांच्या वाचनाचा आणि प्रेरणांचा मला मानसिक आधार भरपूर मिळाला. यामुळेच मी आजही शहरात राहून अनेक वर्षं झाली असली, तरी या ग्रामीण भारताचं साहित्य लिहितो आहे. मात्र, एक गोष्ट खरी की, अगदी माझ्या ग्रामीण साहित्याच्या आरंभीच्या काळात माझी निर्मितीमागची प्रेरणा ही नव्हती. हळूहळू ती विकसित होत गेलेली आहे.

ग्रामीण भाषेचं ग्रामीण साहित्यात जे मुक्तपणे मी उपयोजन करू लागलो त्यामागची भूमिकाही अशीच होती. एकतर ग्रामीण साहित्यातील ग्रामीण माणूस ग्रामीण भाषा बोलणार हे उघड आहे. याच विचाराला अनुसरून पुढं जाता येतं. ते असं की, ग्रामीण विभागातून शिक्षण घेऊन पुढं येणारा साहित्यिकही आपल्या मूळ ग्रामीण बोलीतच आपले अनुभव, आपल्या संवेदना व्यक्त करणं त्या साहित्यिकाच्या आरंभीच्या काळात तरी स्वाभाविक आहे. उपऱ्या वाटणाऱ्या भाषेत त्याला अनुभव व्यक्त करताना अडखळल्यासारखे होईल किंवा आपला अनुभव 'आपल्या भाषेत'च नीटपणे, सर्व कळाकांतीनिशी व्यक्त होतोय, असंही वाटेल. आणि साहित्यातील अनुभव चैतन्यपूर्ण किंवा जिवंत, रसरसता वाटायचा असेल, तर तो लेखकाच्या स्वाभाविक भाषेतच व्यक्त व्हावा लागतो. उपऱ्या भाषेत तो मनासारखा व्यक्त करता येत नाही. नाहीतर सर्वाधिक खपाच्या इंग्रजी भाषेतच आपण नसतं का साहित्य लिहिलं?

दुसरे असे की, माझ्या ग्रामीण साहित्यात मी सरसकट ग्रामीण भाषा वापरत नाही. आवश्यक तिथेच वापरतो.त्या त्या कलानुभवाचे ज्या भाषेचे मागणे असते, ती भाषा मी वापरत असतो. 'हिरवे जग', 'खळाळ', 'गोतावळा'ची भाषा एकदम ग्रामीण आहे; पण 'नटरंग', 'झोंबी', 'नांगरणी' यांची निवेदनभाषा एकदम ग्रामीण नाही. ती नागरमिश्रित आहे. हे मिश्रण हेही माझ्या साहित्यिक व्यक्तिमत्त्वाचं एक अपरिहार्य अंग आहे. मी मूळचा ग्रामीण. नंतर शिकत शिकत नागर झालो. या प्रवासात माझा मूळचा पिंड मी सोडला नाही; तसे नवे संस्कार, नागर भाषा यांचे संस्कारही मी वर्ज्य मानले नाहीत. तेही स्वीकारले. या दीर्घ प्रवासात माझी जी नागरभाषा घडलेली आहे, ती निखळ शहरी किंवा ब्राह्मणी नाही, हे तुमच्या लक्षात येईल. या नागरभाषेत ग्रामीणता आहेच. ही भाषा माझ्या सुसंगत विकसित व्यक्तिमत्त्वाचाच भाग आहे. तेच माझ्या साहित्याचं माध्यम आहे. माझ्या साहित्याचं हे माध्यम माझ्याबरोबर विकास पावत गेलेलं आहे.

प्रश्न : ग्रामीण साहित्याच्या चळवळीचं व्यासपीठ आपण उभं केलंत. याचा नवीन ग्रामीण लेखकांना काही उपयोग होतो काय?

उत्तर : भरपूर प्रमाणात होतो. ग्रामीण विभागातील तरुण पिढीला या व्यासपीठामुळे एक आत्मविश्वास आला आहे. ग्रामीण समाजाच्या, लेखकाच्या भोवतालच्या वातावरणात तो भरून राहिला आहे. ग्रामीण साहित्य संमेलनं खेड्यापाड्यातून भरपूर होऊ लागली आहेत. ग्रामीण कविता, कथा-कादंबऱ्या, समीक्षा आता विपुल प्रमाणात लिहिली जाऊ लागली आहे. संख्या वाढू लागली आहे. आत्मविश्वास निर्माण झालेल्या अनेक तरुण लेखकांची पत्रे मला सतत येत असतात; त्यावरून मला त्याचा पडताळा येतो.

आता एक गोष्ट खरी की, तथाकथित वाङ्मयीन निकषांवर या तरुण पिढीचं साहित्य शंभर टक्के उतरत नसेल. त्याचीही मला खंत नाही. उद्या हे लेखक परिपक्व झाल्यावर उत्तम साहित्यनिर्मिती करतील, अशी मला आशा आहे.

खरं तर माझ्यापुढं प्रश्न आहे, तो केवळ कृषिनिष्ठ ग्रामीण समाजाच्या विकासाचा नसून या देशातील ब्राह्मणापासून भटक्यापर्यंतचा भारतीय समाज एकसंध कसा होईल याचा. त्या दृष्टीनं गाभ्याच्या ठिकाणी असलेला ग्रामीण समाज जागृत करण्याचा माझा प्रयत्न आहे. ही तशी पहिली पायरी आहे. नंतरची पायरी हा सगळाच भारतीय समाज जागृत होऊन समान पातळीवर कसा आणता येईल, ही असेल. भालचंद्र नेमाडे जिला देशी संवेदनशीलता किंवा देशी जाणिवा म्हणतात किंवा जनसाहित्याचे पुरस्कर्ते जिला जनसामान्यांच्या जाणिवा म्हणतात, त्या समग्रपणे मराठी साहित्यात येण्याची गरज आहे. त्या आल्या तरच आज जी गटागटांत, जाती-धर्मनिहाय, दलित-आदिवासींमध्ये, स्त्रियांमध्ये, अनेक पंथसंप्रदायांमध्ये जागृती होते आहे, ती जागृती नीट विधायक स्वरूपात झाली तर चांगल्या मराठी साहित्याची निर्मिती होऊ शकेल. हे तटा-गटांचे साहित्य वाचून मराठी माणूस एकमेकांना समजून घेईल. ही समजून घेण्याची त्याची प्रक्रिया नीट विकसित झाली, तर मराठी तटागटातला समाज एकसंध व्हायला मदत होईल. भारतीय पातळीवरही हीच प्रक्रिया चालावी, अशी माझी इच्छा आहे. मग अशी ग्रामीण, शहरी, दलित, आदिवासी, ख्रिस्ती-मुस्लीम किंवा स्त्रीमुक्तिवादी इत्यादी साहित्य चळवळींची वेगवेगळी व्यासपीठं उभी करण्याची गरजच वाटणार नाही. यातूनच उद्याचं मराठी देशी साहित्य, भारतीयत्व सांभाळणारं भारतीय साहित्य जन्माला येईल, असं मला वाटतं.

प्रश्न : भालचंद्र नेमाडेंचा तुम्ही जाता जाता उल्लेख केलाच आहे. कादंबरीकार म्हणून नेमाडे मराठी साहित्यात महत्त्व पावले आहेत. कादंबरीच्या व्याख्येत त्यांनी बदल केलेला दिसतो. 'कादंबरी ही मानवी समूहाचे

रेखाटन करते. समूहाच्या गुंतागुंतीच्या अनुभवाचा आलेख काढते', असं त्यांचं म्हणणं आहे. आपणही कादंबरीकार आहात. आपणास हे विचार मान्य आहेत का?

उत्तर : नेमाडेंना काय म्हणायचे आहे ते म्हणू दिलं पाहिजे. सद्यस्थितीत त्यांची कादंबरीची व्याख्या बरोबरच आहे. पण मी मात्र भिंती घालून साहित्याचे प्रकार पाडण्याच्या विरोधात आहे. मानवी मन आणि अनुभव साहित्यात व्यक्त होत असतात. या मनाचे आणि अनुभवांचे स्वरूप विविध, अनाकलनीय, अनेकपेडी आणि गुंतागुंतीचे आहे. हे मन आणि त्याचे अनुभव साहित्यात व्यक्त करावयाचे असतात. अशा मनाचा आणि अनुभवांचा आविष्कार जर नीटपणे आणि मुक्तपणे व्हायचा असेल, तर कोणतंही बाह्य बंधन संपूर्ण स्वीकारून भागत नाही. साहित्यप्रकारांना मान्यता देऊन त्या प्रकारांच्या मर्यादांत किंवा वैशिष्ट्यांत बंदिस्त राहून लेखन करू लागलो की बाह्य बंधनं आपोआप पडतात. म्हणून साहित्यप्रकार हे लवचिक मानावे लागतात. ती एक कामचलाऊ व्यवस्था असते. चांगला लेखक प्रकार व्यक्त करत नसतो; तो मन किंवा अनुभव व्यक्त करत राहतो. वाटलंच तर प्रकारांनी त्या व्यक्त झालेल्या मनाला वा अनुभवाला शरण यावं.

मन-अनुभवांनी या प्रकारांना शरण जाण्याचं काहीच कारण नाही. म्हणूनच प्रकारांना 'अंतिम' म्हणून मान्यता देण्याचं किंवा अमुक-तमुक म्हणजे अमुकतमुक प्रकार, असेही शिक्के मारण्याचं काहीच कारण नाही. हे प्रकार नेहमीच परिवर्तनशील, विकसनशील असतात. म्हणूनच मराठी साहित्यात हरि नारायण आपटे यांच्यापेक्षा ना. सी. फडक्यांची कादंबरी वेगळी होती. त्यांच्यापेक्षा श्री. ना. पेंडशांची वेगळी होती आणि त्यांच्यापेक्षा चिं. त्र्यं. खानोलकर यांची कादंबरी वेगळी होती. म्हणजे साहित्यप्रकार हे लवचिक, प्रवाही, विकसनशील असतात. म्हणून नेमाडे जिला कादंबरी म्हणतात, त्याशिवाय वेगळी कादंबरी असूच शकत नाही, असं मानण्याचं कारण नाही. नेमाडे पुष्कळ वेळा प्रेषिताची भाषा वापरतात. साहित्याच्या क्षेत्रात त्यांना हा अधिकार कुणी दिला? आनंद यादवांनाही हा अधिकार नाही आणि नेमाडेंनाही नाही.

साहित्यसमीक्षक भूतकाळातील साहित्यावर आधारित किंवा आजवर निर्माण झालेल्या साहित्यावर आधारित अवलोकन करून, निरीक्षण करून व्याख्या तयार करतात. भूतकाळातील साहित्याला ती लागू पडेल कदाचित; पण म्हणून ती भविष्यकाळातील साहित्यालाही लागू पडलीच पाहिजे, असे भविष्य वर्तविता येणार नाही. उदाहरणार्थ, भूतकाळातील भूपाळी, आरती, विलापिका, सुनीत यांसारखे साहित्यप्रकारच आज नष्ट झालेले आहेत. तेव्हा कोणत्याही साहित्यप्रकाराची व्याख्या करून त्याची शाश्वती देऊ नये. ते सतत बदलत जातात, परिवर्तित होत जातात; हे समीक्षकांनी नाही, तरी साहित्यिकांनी लक्षात ठेवावे.

प्रश्न : तुमची ग्रामीण साहित्याची चळवळ चालू असली, तरी ती यशस्वी झाली नाही, असे काहींचे मत आहे. ही चळवळ सर्व ग्रामीण साहित्यिकांना मोठे करण्यासाठी नाही; तर ती तुम्हाला स्वत:ला मोठे होण्यासाठी सुरू केलेली आहे, असंही काहींचं मत आहे.

उत्तर : हे प्रश्न साहित्यक्षेत्रात, द्वेष-मत्सराचं राजकारण करणाऱ्यांनी उपस्थित केलेले दिसतात. या देशात गांधीवाद, समाजवाद, आंबेडकरवाद हेही अयशस्वी झालेले आहेत, असं म्हटलं जातं. साम्यवाद्यांचा बलाढ्य बालेकिल्ला असलेल्या सोविएत संघातसुद्धा मार्क्सवाद अपयशी ठरला आहे, असं आजकाल उठवलं जातं आहे. वास्तविक चळवळींचं यशापयश कसं मोजलं जातं, याची मला कल्पना नाही. नवे विचार, नवी तत्त्वं यशस्वी करण्यासाठी चळवळी सुरू होत असतात हे खरं; पण असे विचार किंवा तत्त्वं जगातली किंवा त्या त्या देशातली शंभर टक्के माणसं स्वीकारतातच असं नाही. कारण माणूस आहे तिथं मतं आणि मतांतरं ही असतातच. त्यामुळं सामाजिक, राष्ट्रीय पातळीवर यशं आणि अपयशंही येतच असतात. पण हे तात्त्विक विचार रुजविण्याचे कार्य मात्र या चळवळी करत असतात. ते विचार मग कुणी ना कुणी योगी वा अनुयायी येऊन आत्मसात करतो आणि समाजाला, राष्ट्राला वेळोवेळी नवी चेतना देत असतो. ग्रामीण साहित्याच्या चळवळीचा विचार हा फुले, आंबेडकर, मार्क्सवाद, समाजवाद, गांधीवाद यांच्या प्रेरणांतून काळाला योग्य असा आकारलेला आहे. साहित्यात त्याचं प्रतिबिंब उमटावं, अशी अपेक्षा आहे. पण ते फास्टफूडसारखे किंवा रेडिमेड कपड्यासारखे उक्ते साहित्य घेऊन उमटवावयाचे नाहीये. त्यासाठी पिढ्या घडवाव्या लागणार आहेत. एक पिढी घडवून कर्तीसवरती, प्रौढ व्हावयाला निदान वीस वर्षं तरी लागतात, असा चळवळींचा इतिहास सांगतो.

ग्रामीण साहित्याच्या चळवळीची पहिली पिढी आताशा कार्यप्रवण झाली आहे. ही चळवळ १९७७-७८ मध्ये प्रत्यक्षरूप धारण करताना दिसते आहे. नुकतीच कुठं या चळवळीला दहा-बारा वर्षं पूर्ण झाली आहेत. या दहा-बारा वर्षांच्या तुलनेनं या चळवळीला खूपच यश आलं आहे. नव्या उमेदीच्या ग्रामीण लेखकांची एक कणखर फळी तयार झालेली आहे. ती नव्या दमाचं साहित्य लिहिते आहे. तिला एक आत्मविश्वास आला आहे. या साहित्यात नवा ग्रामीण जीवनाचा आशय येत आहे. या साहित्याची समीक्षाही हीच पिढी करू लागलेली आहे. वीस-पंचवीसभर चांगले तरुण साहित्यिक तरी आज सबंध महाराष्ट्रभर पसरलेले आहेत. त्यांचा पत्ता विद्यापीठांच्या बंदिस्त खोल्यांतील प्राध्यापक समीक्षकांना किंवा चळवळीच्या द्वेष्ट्यांना लागत नसला, तरी आजची महाराष्ट्रभर पसरलेली नवी नवी नियतकालिकं, दैनिकांच्या नव्या नव्या साप्ताहिक आवृत्त्या, नव्या दमाचे प्रकाशक यांना लागलेला आहे. गेल्या

दहा-बारा वर्षांत ग्रामीण साहित्याची चारपाचशे तरी पुस्तकं सबंध महाराष्ट्रभर प्रसिद्ध झालेली आहेत. माझ्याकडे त्यांतल्या बऱ्याचशा पुस्तकांची नोंद आहे. चळवळीची पहिली पायरी म्हणून एवढं यश चळवळीला तूर्त तरी रगड आहे.

यावरूनच दुसऱ्या आक्षेपाचं उत्तरही आपल्या लक्षात येईल. या चळवळीत अनेक लेखक उदयाला आलेले आहेत. ते कसे घडवले जात आहेत, याचा पत्ता प्रत्यक्ष ग्रामीण साहित्य संमेलनांना उपस्थित राहिल्याशिवाय कुणाला कळणार नाही. या चळवळीमुळे मी मोठं होण्याचा प्रश्नच नाही. या चळवळीच्या अगोदरच मी तथाकथित मोठा झालेलो आहे. या चळवळीच्या अगोदर माझ्या अनेक पुस्तकांना राज्यपुरस्कारापासून ते खासगी संस्थांपर्यंत अनेक पारितोषिकं मिळालेली आहेत. या चळवळीच्या अगोदरच 'मौज', 'साधना', 'मेहता' सारख्या मान्यवर प्रकाशनसंस्थांनी माझी पुस्तकं प्रसिद्ध केलेली आहेत. या चळवळीच्या अगोदरच माझे लेख, कथा, पुस्तकं विविध अभ्यासक्रमांत आणि विविध महाराष्ट्रीय विद्यापीठांत लागलेली आहेत. त्यामुळे चळवळीमुळे मी मोठं होण्याचा प्रश्नच येत नाही.

उलट या चळवळींसाठी मी माझी आर्थिक हानी, वाङ्मयीन हानी, वेळेची हानी पत्करलेली आहे. यशाचं प्रस्थापित साहित्यक्षेत्र सोडून मला अंधारात उडी घ्यावी लागलेली आहे. या चळवळींमुळे प्रस्थापित साहित्यक्षेत्रातील अनेक मान्यवर साहित्यिक, समीक्षक, प्रकाशक यांना दुखवावे लागले आहे. त्याचा सगळा इतिहास इथं सांगण्याची गरज नाही. फक्त वस्तुस्थितीची थोडक्यात नोंद केली. या हानीचे मला मुळीच दु:ख नाही. कारण ग्रामीण विभागातील अधस्तरीय समाजातील जी सुशिक्षित साहित्यिकांची नवी पिढी नुकत्याच जागृतीच्या जांभया देत होती आणि त्याच वेळी समाजात संभ्रमावस्था निर्माण झालेली होती; म्हणून तिला मार्गदर्शन करण्याची नितांत आवश्यकता होती. म्हणून मी चळवळीसाठी उभा राहिलो. माझ्या साहित्यिक जीवनात पु. ल. देशपांडे यांनी मार्गदर्शन केलं. त्यांनी ते केलं नसतं, तर मी गुरे वळत माळामाळानं वणवण भटकत नि भरकटत राहिलो असतो. १९६० नंतरच्या ग्रामीण तरुण सुशिक्षित पिढीला, त्यांच्यातल्या साहित्यिकांना असा कुणीतरी पु. ल. देशपांडे भेटण्याची गरज मला नितांत वाटत होती. म्हणून मी हा रामाचा सेतू खारीच्या भूमिकेत राहून बांधण्याचा प्रयत्न करतो आहे. माझ्या यश-हानीपेक्षा माझं हे कार्य मला पृथ्वीमोलाचं वाटतं आहे.

प्रश्न : भालचंद्र नेमाडे तर ग्रामीण साहित्यातील व्यंकटेश माडगूळकरांचा अपवाद सोडता नेहमीच ग्रामीण साहित्याची टोपी उडवतात. 'कुठं आहे ग्रामीण साहित्य', असा प्रश्न विचारतात. त्यांच्या या टीकेविषयी तुम्हाला काय वाटतं?

उत्तर : भालचंद्र नेमाडे हे एक तऱ्हेवाईक समीक्षक आहेत. त्यांनी दिलेल्या मुलाखतीतील बहुतेक विधानं अशा टोप्या उडवण्याचाच प्रकार असतात. अशा

विधानांकडे कुणी गंभीरपणे पाहण्याची गरज नाही. (मी मात्र हे सगळं गंभीरपणानं सांगतो आहे, एवढं लक्षात घ्या) पंचविशी-तिशीच्या एका पोरसवदा वयात नेमाडेंना अशी विधानं करून प्रसिद्धीच्या झोतात येण्याची नाठाळ सवय लागली. सामान्य वाचकांना, त्यांच्याच वयाच्या तरुणांना अशी विधानं रंगीत खुळखुळ्याप्रमाणं आकर्षक अर्थनाद करणारी वाटू लागली. नेमाडे आता पन्नाशीत आले आहेत, तरीही त्यांची ही खोड जात नाही. वास्तविक त्यांनी स्वतंत्रपणे लिहिलेले वैचारिक लेख, संशोधन हे चांगले असतात. तिकडं आपण लक्ष दिलं पाहिजे. हवेत केलेला गोळीबार फक्त इतरांचं लक्ष आपल्याकडं वेधून घेण्यासाठी असतो. जाणत्यांनी तिकडं लक्ष द्यायचं नसतं. ग्रामीण साहित्य तर जन्माला येऊन चुकलं आहे. ते आता कुणीही नष्ट करू शकत नाही किंवा पुसूही शकत नाही.

प्रश्न : नेमाडे आत्मचरित्र हा उपसाहित्य प्रकार मानतात. तुम्ही 'झोंबी', 'नांगरणी' ही आत्मचरित्रात्मक पुस्तकं लिहिली आहेत. म्हणजे तुम्ही आत्मचरित्राविषयी विचार हा केलेलाच असणार. मग नेमाडेंच्या या विधानाविषयी तुमचं मत काय आहे?

उत्तर : आत्मचरित्राला उपसाहित्य मानणं म्हणजे प्रेयसीला उपपत्नी मानण्यासारखा प्रकार आहे. सगळं आधुनिक ललित साहित्य मानसशास्त्रीयदृष्ट्या आत्मचरित्रात्मकच असतं, हे नेमाडे नाकारणार आहेत काय? नेमाडेंच्या सगळ्या कादंबऱ्या आत्मचरित्रात्मक आहेत, हे नेमाडे विसरलेले दिसतात. त्यांच्यावर विश्वास ठेवू नका. 'कोल्हापूरचं साहित्य संमेलन हे सगळ्या चोरांचं साहित्यसंमेलन आहे,' असं ते नुकतंच म्हणाले आहेत. त्याच्यावर तुम्ही विश्वास ठेवणार काय? नेमाडेंनी आता असे वेळ वाया घालवणारे ताशेरे मारणे बंद करावे. वयोमान लक्षात घेऊन त्यांनी आपली लेखणी आता गंभीर लेखनाकडे वळवावी नि 'हिंदू' कादंबरी लिहावी. पण हे त्यांना सांगणारा मी तरी कोण? शेवटी हे त्यांचे त्यांनीच ठरवायचं आहे.

प्रश्न : ग्रामीण साहित्याची चळवळ फक्त व्यासपीठावरूनच चालते. त्यामुळे ती अपुरी वाटते. साहित्यिकांनी प्रत्यक्ष कार्यरत झालं पाहिजे, असं नाही का तुम्हाला वाटत?

उत्तर : सावरकरांनी 'लेखण्या मोडा नि बंदुका हातात घ्या' असं सांगितलं. समजा लेखकांनी लेखण्या मोडून बंदुका हातात घेतल्या असत्या, तर त्यांना त्या चालवता आल्या असत्या का? चालवल्या तरी त्यांच्या संवेदनाशील मनाला स्वहस्ते होणारा रक्तपात बघवला असता का? मला त्यांची दाट शंका आहे. मी असं म्हणेन की, स्वतंत्र देशात प्रत्येकानं आपापल्या ठिकाणी राहून आपआपली कर्तव्यं, आपआपल्या स्वभावधर्मांना अनुसरून आपापली कामं उत्तम बजावली, तर समाजाचा विकास होण्यासारखा आहे. ग्रामीण साहित्यिकांनी भारतीय ग्रामीण

समाजाला युगभान ठेवून समजून घेतलं आणि त्यातून उत्तम साहित्यनिर्मिती केली, तर ग्रामीण समाजाच्या सुखदु:खांना वाचा फुटेल नि त्याचा परिणाम होऊन त्या समाजाचा नीटपणे विकास साधण्याची प्रवृत्ती सत्ताधारी, राजकारणी, समाजसुधारक नि विचारवंत यांच्यात वाढीस लागेल. आधुनिक साहित्याचा हाच युगधर्म आहे, असं मला वाटतं.

याचा अर्थ असा मुळीच नव्हे की, साहित्यिकांनी नुसते साहित्य निर्माण करावे नि गप्प बसावे. खरे तर आजचा काळ असा आहे की, नुसते प्रश्न, नुसत्या समस्या मांडून आता चालणार नाही. जमेल त्याने हे प्रश्न सोडवण्याचा, त्यांची उत्तरे प्रत्यक्ष कृतीत आणण्यासाठी प्रयत्न करण्याचाच हा काळ आहे. ग्रामीण सुशिक्षित तरुणांच्या बाबतीत तर ही गोष्ट अतिशय निकडीची होऊन बसलेली आहे. लोकशाहीच्या नावाखाली ग्रामीण विभागाची नि समाजाची प्रचंड फसवणूकच आज सुरू आहे. सगळ्या ग्रामीण संस्था, सोसायट्या, साखर कारखाने, शिक्षणसंस्था, राजकारणाने, भ्रष्टाचाराने नि लाचखोरीने नासून गेल्या आहेत. स्वार्थाने, गणगोतवादाने त्या सडल्यासारख्या झाल्या आहेत. त्यांच्यावर वेळीच शस्त्रक्रिया केल्या पाहिजेत. ज्यांना शक्य आहे त्यांनी प्रामाणिकपणे जरूर कार्य करावे.

प्रश्न : खेडी बदलत आहेत. ही खेडी बदलली, त्यांचं शहरीकरण झालं, तर ग्रामीण साहित्य टिकून राहील काय?

उत्तर : खेडी हवी तशी बदलली आणि त्यामुळे आजचं ग्रामीण साहित्य नष्ट झालं तर मला मुळीच वाईट वाटणार नाही, असं मी तत्काळ उत्तर देईन. पण तुमचा प्रश्नच मुळी व्याज स्वरूपाचा किंवा भासमान स्वरूपाचा आहे. असा प्रश्नच मुळात उपस्थित होत नाही.

पण मग असा व्याज प्रश्न तरी का निर्माण होत असतो? पुष्कळ वेळा, साहित्य हे समाजपरिवर्तनाचं हत्यार आहे, असं मानून साहित्यनिर्मिती केली जाते. अशा प्रेरणेनं निर्माण झालेलं साहित्य प्रचारकी स्वरूपाचं असतं. हे साहित्य भडक, कृत्रिम, एकांगी, तेच तेच प्रश्न आणि समस्या यांच्यावर पुन:पुन्हा आक्रस्ताळा भर देणारं असतं. 'साहित्य' म्हणून त्याला काही योग्यता, दर्जा नसतो. असं साहित्य समाजात परिवर्तन झालं, समाज बदलला की टिकत नाही. ते नष्टप्राय ठरतं. कारण त्यात ज्या समस्या, जे प्रश्न मांडलेले असतात, ते बदललेल्या समाजात कालबाह्य, भूतकाळाच्या पडद्याआड गेलेले असतात; त्यामुळे ते साहित्यही कालबाह्य ठरतं.

पण जे चांगलं साहित्य असतं, ते जीवनदर्शन किंवा समाजदर्शन घडवतं. दर्शन घडवता घडवता ते जीवनविकासाच्या किंवा समाजविकासाच्या दिशांचं सूचन करतं. असं साहित्य मानवी मनाच्या किंवा समाजमनाच्या गाभ्याचा मूल्यात्मक ठाव घेत असतं. त्यात जीवनमूल्यांचा, समाजाच्या उत्तम मूल्यांचा जसा वेध घेतलेला

असतो तो तात्कालिक समाजस्थितीला सुधारणांच्या दिशेने प्रत्यक्षाप्रत्यक्ष चालना देत असतो. तात्कालिक समाजस्थितीच्या आधारे त्या समाजाच्या त्रुटी दाखवीत दाखवीत ते गाभ्याच्या मूल्यव्यवस्थेच्या दिशेला वाचकाला खेचत असतं. म्हणून अशा साहित्याचं मोल समाज, स्थलकाल यांच्या पलीकडचं असतं. अशा साहित्यात उत्तम वाङ्मयीन मूल्यांचा, कलात्मक मूल्यांचाही सचेतन आविष्कार असतो. म्हणून ते साहित्य किंवा साहित्यकला म्हणूनही वरच्या दर्जाचं असतं. असं साहित्य समाज बदलला तरी टिकून राहत असतं. कारण त्याला सांस्कृतिक मोल असतं. तो एक सांस्कृतिक ठेवा असतो. हा ठेवा बदललेला समाजही जपून ठेवत असतो. कारण तो वारशासारखा, भूतकाळाची स्पंदनं जपणाऱ्या बोलपटासारखा असतो. रामायण-महाभारतांसारखे ग्रंथ, ज्ञानदेव-तुकाराम यांचे ओवी, अभंग, हरि नारायण आपटे, केशवसुत यांच्या कादंबऱ्या नि कविता या अशा प्रकारच्या साहित्यात जमा होत असतात. त्यांना काळ आणि समाज बदलला तरी मरण कधीच नसतं. कारण साहित्यांतर्गत काळ जिवंत करण्याची किमया करणं हा उत्तम साहित्याचा एक महत्त्वाचा गुणधर्म असतो आणि गेलेला काळ प्रत्यक्षात पुन:पुन्हा निरखून पाहण्याचा छंद जोपासणं हा माणसाचा स्वभाव असतो. म्हणूनच तो इतिहास लिहितो. इतिहास जिवंत करण्यासाठी ऐतिहासिक कादंबऱ्या पुन:पुन्हा लिहितो. अशा परिस्थितीत प्रत्यक्ष इतिहासच जिवंतपणाने ज्या साहित्यात त्या त्या वेळी गोठवून ठेवलेला असतो, ते साहित्य त्याला सांस्कृतिक ठेवा वाटलं तर नवल नाही. सारांश, काल, समाज बदलला तरी चांगलं साहित्य नष्ट होत नसतं. त्याचं वेगळ्या संदर्भात मोल वाढतं.

आता एक गोष्ट खरी की, चळवळीतून निर्माण होणारं पुष्कळसं साहित्य हे उत्तम दर्जाचं नसतं. ते पुष्कळदा उत्साहापोटी, अनुकरणापोटी, एक चालू फॅशन म्हणून परिवर्तन करण्याच्या तात्कालिक प्रेरणेनं लिहिलेलं असतं. असं साहित्य निर्माण करणारे सर्वच काही जातिवंत प्रतिभावंत नसतात. ते चळवळीतील अनुयायी असतात. त्यांनी लिहिलेलं साहित्य फारसं टिकत नसतं, ही गोष्ट खरीच, पण अशा साहित्याची तात्कालिक गरज असते. ते वातावरणात एक आत्मविश्वास भारून ठेवतं. नवी वाट मळवायला, अधिक स्पष्ट करायला त्याची खूपच मदत होत असते. तेव्हा अशा प्रकारचं साहित्य बदललेल्या समाजस्थितीत मृतप्राय किंवा नष्ट झालं तरी काही वाईट वाटण्याचं कारण नाही.

पण खेडं बदललं तरी बदललेल्या खेड्याचे नवे प्रश्न, नव्या समस्या या असणारच. कारण नव्या सुधारणांची प्रक्रिया नवे प्रश्न, नव्या समस्या निर्माण करीत असते. त्यांचा पत्ता सुधारणा आल्यावरच आपणास लागतो. तेव्हा बदलत्या खेड्याचं बदलतं साहित्य हेही निर्माण होणारच. समाज हा प्रवाह असतो. त्यामुळे समाजांतर्गत प्रत्येक बाबही (त्यातच साहित्य आलं) समाजाबरोबर बदलत, विकसित

होत जात असते. त्यामुळे नवं ग्रामीण साहित्य कालौघात निर्माण हे होणारच. त्यातही पुन्हा डावंउजवं असं साहित्य असणारच. ती सततची प्रक्रिया आहे.

खेड्यात सुधारणा आल्या की खेड्याचं शहरीकरण होतं, हा विचार दृश्यानुमानावर आधारलेला फसवा विचार आहे. खेड्यात सुधारणा आल्या तर खेडं आधुनिक होईल. त्याचं शहर होणार नाही. जोपर्यंत खेडं शेती करतं, कृषिनिष्ठ जीवनपद्धती जोवर तिथं कोणत्याही (मागासलेल्या किंवा सुधारलेल्या) स्वरूपात अस्तित्वात आहे, तोवर खेडं हे खेडंच राहणार. आता पुष्कळ वेळा एखाद्या शहराच्या आसपासची खेडी शहरविस्तारामुळे त्यात गडप होतात, हा भाग वेगळा. पण भारतातल्या सर्वच खेड्यांचं आधुनिकीकरण शक्य आहे, त्यांचं शहरीकरण अशक्य आहे. शहराची समाजशास्त्रीय व्याख्या आणि खेड्यांची समाजशास्त्रीय व्याख्या अभ्यासूंनी जरूर वाचावी आणि कृषिप्रधान भारताची समाजरचना, शेतीरचना, भौगोलिक रचनाही जरा नीटपणे अभ्यासावी, मग खेड्याच्या शहरीकरणासंबंधीचे विचार मांडावेत, अशी माझी विनंती या केवळ वाङ्मयीन, कलावादी समीक्षा करणाऱ्या विद्यापीठीय समीक्षकांना आहे. 'खेड्यांचं शहरीकरण' म्हणजे 'खेड्यांचं आधुनिकीकरण' असंच त्यांना म्हणायचं असतं, पण त्यांच्या हे चटकन लक्षात येत नाही.

सारांश, जगातले सर्वच समाज सतत बदलत असतात. त्यांच्यात परिवर्तन हे होतच असतं. त्याच्याबरोबरच नवं साहित्य जन्माला येत असतं. जुनं साहित्य काहीसं मागं पडतं. अशा जुन्या साहित्यातील चांगल्या साहित्याचं मोल वेगळ्या कारणासाठी वाढत असतं. म्हणून ते जपून ठेवावं लागतं. ही प्रक्रिया फक्त बदलतं खेडं आणि त्याचं ग्रामीण साहित्य एवढ्यापुरतीच मर्यादित नाही, तर जगातल्या सर्वच समाजांना लागू आहे. तेव्हा चिंता करण्याचं काही कारण नाही. नंतरच्या काळात फार तर 'ग्रामीण साहित्या'ऐवजी 'मराठी साहित्य' असा शब्दप्रयोग करावा लागेल. मला ते मान्यच आहे. कारण सर्व मराठी समाज एकसंध, एका पातळीवर यावा हेच माझं स्वप्न आहे. ग्रामीण साहित्याची चळवळ त्यातली एक पायरी आहे.

◆

मराठी साहित्यात निर्माण झालेले आवर्त

साहित्याची निर्मिती, साहित्याचा आस्वाद आणि एकूण साहित्यप्रवाह यांतून घडणारा जो साहित्य- व्यवहार असतो त्याला आपण आपल्या संस्कृतीचा एक महत्त्वाचा घटक मानतो. निसर्ग प्रत्येकाला एक पिंड देतो. त्याचे काही नैसर्गिक गुणधर्म असतात. त्यांना आपण पिंडधर्म असे म्हणतो. निसर्गचक्र सुरळीतपणे चालण्यासाठी म्हणजे निसर्गाचे सातत्य टिकण्यासाठी या प्रभावी, अटळ पिंडधर्माचे भरण-पोषण आपणाला स्वाभाविकपणे करावे लागते. या पिंडालाच आपण आपली प्रकृती म्हणतो. आणि पिंडधर्मांना प्रकृतिधर्म असेही म्हणतो. प्रकृतीचा मूळ अर्थ निसर्ग असाही आहे. त्यामुळे प्रकृतिधर्म याचा अर्थ प्रकृतीचे नैसर्गिक गुणधर्म असा होतो. प्रकृतीत बिघाड होतो तेव्हा आपण त्या बिघाडाला विकृती असे म्हणतो. प्रकृतीवर आपल्या अंतिम हितासाठी, समाजाच्या उत्तम धारणेसाठी आपण जे मूलभूत संस्कार करतो त्यांनाच आपण संस्कृती म्हणतो. अशा रीतीने प्रकृतीची अवनती किंवा अधोगती म्हणजे विकृती आणि प्रकृतीची उन्नती किंवा उच्चगती म्हणजे संस्कृती होय.

संस्कृतीची निर्मिती कोणताही पशू किंवा पक्षी करू शकत नाही. मानवेतर प्राणी हे आपल्या प्रकृतीनुसार जगत असतात. रामायणकालीन घोडा, किंवा गरूड, कावळा जसा होता तसाच आजही आहे. पण रामायणकालीन माणूस जसा होता, त्यापेक्षा आज तो कितीतरी बदललेला, प्रगत झालेला दिसतो. याचे कारण माणूस प्रकृतिधर्मांवर संस्कार करून एक संस्कृती निर्माण करतो आणि तिच्या आधारे स्वत: प्रगती साधतो. म्हणून संस्कृती ही मानवी समजली जाते; ती पाशवी समजली जात नाही. म्हणूनच माणसातील मानवता ही माणसातील पशुतेपेक्षा वेगळी समजली जाते.

दुसऱ्या भाषेत उत्तम माणूस होणे म्हणजे उत्तम पशू होणे नव्हे; असे म्हणता येईल. सारांश संस्कृती ही मानवी आहे. म्हणून उत्तम मानव व्हावयाचे असेल तर उत्तम मानवतावादी, उत्तम माणुसकी जपणारे आपणाला व्हावे लागते.

जगाच्या पाठीवर सर्व मानवी समाज एकसारखे नसतात; याचे कारण त्यांची संस्कृती वेगवेगळी असते. विशिष्ट संस्कृतीमुळे त्या त्या समाजाला विशिष्टपण लाभलेले असते. हे विशिष्टपण त्या समाजाचे आणि त्या समाजातील प्रत्येक माणसाचे खास वेगळेपण असते. हे वेगळेपण जपणे म्हणजेच आपली सांस्कृतिक अस्मिता जपणे होय.

ही अस्मिता जपायची असेल तर आपल्या समाजाचे, आपले सांस्कृतिक घटक डोळ्यात तेल घालून जपावे लागतात आणि सतत विकसित करावे लागतात. विकसित करताकरता त्या त्या समाजाची सांस्कृतिक प्रगती होत असते.

साहित्य हा प्रत्येक आधुनिक समाजाचा एक महत्त्वाचा सांस्कृतिक घटक आहे. म्हणूनच त्याचे भरण-पोषण आणि विकसन पुरेशा गांभीर्याने करावे लागते. तसे नाही केले, तर त्या संस्कृतीतच विकृती निर्माण होते आणि तो समाज तेवढ्या घटकापुरता अधोगतीला लागतो.

सांस्कृतिक घटकात जशी अंतर्गत विकृती निर्माण होऊ शकते तशी इतर बाह्य घटकांचा संबंध आल्याने किंवा परिणाम झाल्यानेही विकृती निर्माण होऊ शकते. म्हणून एखाद्या सांस्कृतिक घटकाच्या विकासाचा किंवा विकृतीचा अंतर्गत आणि बाह्य स्वरूपाच्या अशा दोन्ही अंगांनी विचार करावा लागतो. याचे कारण असे की, समाजातील विविध घटकांचा एकमेकांशी संबंध असतो. ते एकमेकांवर परिणाम करू शकतात. उदा. समाजातील राजकीय, आर्थिक, शैक्षणिक, औद्योगिक, संशोधनात्मक, तत्त्वज्ञानात्मक घटकांचा संबंध त्याच समाजातील सांस्कृतिक घटकांशीही असतो. साहित्याच्या स्वरूपाचा संबंध राजकारण, अर्थकारण, शिक्षण, उद्योग, तंत्रज्ञान, नवे संशोधन, नवे वैचारिक प्रवाह यांच्याशीही असतो. या घटकांचा परिणाम साहित्यावर होऊ शकतो. तसेच साहित्याच्या अंतर्गत क्षेत्रात ज्या काही उथळ, विपर्यस्त, सवंग कल्पना, फॅशन्स, लाटा निर्माण होतात त्यांनीही साहित्याचा विकास किंवा साहित्यांतर्गत विकृती निर्माण होऊ शकते.

समाजजीवनाला भौतिक जीवनाचे फार मोठे अंग असते. भौतिक जीवन वेगाने वाहत असते. त्यात बदल किंवा सुधारणा वेगाने होत असतात. राजकारण, आर्थिक सुधारणा, नवेनवे शिक्षणविषयक धोरण, नव्या शिक्षण शाखा, नवेनवे उद्योग, नवीनवी उपकरणे, तंत्रज्ञानाच्या विकासामुळे झालेले बदल हे सतत येत असतात. त्यामुळे समाजाचे भौतिक घटक झपाट्याने बदलत जात असतात किंवा प्रगत होत असतात. याचा दुसरा अर्थ असा की, भौतिक पातळीवर समाजप्रवाह झपाट्याने वाहत असतो.

त्याचा परिणाम नव्या सुखसोयी निर्माण होण्यात होतो, तसा त्यामुळे नवेनवे प्रश्न, समस्या आणि जीवनसंघर्ष हेही निर्माण होण्यात होत असतो. त्यातून सांस्कृतिक प्रश्न, समस्या आणि संघर्षही निर्माण होत असतात. त्यामुळे संस्कृतीचे भरण-पोषण आणि संवर्धन सातत्याने करावे लागते. तीही समाजाबरोबर प्रवाही ठेवावी लागते.

साहित्य हाही संस्कृतीचा घटक असल्यामुळे तेही सतत प्रवाही ठेवावे लागते. त्याचेही सतत भरण-पोषण आणि विकसन करावे लागते. हे करणे म्हणजेच नव्या समाजस्थितीत साहित्यामध्ये परिवर्तन घडवून आणणे होय. मानव, समाज आणि त्यांनी निर्माण केलेल्या वस्तू या सर्वांचाच स्वभाव प्रवाही आहे. तो स्थितिशील नाही, गतिशील आहे, हे लक्षात ठेवावे लागते.

स्थूलमानाने हे असे असले तरी समाजाचे भौतिक घटक ज्या झपाट्याने बदलत असतात आणि भौतिक सुधारणा घडवून आणत असतात, तेवढ्या शीघ्रगतीने संस्कृतीचे घटक समाजात बदलू शकत नसतात. याचे कारण असे की, मानवी मनावर परंपरा, सनातन रूढी, पारंपरिक धर्म-कल्पना, पाप-पुण्याच्या कल्पना, इतिहास-पुराणे, देवाविषयीच्या श्रद्धा, भक्ती यांचा प्रभाव असतो. या प्रभावामुळे माणूस जुनी सांस्कृतिक मूल्ये, या मूल्यातून निर्माण झालेली प्रस्थापित व्यवस्था, संस्था, संस्थांच्या भूतकालीन कर्तृत्वाचे वैभव, त्यातून निर्माण झालेली प्रस्थापित सांस्कृतिक अभिरुची, तिच्यात रुळलेले आणि त्यांना सरावलेले मनाचे प्रस्थापित स्वरूप बदलायला तो सहसा धजत नाही. जीवनात माणूस एकदा स्थिरावला की तो स्थितिप्रिय होतो. यातूनच समाजजीवनात अनेक लहानमोठे संघर्ष निर्माण होत असतात. यातूनच समाजजीवनातील विविध क्षेत्रांत आवर्ते निर्माण होत असतात. साहित्यात निर्माण होणाऱ्या आवर्तांचा सखोल अभ्यास केला तर याचा पडताळा येतो.

आवर्त म्हणजे भोवरा. एखादा प्रवाह जेव्हा एखाद्या कारणामुळे तिथंच स्वत:भोवती फिरत राहतो, पुढे सरकत नाही; तेव्हा आपण आवर्त निर्माण झाले असे म्हणतो. साहित्यात आवर्त निर्माण झाले, असे जेव्हा आपण म्हणतो तेव्हा त्याचा अर्थ असा होतो की, साहित्य समाज-प्रवाहाबरोबर समांतर प्रवास करत नाही, ते तिथंच थांबलेले असतं. त्याला भोवतालच्या प्रवाहाचे किंवा परिस्थितीचे भान राहत नाही. त्याने निर्माण केलेल्या लोकप्रिय साच्यातच ते अडकलेले असते. त्याच्यातून त्याची आत्मकेंद्रितता निर्माण होते. सांकेतिकता येते. शैलीप्रधानता येते. परंपरेशी त्याचा संबंध असतो तो विकासवादी न राहता विस्तारवादी राहिलेला असतो. त्याच त्या विषयांचे, आशयांचे, घाटांचे, आकृतिबंधांचे, भाषिक यांत्रिकतेचे दळण दळत ते साहित्य बसलेले असते. म्हणून आवर्त भेदण्याची गरज असते.

आधुनिक मराठी साहित्यात अशी आवर्ते पूर्वी म्हणजे १९२५, १९४५, १९६५ या सालांच्या आसपास निर्माण झालेली होती. ती यशस्वीपणे भेदून या तीन

टप्प्यांवर अनुक्रमे ना. सी. फडके यांचे मनोरंजनवादी, कलेसाठी कलावादी, तंत्रवादी युग; बा. सी. मर्ढेकर-गंगाधर गाडगीळ यांचे रूपवादी किंवा कलावादी, केवळ सौंदर्यमूल्यवादी युग आणि १९६५ च्या नंतरचे जीवनवादी, परिवर्तनवादी साहित्याचे युग निर्माण झालेले आपण पाहतो. आवर्त भेदल्यानंतर साहित्यात नवा आशय, नवे विषय, नवनवे अनुभव, नवी मांडणी, नवी अभिव्यक्ती, नवे नवे वाङ्मयीन दृष्टिकोण अवतरत असतात आणि नव्या युगाला प्रारंभ होत असते. तशी युगे या तीन टप्प्यांवर अस्तित्वात आलेली दिसतात.

आपल्या समाजजीवनातील विविध स्वरूपांचे ताणतणाव आणि संघर्ष यांचे प्रत्ययकारी आणि अर्थपूर्ण प्रतिबिंब साहित्यात पडावे, अशी आधुनिक साहित्याकडून अपेक्षा केली जाते. पण वरवर साधी वाटणारी ही अपेक्षाही त्या त्या वेळचे साहित्य अनेक कारणांनी पूर्ण करू शकत नाही. अशा अपेक्षा जेव्हा ते पूर्ण करू शकत नाही तेव्हा त्या साहित्याचे सामाजिक आणि सांस्कृतिक मूल्य कमी झालेले असते किंवा ते मूल्य नष्टही झालेले असते. असे मूल्य गमावलेले साहित्य मनोरंजनाच्या, आत्मरतीच्या उथळ पातळीवर रेंगाळत असते. एखाद्या गवयाने आपल्या आवडीची तान लोकांचे लक्ष खास आपल्याकडे वेधून घेण्यासाठी पुन:पुन्हा मारावी तसे हे साहित्य तेचतेच लोकप्रिय विषय पुन:पुन्हा हाताळत असते आणि आवर्ताला भक्कम करण्यास मदत करते.

विचारांच्या या पार्श्वभूमीवर मराठी साहित्यात आज जे आवर्त निर्माण होऊ घातले आहे, त्याचे स्वरूप स्थूलमानाने कसे आहे, हे पाहावयाचे आहे.

१९६० साली महाराष्ट्र राज्याची स्थापना झाली आणि उपेक्षित आणि दुर्लक्षित असलेल्या विविध सामाजिक स्तरांची जीवनविषयक आणि समाजविषयक महास्वप्ने आकाराला यावीत, असे त्या त्या स्तरांना वाटू लागले. त्यांच्या मनात एका नव्या महाप्रबोधनाची नवी जाग निर्माण होऊ लागली.

या महाप्रबोधनाच्या अगोदरच्या काळात मराठी वाङ्मयाची स्थितिगती कशी होती? १९५० च्या आसपास बा. सी. मर्ढेकरांनी साहित्याच्या स्वरूपाची सौंदर्यशास्त्रीय नवी मांडणी गंभीरतापूर्वक आपल्या विचारांनी केली. मर्ढेकरांची कादंबरी आणि नवकविता मात्र नव्या सामाजिक आशयाने प्रेरित झालेली होती. गंगाधर गाडगीळ मर्ढेकरांना येऊन मिळाले. त्यांनी नवे साहित्यशास्त्र विविध प्रकारांनी समजून दिले. फ्रॉइड-युंगच्या नव्या मानसशास्त्राच्या आधारे मराठी नागर मनाच्या अंत:प्रवाहांचा प्रभावी आविष्कार त्यांनी आपल्या नवकथेतून केला. परिणामी १९५० ते १९६५या काळात मराठीत नवकवी, नवकथाकार, नवनाटककार आणि नव्या दृष्टीचे समीक्षक उदयाला आले. साहित्याच्या साहित्यपणाचे विशेष भान ठेवून त्यांनी समृद्ध साहित्यनिर्मिती केली.

१९६५ च्या आसपास या वाङ्मयीन दृष्टीतून साहित्यात आनुषंगिक दोष निर्माण

झाले. साहित्यकृतीच्या घाटात किंवा रूपातच कलेचे सौंदर्य आहे, या जाणिवेचा अतिरेक झाला. साहित्यकृतीच्या शरीराची चर्चा करण्यातच धन्यता मानली जाऊ लागली. या काळात वाङ्मयीन भाषामाध्यमाचे नवेपण वापरून वापरून ओळखीचे, अतिपरिचयाचे झाले. त्याच्या नावीन्याचे जे आकर्षण निर्माण झाले होते, तेही संपुष्टात आले. मुख्य म्हणजे या नवसाहित्याचा जो नवा आशय व नवे अनुभवविश्व होते, तेही ओळखीचे झाले. त्याचेही कौतुक संपुष्टात आले. जीवनातील कोणताही अनुभव वाङ्मयीनदृष्ट्या 'अनुभव' म्हणूनच महत्त्वाचा असतो, तो चैतन्यपूर्णतेने आणि कलात्मकतेने व्यक्त झाला की कलाकृती सिद्ध होते; या नवजाणिवेचा अतिरेक झाला आणि त्यातून आनुषंगिक दोष निर्माण झाले. साहित्यिकांना व्यापक पातळीवरचे जीवनानुभव घेण्याची गरज वाटेनाशी झाली. अनुभवाचे 'केवळ अनुभव' म्हणूनच महत्त्व वाढल्याने खाजगी, व्यक्तिकेंद्रित, सहजप्राप्त जीवनानुभव अतिरिक्त स्वरूपात व्यक्त होऊ लागले. संदिग्ध, दुर्बोध अनुभवांना अनेकार्थता प्राप्त होते आणि त्यामुळे साहित्यकृतीचे सौंदर्यमूल्य वाढते याही नवदृष्टीचा परिणाम होऊन साहित्यात अकारण संदिग्धता, दुर्बोधता येऊ लागली आणि तिला प्रतिष्ठा मिळाली. या सर्वांचा एकत्रित परिणाम होऊन कलावादी साहित्य समाजजीवनापासून तुटले, ते आत्ममग्न, व्यक्तिकेंद्रित, प्रतिमावादाचा अतिरेक करणारे, सामान्य रसिकाला अनाकलनीय झाले. आधीच त्याला नागर मध्यमवर्गीय जीवनाच्या मर्यादा आशयाच्या अंगांनी पडल्या होत्या, तशात ते आपल्या एकांगी वैशिष्ट्यांच्या आवर्तात सापडले.

हे आवर्त अनियतकालिकांनी आणि त्यांच्या साहित्यिकांनी भेदण्याचा प्रयत्न केला. पण हा प्रयत्न अगदीच दुबळा, आणि जुजबी होता. जीवनविषयक नकारात्मक दृष्टिकोण आणि सशक्त बंडखोरीपेक्षा कुरबुरीचा सूर; यामुळे हा प्रयत्न अयशस्वी झाला. आवर्त भेदण्याचा हा प्रयत्न आतून म्हणजे वाङ्मयक्षेत्रांतर्गत होता.

१९७० च्या आसपास दलितसाहित्य चळवळीचा प्रारंभ झाला. डॉ. बाबासाहेब आंबेडकर यांचे राजकीय विचार, सामाजिक आणि धार्मिक-सांस्कृतिक तत्त्वज्ञान भारतीय समाजव्यवस्थेच्या संदर्भात महत्त्वाचे होते. त्या विचारांची आणि तत्त्वज्ञानाची प्रेरणा घेऊन ही चळवळ सुरू झाली होती. दलित साहित्याची ही चळवळ प्रामुख्याने भारतीय समाजाची आणि पर्यायाने मराठी समाजाची नवी, आधुनिक पुनर्मांडणी करू पाहणारी होती. म्हणून सर्व प्रकारच्या प्रस्थापित व्यवस्थेशी तिने बंड करून विद्रोह पुकारलेला होता. साहित्यविषयक या चळवळीची भूमिका हीही या विद्रोहाला उपकारक अशीच होती. ती प्रामुख्याने मार्क्सवादी होती. भारतीय समाजव्यवस्थेच्या संदर्भातील हा मार्क्सवाद होता. त्यामुळे त्याचे स्वरूप संस्कारित आणि भारतीय समाजव्यवस्थेच्या विरोधाला अनुकूल करून घेतलेले होते. या अनुकूल स्वरूपालाच पुढे दलित साहित्यचळवळीत किंवा आंबेडकरी तत्त्वज्ञान किंवा आंबेडकरवाद असे

संबोधण्यात येऊ लागले. दलित साहित्याची चळवळ अशा रीतीने प्रामुख्याने राजकीय, सामाजिक आणि नवसमाजनिर्मितिवादी होती आणि अनुषंगाने नवी साहित्य-संस्कृतिवादीही होती. ही चळवळ साहित्याला सर्वांगीण समाजपरिवर्तनाचे हत्यार (प्रभावी साधन) मानणारी जीवनवादी चळवळ होती.

चळवळीतील दलित साहित्याच्या निर्मितीत आजवर पूर्णपणे उपेक्षित आणि दुर्लक्षित राहिलेल्या दलितांचा, एकूण मराठी समाजाला पूर्णपणे अज्ञात असलेला अधस्तरातील जोरकस सामाजिक आशय आणि दाहक जीवनानुभव हे तेवढ्याच प्रभावी, वक्तृत्वपूर्ण, अभिनिवेशी भाषेत विद्रोही भावनेनिशी व्यक्त होऊ लागले. या सर्व गोष्टींचा एकत्रित परिणाम होऊन दलित साहित्याची अभिव्यक्ती पूर्णपणे मुक्तमनाने झाली. या अभिव्यक्तीचा प्रस्थापित वाङ्मयीन क्षेत्रावर मोठा परिणाम झाला. कलावादाची किंवा रूपवादाची केवळ सौंदर्यमूल्यनिष्ठ बंदिश उद्ध्वस्त झाली. दुसऱ्या बाजूने या चळवळीने प्रस्थापित मराठी साहित्य क्षेत्रात पूर्ण नवा आशय, नवे अनुभवविश्व आणून जमा केले.

हा १९७३ च्या आसपासचा काळ होता. या काळात अनेक राजकीय, सामाजिक, शैक्षणिक घटनांमुळे मराठी समाजात व्यापक पातळीवर खेड्यापाड्यातून अधस्तरीय नवा वाचकवर्ग तयार झाला होता. या वाचकवर्गाला या साहित्यातील आशय-अनुभवांचे विश्व आपले वाटू लागले. विधिनिषेध न मानणाऱ्या, जोरकस आणि मनमुक्त भाषिक अभिव्यक्तीमुळे या वाचकवर्गाला अभिव्यक्तीची भाषाही आपली वाटू लागली. कारण हा वाचकवर्ग तोपर्यंतच्या काळात सामाजिक-सांस्कृतिक दृष्ट्या दडपल्या गेलेल्या अधस्तरातीलच होता. या साहित्याच्या द्वारा जणू आपल्या मनालाच वाचा फुटते आहे, असे त्याला वाटू लागले. या सर्वांचा एकत्रित परिणाम होऊन दलित साहित्याच्या चळवळीकडे सर्व महाराष्ट्राचे आणि संपूर्ण मराठी साहित्यक्षेत्राचे लक्ष वेधले. या चळवळीचा गौरव, पुरस्कार, मीमांसा करणारी समीक्षाही भरपूर होऊ लागली. प्राप्त मराठी समाजाशी या चळवळीचे नाते कोणत्या स्वरूपाचे आहे, हे स्पष्ट होऊ लागले. प्रस्थापित मराठी साहित्यात जे आवर्त निर्माण झाले होते ते या सर्वांमुळे यशस्वीपणे भेदिले गेले आणि मराठी साहित्य पुन्हा समाजप्रवाहाला सुसंगत राहिले.

१९६० साली महाराष्ट्र राज्याची स्थापना झाली. त्या वेळी ग्रामीण विभागातील सर्वसामान्य कष्टकरी, छोटेछोटे शेतकरी, साळी-सुतार, कोष्टी आदी बलुतेदारवर्ग, शेतमजूर वर्ग, गावकुसाबाहेरचा मातंग-चर्मकारादी पददलित वर्ग, एवढेच नव्हे, तर रानावनातील भटक्या, विमुक्त जातींचा वर्ग, आदिवासी समाज या सर्वांच्या मनात एक स्वप्न आकाराला आलं होतं. त्यांना वाटत होतं, की लोकशाहीमुळे बहुसंख्य गरिबांचे राज्य येईल, त्यांच्या वस्तूंना योग्य ती किंमत येईल, त्यांचे

छोटेछोटे गृहोद्योग, ग्रामोद्योग यांना उर्जित अवस्था प्राप्त होईल, आपले लोकप्रतिनिधी जे निवडून गेल्यावर आमदार-खासदार होतात ते दिलेल्या वचनांना आणि शब्दांना जागतील, आपल्या समाजातीलच असल्यामुळे ते नेते आपल्या समाजाचा उद्‌धार करतील. सारांश ग्रामीण मराठी माणसाला सुखाचे दिवस येतील असे त्यांना वाटत होते. पण लौकरच त्यांचा अपेक्षाभंग झाला.

१९७२ च्या दुष्काळानंतर ग्रामीण समाजात हळूहळू नवे तरुण पिढीचे नेतृत्व उदयाला येत होते. हे नेतृत्व तरुण पिढीचे प्रश्न समजून घेईल, ते सोडवील असे वाटत होते. त्याने आरंभी आशा निर्माण केल्या. पण पुढे प्रचंड अपेक्षाभंग केला. ते सेवाभावाने राजकारण करण्याऐवजी स्वार्थी भावनेने राजकारण करू लागले. शिक्षणसंस्था स्थापन करून त्याने विद्येच्या मंदिरातच भ्रष्टाचार आरंभला. आपल्याच ग्रामीण समाजाचे नाना प्रकारे शोषण करून ते स्वत:च गडगंज होऊ लागले. पक्षनिष्ठेपेक्षा त्याला स्वार्थ, पैसा, खुर्ची, गणगोत हेच महत्त्वाचे वाटू लागले आणि ग्रामीण महाराष्ट्रातील सर्वसामान्य जनतेचा, नवशिक्षित तरुण पिढीचा प्रचंड प्रमाणात स्वप्नभंग झाला.

एका बाजूला ही सामाजिक अवस्था होती. मात्र ग्रामीण साहित्याच्या क्षेत्रात याचे काहीही प्रतिबिंब पडत नव्हते. उलट ज्येष्ठ ग्रामीण लेखक आपल्या सच्च्या लेखनाची वाट सोडून ग्रामीण जीवनावर विनोदी कथा लिहू लागले. विनोदी कथाकथनाचे व्यावसायिक कार्यक्रम करू लागले. त्यांनी ग्रामीण जीवन, तेथील राजकारण, समाजकारण, माणसे हे विनोदाचे, टिंगलटवाळीचे विषय केले.

या दोहोंचा एकत्रित परिणाम असा झाला की, १९७७ च्या आसपास ग्रामीण साहित्याची चळवळ उभी राहिली. या चळवळीने प्रामुख्याने बदलत्या ग्रामीण समाजाचे वास्तव, स्थित्यंतरात सापडलेल्या नवशिक्षित तरुण पिढीचे मानसिक ताणतणाव आणि आपल्याच समाजातून उदयाला आलेल्या आणि आपल्याच समाजाच्या विकास-स्वप्नांचा चुराडा करणाऱ्या नेतृत्वाची विपरीत वृत्ती यांचे रेखाटन आपल्या साहित्यात केले. या चळवळीने पूर्वसूरी ग्रामीण साहित्यिकांनी जे आवर्त तयार केले होते ते भेदले आणि ग्रामीण साहित्याचा प्रवाह समाज-प्रवाहाशी समान्तर, सुसंगत केला.

महाराष्ट्रात स्त्रीविषयक सुधारणांची परंपरा एकोणिसाव्या शतकापासूनची आहे. सावित्रीबाई फुले, महात्मा फुले, गोपाळ गणेश आगरकर, धोंडो केशव कर्वे यांसारख्या थोर समाजसुधारकांनी स्त्रीशिक्षण, विधवाविवाह, स्त्रीला सामाजिक प्रतिष्ठा, स्त्रियांचे हक्क, पुरुषाच्या तुलनेत समानता हे मिळवून देण्याचा प्रयत्न केला. त्या अंगाने संस्था स्थापन करून काही कार्यही केले. विभावरी शिरूरकर (मालतीबाई बेडेकर), कमल देसाई, गौरी देशपांडे इत्यादी स्त्री-साहित्यिकांनी स्त्रियांच्या अनेक प्रकारच्या सुखदु:खांना, तिच्या स्वप्निल भावविश्वातील कल्पनांना, तिच्या घुसमटीला आपआपल्या परीने त्या त्या काळातील लेखनातून वाचा फोडलेली आहे.

असे असले तरी १९७० नंतरच्या काळात हळूहळू स्त्रीमुक्तीची चळवळ कळत न कळत आकाराला आली आणि ती १९८० नंतर च्या दशकात लक्षवेधी ठरली. पाश्चात्त्य जगातील स्त्रीवादी चळवळीच्या प्रकाशात ही चळवळ वाटचाल करत असली तरी या चळवळीमुळे मराठी शहरवासी मध्यमवर्गीय स्त्रियांमध्ये जागृती निर्माण केली.

या चळवळीतून निर्माण झालेली मराठी स्त्रियांची आत्मचरित्रे, कथा-कादंबऱ्या, कविता, स्त्री-प्रश्नांविषयीचे वैचारिक लेखन महत्त्वाचे आहे. शतकानुशतके कुचंबणाऱ्या मराठी स्त्री-मनाला स्त्रीमुक्तीच्या दिशेने या लेखनातून वाचा फुटलेली दिसते.

या सर्व चळवळींना पूरक पोषक आणि व्यापक स्वरूपात त्यांचा समावेश करून घेणारी जनसाहित्याची चळवळ विदर्भात चालू झाली, ती वेगळीच.

याशिवाय आदिवासींचे साहित्य, लोकसाहित्य, कोकणी साहित्य, यांसारख्या चळवळीही प्रखर स्वरूपात नसल्या तरी आपआपले कार्य आपआपल्या स्थानी राहून करीत आहेत. लोकसंस्कृतीचा शोध या चळवळीतून चाललेला दिसतो. समाजाचे लक्ष या लोकसंस्कृतीकडे वळवण्याचा प्रयत्न असतो.

भालचंद्र नेमाडे यांचे देशी साहित्यसंकल्पनेविषयीचे विचार आणि त्यांच्या कादंबऱ्या, अरुण साधूंच्या राजकीय जीवनावरील कादंबऱ्या, विजय तेंडूलकर यांची नाटके इत्यादी लेखकांचे वैयक्तिक पातळीवरील वाङ्मयीन प्रयोगही साहित्यक्षेत्रात अर्थपूर्ण आहेत.

या सर्व साहित्य-चळवळी आणि साहित्यक्षेत्रातील उद्‌धृत केलेल्या काही साहित्यिक व्यक्ती यांनी मिळून १९६५ च्या आसपास मराठी साहित्यात जे कलावादी किंवा रूपवादी नवसाहित्याने आवर्त निर्माण केले होते ते भेदण्याचा आपआपल्या परीने यशस्वी प्रयत्न केलेला दिसतो. हा प्रयत्न १९७० ते १९८२-८३ च्या बारा एक वर्षात झाला.

या चळवळी जीवनवादी, परिवर्तनवादी, प्रबोधनवादी, नवजागृतिवादी होत्या. साहित्य हे मानवी मनावर संस्कार करू शकते, त्या संस्कारांमुळे मानवी मनाला जीवनाचे आकलन होऊ शकते, त्या आकलनामुळे मानवी मन परिवर्तनोत्सुक होऊ शकते, त्या मनाचे एकूण समाज व मानवी जीवन या संदर्भात प्रबोधन होऊ शकते, जागृती होऊ शकते अशी या चळवळींची श्रद्धा होती आणि आहे. साहित्य हे केवळ सौंदर्यमूल्यांची जोपासना करीत नसून ते अशा रीतीने जीवनमूल्यांचीही जोपासना करू शकते, अशी या चळवळींची धारणा होती. कलावादी नवसाहित्याने एका बाजूने सामाजिकतेशी आणि जीवनमूल्यांशी असलेला साहित्याचा संबंध तोडून टाकण्याचा प्रयत्न केला होता, तो संबंध या चळवळींनी जोरकसपणे पुन्हा जोडण्याचा यशस्वी प्रयत्न केला.

आज अलिप्तपणे या चळवळींकडे पाहताना काय दिसते?-

या चळवळींना साहित्याच्या माध्यमातून जे सांगावयाचे किंवा मांडावयाचे होते,

ते आता सांगून झाले आहे. त्याचा पहिला उन्मेष संपुष्टात आलेला आहे. त्यांना जो आशय आणि अनुभव व्यक्त करायचा होता तो १९७० ते १९९५ या पंचवीस वर्षांत कमी-अधिक प्रमाणात पुरेसा व्यक्त झालेला आहे. त्यामुळे या चळवळींना जे काही म्हणावयाचे होते, ते मराठी रसिक वाचकांना ओळखीचे झाले आहे. परिणामी या चळवळी आता मंदतेज झालेल्या आहेत. पुन्हा तोच तोच आशय नव्या भाषेत, नव्या नव्या उदाहरणांनिशी नव्या अनुभवांनिशी सांगत आहेत, असे चित्र दिसून येते. थोडक्यात या चळवळीतून आज निर्माण होणारे साहित्य हे आशय-अनुभवाच्या दृष्टीने विकासवादी राहिलेले नसून फक्त विस्तारवादी झालेले आहे. एकाच केंद्राभोवती फक्त पसरू लागले आहे. प्रवास संपून या चळवळींना स्थैर्य, स्थितिशीलता प्राप्त झाली आहे. वाङ्मयाच्या भाषेत असे म्हणता येईल की, या साहित्यचळवळी आशय-अनुभवाच्या अंगाने एका आवर्तात सापडलेल्या आहेत. त्यांचा पहिला टप्पा पूर्ण झाला आहे; तरी त्या तिथेच रेंगाळत आहेत.

समाजाशी संबंधित असलेल्या साहित्यचळवळींना बदलत्या सामाजिक प्रवाहांचे भान सतत ठेवावे लागते. या चळवळी ज्या सामाजिक कारणासाठी एक विशिष्ट सामाजिक परिस्थितीत चालू झाल्या, ती विशिष्ट सामाजिक परिस्थिती आज वीस-पंचवीस वर्षांनंतर राहिलेली नाही. ती बदललेली आहे. या बदलामागे अनेक राजकीय, आर्थिक, शैक्षणिक, सांस्कृतिक, औद्योगिक, शासकीय, चळवळीविषयक घटक कार्यप्रवण झालेले आहेत. त्यामुळे कालाच्या ओघात समाजाला नवी स्थितिगती प्राप्त झालेली आहे. समाज-प्रवाह पूर्वीच्याच ठिकाणी स्थिर नाही. तो दुसऱ्या टप्प्यावर आलेला आहे. अशा वेळी साहित्यचळवळींना नव्या टप्प्यावर नवा आशय-अनुभव डोळसपणे आत्मसात करून त्याचा नवा जीवनार्थ शोधावा लागतो. अधिक नवी वैचारिक बैठक तयार करावी लागते. नव्या टप्प्याला समान्तर, सुसंगत अशी नवी साहित्यनिर्मिती करावी लागते. ही प्रक्रियाच या सर्व साहित्यचळवळींमध्ये सुरू झालेली नाही; त्यामुळे त्यांच्यात आवर्त निर्माण झालेले आहे.

साहित्यचळवळ चालविणाऱ्या नेतृत्वात दुहेरी डोळसपणा असावा लागतो. कुठल्या तरी एकाच प्रेषिताची वैचारिक बैठक कायम स्वरूपात स्वीकारून त्याच प्रकाशात बदलत्या समाज-प्रवाहाचे आकलन करण्यासाठी स्वत:स बांधून घेतले, तर नव्या स्थितिगतीचे वास्तव आकलन होऊ शकणार नाही. अशा वेळी जुनी वैचारिक बैठक कालमानानुसार बदलून अधिक विकसित करून, पुनर्मांडणी करून घेण्याइतकी स्वतंत्रवृत्ती आणि निर्णायक धमक असावी लागते. स्वतंत्र विचार करण्याचे मूलगामी बौद्धिक सामर्थ्य त्याच्या जोडीला असावे लागते. तरच कालमानानुसार नवा सामजिक आशय व अनुभवसामर्थ्य परिवर्तनवादी साहित्य चळवळीला प्राप्त होऊ शकते. अन्यथा ती चळवळ आवर्तात सापडून कालबाह्य ठरते.

समाज-प्रवाहाच्या आकलनाबरोबरच साहित्यप्रवाहातील खाचखळगे, साचे आणि साचेबंद होण्याची साहित्यप्रकृती, शैलीचे सामर्थ्य आणि मर्यादा, अनुभवाचे जटिल स्वरूप इत्यादी समजण्यासाठी विविध सामाजिक शास्त्रांचे आकलन आणि वाचन हेही चळवळीच्या नेतृत्वाने करावे लागते. ते नसेल तर चळवळीतील साहित्य साचेबंद, लोकप्रिय साचे पुन:पुन्हा गिरवणारे, ठराविक शैलीतच कथा, कविता, कादंबऱ्या, नाटके लिहिणारे, ठराविक प्रकारे आरंभ आणि शेवट करणारे, ठराविक प्रेषितांचे आंधळेपणाने गोडवे गाणारे, ठराविक मतांना सतत आळवणारे, प्रसिद्धीवर डोळा ठेवून लेखणी हलविणारे यांत्रिक साहित्य निर्माण होऊ लागते आणि तेही अंतर्गतरीत्या आवर्त निर्माण करण्यास कारणीभूत ठरते. आपल्या बहुतेक साहित्यचळवळी या सापळ्यात अडकलेल्या दिसतात. कारण त्यांच्याजवळ अशा प्रकारच्या डोळस नेतृत्वाचा पूर्ण अभाव दिसतो.

चळवळीतील साहित्याची जी अवस्था झाली आहे, तीच अवस्था चळवळीबाहेर असलेल्या नागर साहित्याचीही झालेली जाणवते. नागर साहित्याच्या बाबतीत आशय-अनुभवांच्या अंगाने एक प्रकारचा तुंबलेपणा आलेला दिसतो. मराठी नागर साहित्य प्रामुख्याने व्यक्तिवादी असते. आपल्या शहरी मध्यमवर्गाच्या कक्षेबाहेर ते सहसा कधी पडत नाही. जीवनविषयक दृष्टिकोण प्रामुख्याने भौतिकवादी, भोगवादी आणि वैयक्तिक दृष्टीने मर्यादित असतो. या दृष्टिकोणाला एक सर्वसाधारणपण, एक सामान्यपण प्राप्त झालेले दिसते. त्यात जीवनाची उदात्त मूल्ये, बौद्धिक, वैचारिक झेप दिसत नाही. वैयक्तिक सुखदु:खांच्या पलीकडे हे साहित्य जाताना दिसत नाही. आत्माविष्काराची प्रेरणा त्यात विशेष आहे. स्वत:च्या भावभावना चटपटीतपणे, भावूकपणे, लडिवाळ, चटकदार भाषेत व्यक्त करून मन मोकळे करण्याची वृत्ती त्यात प्रभावी आहे. अशा साहित्याचे वाचन विरंगुळा, मनोरंजन, मन चाळवणे यापलीकडे काही देऊ शकत नाही. सारांश नागरी साहित्याला एक प्रकारचे सामान्यपण (ऑर्डिनरीनेस) घेरून राहिलेले दिसते.

अशा रीतीने एकूण मराठी साहित्यातच आवर्त निर्माण होऊ घातले आहे. हे आवर्त निर्माण होत असले तरी त्यासंबंधी वाङ्मयीन निष्ठेने आणि आस्थेने याविषयी सांगोपांग आणि सातत्यपूर्ण चर्चा करू शकेल असे आज एकही वाङ्मयीन नियतकालिक नाही. अशा वेळी 'सत्यकथा', 'वीणा', 'वसंत', 'हंस' 'आलोचना' यांसारख्या वाङ्मयीन नियतकालिकांची तीव्रतेने आठवण होते. आज ही सगळी नियतकालिके बंद पडलेली आहेत. काही आहेत; पण शुद्ध वाङ्मयीन प्रेरणेपेक्षा त्यांच्या प्रेरणा वेगळ्या आहेत. अर्ध्या वाङ्मयीन, तर अर्ध्या व्यावसायिक प्रेरणा अशा तडजोडीने ही नियतकालिके निघत असतात. त्यांची पृष्ठसंख्याही कमी कमी होत गेली आहे. वाङ्मयीन चर्चेला त्यात आणखी कमी पृष्ठे मिळतात. त्यामुळे शुद्ध वाङ्मयीन

प्रेरणेने आणि निष्ठेने चर्चा करता येणेच कठीण होऊन बसले आहे.

पूर्वी वाङ्मयीन प्रेरणेने काही दिवाळी अंक निघत असत. त्यात उत्तम साहित्याचे नमुने वाचायला मिळत असत. एखाद्या महत्त्वाच्या वाङ्मयीन विषयावर विद्वानांची लेखी चर्चा वाचावयाला मिळत असे. असे अंकही आता निघत नाहीत. दिवाळी अंकांचे लक्ष आता खपाकडे, जाहिरातींकडे विशेष असते. लोकांच्या सवंग अभिरुचीला मानवेल असा चटपटीत मजकूर आणि व्यंगचित्रे देऊन, मुखपृष्ठावर मोहक स्त्रीचे किंवा नटीचे रंगीत चित्र छापून अंकाचा उठाव कसा झपाट्याने होईल, इकडेच त्यांचे व्यापारी लक्ष असते. अर्थात वाङ्मयीन चर्चा हा काही एखाद्या मासिकाच्या खपाचा विषय होऊ शकत नाही.

महाराष्ट्रात काही मोठ्या साहित्यसंस्था आहेत. त्या महामंडळाच्या घटकसंस्था किंवा संलग्न संस्था आहेत. त्यांच्या शाखा-उपशाखा महाराष्ट्रभर आणि बृहन् महाराष्ट्रातही पसरल्या आहेत. अशा साहित्यसंस्था या साहित्यप्रवाहाच्या रखवालदार असतात. साहित्यप्रवाहाला निरोगी ठेवणे, त्या प्रवाहाला तुंबलेपणा आला असेल तर तो वेळीच दूर करणे, प्रदूषण झाले असेल तर ते नष्ट करणे यासाठी त्यांचा अवतार असतो. प्रत्येक महत्त्वाच्या संस्थेचे एक मुखपत्र असते. ते प्रामुख्याने याच कार्यासाठी वाहिलेले असते. अशा मुखपत्रात साहित्यकृती छापण्यापेक्षा साहित्यावरची सखोल चर्चा, लेख, परिसंवाद, निबंध छापणे हे त्यांचे कार्य आणि प्रयोजन असते. पण हे साहित्यकार्य त्या विसरलेल्या दिसतात. मुखपत्रांचे गांभीर्य त्या हरवून बसलेल्या आहेत. संशोधन आणि चिकित्सा या मुखपत्रांतून अंतर्धान पावलेली दिसते. सरकारी अनुदान मिळणाऱ्या या संस्थांनी गंभीरपणे साहित्यमीमांसा करून साहित्याला प्रवाहित ठेवण्याची आवश्यकता असते. पण या संस्था पुण्यतिथ्या, गौरव समारंभ, पुरस्कारांचे सोहळे-समारंभ, शताब्दी वा तत्सम समारंभ, हे आणि असले उत्सवच फक्त आता प्रामुख्याने करतात. पुस्तक प्रकाशनसमारंभ, कविसंमेलने यांतच त्यांना धन्यता वाटताना दिसते. त्या त्या पुस्तकांवरील सखोल चर्चा, कवितेची सखोल मीमांसा करण्याची प्रवृत्ती या संस्थांतून आणि मुखपत्रांतून नष्ट झाल्याने या साहित्यसंस्था आपली प्रतिष्ठा गमावून बसल्यासारख्या झाल्या आहेत. त्या आहे ते चालवणे, रूटीन सांभाळणे हेच स्थितिवादी कार्य करताना दिसतात.

गेल्या पंचवीस-तीस वर्षांत महाराष्ट्राच्या ग्रामीण भागात लहानमोठी अनेक वाङ्मय मंडळे स्थापन झाली. आरंभी ती स्थानिक पातळीवर छोटीछोटी साहित्यसंमेलने, कविसंमेलने घेत असत. काही वक्त्यांची भाषणेही ही मंडळे करीत असत. हळूहळू ही मंडळे ध्येयवादी होतील, विकास पावतील, असे वाटत होते. पण आजचे त्यांचे स्वरूपही उत्सवी आणि बहिर्मुख वृत्तीचे झाले आहे. साहित्यनिर्मिती ही आपल्या हिकमती शब्दखेळांची बाब आहे, असेच जणू त्यांना वाटत असावे, असे दिसते.

केवळ एकमेकांच्या कविता ऐकण्यासाठी इथे कविसंमेलने चाललेली असतात. कशालाही टाळ्या मिळू शकतात. आणि त्यातून या उत्सवी कवींना तशाच प्रकारच्या शब्दखेळांच्या कविता करण्याचे व्यसन जडते. एक मानसिक विरंगुळा म्हणून वेगवेगळे कार्यक्रम अशा मंडळांतून होताना दिसतात. प्रसिद्धीचा सवंग सोस अशा मंडळांतून शमताना दिसतो. शहरातही अशी मंडळे आता स्थापन झाली आहेत. कवितावाचना-पलींकडे त्यांचे कार्यक्रम नसतात.

शिक्षणसंस्थांतून बी.ए. आणि एम.ए.साठी काही महाविद्यालयांत 'स्पेशल' मराठी विषय ठेवलेले असतात. अशा विषयांचा सांगोपांग अभ्यास होण्यासाठी युनिव्हर्सिटी ग्रँट कमिशनकडून अनुदान भरपूर प्रमाणात मिळत असते. त्या त्या विषयांचा सांगोपांग अभ्यास व्हावा म्हणून सेमिनार्स आयोजित करण्यासाठी ही अनुदाने असतात. पण अशा सेमिनार्समधूनही अभ्यासक्रमाच्या बाहेर जाऊन कडोविकडीची चर्चा होताना दिसत नाही. सगळी चर्चा पुन्हा एकदा अभ्यासाची उजळणी करण्यासाठीच योजिलेली असते. अशी दुर्दशा या सेमिनार्सची झालेली दिसते. मराठीच्या तरुण प्राध्यापकांकडून नव्या, सळसळत्या रक्ताची अपेक्षा करावी तर त्यांना शुद्ध मराठी लिहितासुद्धा येत नाही. या मराठीच्या प्राध्यापकांचे एम. फिल. किंवा पीएच्. डी. चे संशोधन हेसुद्धा संकलनापलीकडे जात नाही. नोकरीतील काही अटी पूर्ण करण्यासाठी या प्राध्यापकांना प्रबंधलेखनाचे नाटक घडवून आणावे लागते. एखादा अपवाद असतो, नाही असे नाही. पण सर्वसाधारण असेच चित्र असते. तेव्हा त्यांच्याकडून काही सखोल, स्वतंत्र मते व्यक्त करणारी चर्चा होईल अशी अपेक्षा करणे अनाठायी होईल.

प्रसार-माध्यमांच्या प्रभावामुळे मराठी साहित्याचा वाचकवर्ग कमी झाला आहे, ही वस्तुस्थिती आहेच. यामुळे सामान्य माणसाच्या मनातील साहित्याविषयीचे प्रेम अडगळीत पडल्यासारखे झाले आहे. साहित्य ही वस्तू त्याला महत्त्वाची वाटेनाशी झाली आहे. त्याचा परिणामही साहित्यविषयक चर्चेची उपेक्षा करण्यात होत असावा.

उलट ग्रामीण भागात प्रादेशिक वर्तमानपत्रे, साप्ताहिके, पाक्षिके नव्याने निघत आहेत. शहरांतील साप्ताहिक आवृत्त्यांतही साहित्याचे दालन असते. त्यांच्यासाठी सतत कथा-कवितांची गरज असते. त्यामुळे त्यांना येईल ते सवंग, उथळ साहित्य प्रसिद्ध करावे लागते. त्यांचे संपादक हे प्रामुख्याने संकलक असतात. त्यांना साहित्यातील फारसे कळत असते, असे नाही. याचा परिणाम साधारण साहित्य छापण्यात होतो. त्यामुळे कुणालाही कथाकार, कवी, समीक्षक म्हणून प्रसिद्ध मिळू शकते. अशा साहित्यिकांना मग अभ्यासाची, साधनेची, तपस्येची गरज वाटत नाही. त्यातून सामान्य साहित्य गवतासारखे जन्माला येते आहे. बाजारी, वर्तमानपत्री व्यवसायाचा हा परिणाम आहे.

महाराष्ट्र शासन वेळेवर साहित्य पुरस्कार देत नसले, तरी खाजगी क्षेत्रात साहित्यपुरस्कारांची संख्या विपुल झालेली आहे. या पुरस्कारांचे अनेक विनोदी पण वस्तुस्थितीतील किस्से ऐकायला मिळतात. ते सांगण्याचे हे स्थळ नव्हे. पण या पुरस्कारांतही उत्तम साहित्याला दाद देण्याच्या भावनेपेक्षा पुष्कळसे राजकारण, अर्थकारण, गटबाजीकारण, प्रसिद्धितंत्र शिरलेले दिसते. त्यामुळे सामान्य दर्जाच्या साहित्यकृतींना पुरस्कार मिळू शकतात. चांगली चांगली पुस्तके बाजूला पडतात. साहित्यबाह्य क्षेत्रातील संस्था अनेक वाङ्मयबाह्य कारणांनी पुरस्कार देताना दिसतात. यातून साहित्याच्या योग्यतेचा एक खोटा देखावा निर्माण होताना, एक खोटी आबादीआबाद वरकरणी निर्माण होताना दिसते. याच्या जोडीला बाजारी साहित्य समीक्षक असतातच. शेक्सपिअर किंवा टॉलस्टॉय यांच्या साहित्याची समीक्षा करतानाच जी अत्युत्तमवाचक विशेषणे वापरली जातात, तीच विशेषणे हे समीक्षक एखाद्या साहित्यिक मित्राच्या, परिचिताच्या, हितचिंतकाच्या सामान्य साहित्यकृतीसाठी वापरताना दिसतात. परस्परांना साहाय्य करण्याच्या सहकारातून किंवा साहित्यकलाविषयक खरी जाणकारी नसल्यामुळे आणि वाङ्मयीन निष्ठेचा अभाव असल्यामुळे अशी समीक्षा जन्माला येते.

साहित्यप्रवाह निकोप, शुद्ध, जोरदार आणि सजग ठेवण्यासाठी, त्याला मदत करण्यासाठी साधने, माध्यमे, साहित्यसंस्था, साहित्यमंडळे, शिक्षणसंस्था, प्रसार माध्यमे, उत्तम जाणकारी असलेले ध्येयवादी साहित्यिक आणि समीक्षक व्रतधारी निष्ठेने कार्यरत असण्याची गरज असते, पण हे बहुसंख्य घटक मंदतेज, दिशा विसरल्यासारखे, व्यवहारवादी, ध्येयभ्रष्ट झालेले आहेत. त्यामुळेही आवर्त निर्माण होण्यास त्यांचा हातभार लागलेला आहे.

खरे तर आपल्या समाजाच्या बहुतेक क्षेत्रांतच आज स्वार्थ, सत्ता, भ्रष्टाचार, अनागोंदी, संधिसाधूपणा, व्यवहारवाद, लुबाडणूक करून आणि दुसऱ्याला फसवून गडगंज होण्याची गुंडगिरीची वृत्ती, प्रसिद्धीचा आणि खोट्या प्रतिष्ठेचा सोस, उथळ चंगळवादी वृत्ती इत्यादींचा प्रभाव वाढलेला आहे. आजच्या राजकारणात आणि सी. बी. आय. ने उघडकीला आणल्या जात असलेल्या विविध प्रकरणांत त्याचे प्रातिनिधिक प्रतिबिंब पडलेले दिसते. अशा परिस्थितीत समाजाचाच एक घटक असलेले साहित्यनिर्मितीचे क्षेत्र तरी अपवाद कसे राहणार? भारतीय जीवनात विसाव्या शतकाअखेरच्या या काळात सर्व बाजूंनी ढासळलेल्या मूल्यांचा प्रत्यय येतो आहे. साहित्यक्षेत्रही त्याला अपवाद नाही.

याचा अर्थ असा नव्हे की, मराठी साहित्यसृष्टीत आज सर्वत्र अंधार आहे. काही ज्येष्ठ साहित्यिक आपआपल्या स्थानी निष्ठेने निर्मिती करीत आहेत, समीक्षाही करीत आहेत. पण नव्या तरुण साहित्यिक पिढीला त्यांचे आदर्श ठेवून पुढची वाटचाल

करण्याचे भान राहिलेले नाही. तिला सलगच्या भूतकाळाचा अभ्यास करावा, परंपरांना नीटपणे समजून घ्यावे, उत्तम निर्मितीसाठी साहित्यवस्तूची अंगोपांगे कष्टपूर्वक समजून घ्यावीत, याचे भानच नाही. आपल्या साहित्याच्या प्रसिद्धीला कधी सुरुवात करावी, हेही तिला कळत नाही. निर्मितिप्रक्रियेचे स्वरूप तिला नीटपणे माहीत नाही. साहित्यिक व्यक्तिमत्त्वाचा जाणीवपूर्वक, अभ्यासपूर्वक विकास करण्याची तिला गरज वाटत नाही. ती प्रवाहपतितासारखी वाहवत जाताना दिसते. त्यामुळे ज्येष्ठ साहित्यिकांच्या आणि समीक्षकांच्या लेखनांचा प्रभाव तिच्या मनावर पडत नाही.

प्राचीन आणि मध्यमयुगीन काळात धर्माला आणि धर्मभावनेला समाजव्यवस्थेत केंद्रवर्ती स्थान होते. आपण स्वीकारलेल्या धर्माला वाट विचारत आणि त्यातून निर्माण होणाऱ्या धर्मभावनेच्या प्रकाशात जीवनप्रवास करण्याची सर्वसामान्य समाजाची रीत होती. आधुनिक युगात बुद्धिवादामुळे धर्माचे महत्त्व समाजात पूर्वीइतके निर्विवाद राहिलेले नाही. आधुनिक युगातील आधुनिक मानवाची जी अनेक लक्षणे आहेत, त्यांतील एक म्हणजे त्याची बुद्धिनिष्ठा. त्यामुळे त्याच्या मनात श्रद्धेची जागा बुद्धीने, सतर्कतेने घेतलेली आहे. त्याच्या बुद्धीला पटेल तेच तो सामान्यपणे स्वीकारताना दिसतो. त्यामुळे आधुनिक युगात धर्माची जागा उत्तम साहित्याने घेतली आहे. परिणामी साहित्य हाच आधुनिक युगाचा धर्म झालेला आहे. उत्तम साहित्य हे मानवी मनावर खोलवर संस्कार करत असते. त्याच्या मनात परिवर्तन घडवून आणू शकते. म्हणून साहित्याची निर्मिती करताना आधुनिक युगात फार मोठी जबाबदारी वाढते. ते सवंगपणे, अपरिपक्वपणे लिहिण्याने आपण आधुनिक धर्मच भ्रष्ट करीत आहोत, ही भावना जागवूनच पुरेशा जबाबदारीने साहित्यनिर्मिती करणे आवश्यक होऊन बसते. नाहीतर साहित्यनिर्मिती हाही एक चंगळवादाचा सवंग प्रकार, अशी स्थिती त्याला प्राप्त होण्याचा धोका संभवतो आहे.

आजच्या भारतीय जीवनाला, पर्यायाने महाराष्ट्रीय जीवनाला आणि समाजजीवनाला विपरीत दिशा लागलेली आहे. नव्या जागतिक स्थितिगतीचा हा परिणाम आहे. जग प्रामुख्याने अर्थवादी, भोगवादी होत चालले आहे. अर्थवादाला माणुसकी विसरून प्राधान्य येत चालले आहे. मुक्त अर्थव्यवस्था आणि खाजगीकरण यांच्या नावाखाली नव्या भांडवलशाहीचा उदय होत आहे. त्यामुळे सामान्य माणसाचे शोषण करण्याची शैली बदलते आहे. आपल्या समाजाची सर्व सूत्रे आपण कळत न कळत किंवा असहायपणे स्वार्थी राजकारणाच्या आणि राजकीय पुढाऱ्यांच्या ताब्यात देऊन बसलो आहोत. आजच्या या भ्रष्ट राजकारणाला आणि नतद्रष्ट राजकारण्यांना त्यांचे योग्य स्थान दाखविण्याची गरज आहे. त्यासाठी विविध साहित्यनिर्मितीच्या द्वारे त्यांच्यावर प्रभावी हल्ले करण्याची गरज आहे. राजकारणाला चार मैल दूर ठेवून समाजाचा अंतर्गत विकास कसा होईल, याच्या वाटा आणि दिशा प्रतिभावंत,

विचारवंत साहित्यिकांनी शोधण्याची गरज आहे. वाङ्मयीन अंतर्मुखतेची गरज आहे. ध्येयवादी असल्याशिवाय जशी धर्माची, देशसेवेची निर्मिती होऊ शकत नाही, तशीच उत्तम साहित्याचीही निर्मिती होऊ शकत नाही; हे लक्षात ठेवून साहित्यिकांनी ध्येयवादी बनणे आवश्यक आहे. समाजप्रवाहांचा पुरेसा अभ्यास केल्याशिवाय प्रभावी अनुभवविश्व आकाराला येऊ शकत नाही, हे लक्षात घेऊन साहित्यिकांनी अभ्यासू बनण्याची जरुरी आहे. या सर्वांसाठी पुरेशी अंतर्मुखता साहित्यिकांत बाणणे आवश्यक आहे.

आर्थिक दृष्ट्या नवी वाङ्मयीन नियतकालिके काढणे शक्य होत नसेल, तर उत्तम वाङ्मयीन चर्चा करणारे, वार्षिक आढावा चिकित्सकपणे घेणारे वार्षिक ग्रंथ काढण्याची गरज आहे.

साहित्यसंस्थांनी हाच ध्येयवाद स्वीकारणे गरजेचे आहे. त्यांच्या मुखपत्रिकांचे असे वार्षिक ग्रंथ त्यांना जरूर करता येतील. त्यांनी अनुदानशरणता, राजकीय पुढारीशरणात सोडली पाहिजे. पुण्यतिथ्या, जयंत्या, पुस्तक प्रकाशने, कविसंमेलने, गौरव समारंभ करण्यापेक्षा त्यांनी साहित्यचर्चा, परिसंवाद, चर्चाशिबिरे, वर्कशॉप्स, अभिरुचीचा विकास यांच्यावर भर दिला जाण्याची गरज आहे.

पुस्तकांना वाङ्मयबाह्य कारणांनी पुरस्कार देणाऱ्या संस्थांनी आपल्या देणग्या ध्येयवादी साहित्यसंस्थांना देऊन त्यांच्याकडून असे विविध उपक्रम घडवून आणण्याची, अशा सामाजिक, सांस्कृतिक संस्थांना स्वावलंबी बनविण्याची गरज आहे. तरच या साहित्यसंस्था साहित्याला आणि समाजाला नवी दिशा आणि ध्येय देऊ शकतील.

साहित्यमंडळेही परखड अभ्यासमंडळे झाली पाहिजेत. शिक्षणसंस्थांनी आपली वार्षिक नियतकालिके याच ध्येयांना वाहण्याची गरज आहे. तेथील वाङ्मयमंडळे विद्यार्थी, तरुण पिढीला साहित्याच्या वाटचालीत मार्गदर्शक कशी होतील, याची काळजी घेण्याची गरज आहे.

तरुण साहित्यिकांनीही जुजबी लोकप्रियतेच्या आणि वर्तमानपत्री प्रसिद्धीच्या वाटा चोखाळण्यापेक्षा दमदार राहून उत्तम साहित्यनिर्मिती करावी. त्यासाठी प्रथम भरपूर चिंतन, अभ्यास, साधना करावी. त्यासाठी प्रथम भरपूर लिहावे. हळूहळू त्यात ताकद येत जाईल. मगच साहित्य प्रसिद्ध करावे. उत्तम ललित आणि चिंतनशील साहित्याला मरण नाही, हे त्यांनी ओळखावे.

अशा सर्व अंगांनी मन:पूत प्रयत्न झाले, तर मराठी साहित्यात निर्माण होऊ घातलेले आवर्त निश्चितपणे भेदले जाईल. आजवर मराठी साहित्यिकांनी अनेक आवर्ते भेदली आहेत; तसेच हेही आवर्त समर्थपणे भेदून मराठी साहित्यप्रवाह जोमदार करण्याची आज निकड आहे.

◆

सामाजिक समरसता आणि साहित्य

जळगाव इथं जे अ. भा. मराठी साहित्य संमेलन (१९८४) झालं त्याचे अध्यक्ष श्री. शंकरराव खरात हे होते. एखादा दलित लेखक साहित्यसंमेलनाचा अध्यक्ष होण्याची ती पहिलीच वेळ. त्या संमेलनात ग्रंथदिंडी निघाली होती. त्यात संमेलनाचे अध्यक्ष श्री.शंकरराव खरात हेही अर्थातच होते. ती दिंडी एका विठ्ठल मंदिरापाशी आली, त्या वेळी त्या मंदिराच्या पुजाऱ्यानं विठ्ठलाच्या गळ्यातला तुळशीहार काढून खरातांच्या गळ्यात घातला होता. एवढी क्रांतिकारक, नाट्यमय घटना या जळगावात घडली. दिंडी संपल्यावर खरात मला सांगत होते- "मी त्या पुजाऱ्याला म्हणालो की मी कोण आहे हे तुम्हाला माहीत आहे का? मी महार आहे." त्यावर तो पुजारी म्हणाला, "आजच्या दिवसापुरते तरी जळगावचे विठ्ठल तुम्हीच आहात." खरातांना या प्रसंगाने विलक्षण भरून आलं होतं, त्यांच्या डोळ्यांत पाणी तरारलं. दलितांची मनोवेदना काय आहे आणि ते समाजाकडून कोणती अपेक्षा बाळगतात हे या प्रसंगानं लक्षात येईल.

हिंदू धर्म हा बंदिस्त, पोथीनिष्ठ धर्म नाही. त्यात वेळोवेळी परिवर्तन होत गेलं, बदल होत गेले, जैन, बौद्ध इत्यादी धर्म-संप्रदायांच्या रूपानं त्यात नवीन रचना, मांडणी होत गेली आणि हा प्रवाह पुढे पुढे जात राहिला. पण इ.स. सातव्या आठव्या शतकाच्या सुमारास हा प्रवाह बंदिस्त झाला. त्याचे दरवाजे आतून बंद झाले. त्याचं एक प्रमुख कारण, म्हणजे बाहेरून झालेली आक्रमणे हे आहे. मोगल आले, मुस्लीम आले आणि त्यातून येथील व्यवस्थेला मोठा धक्का बसला. त्यातून इथे बंदिस्तपणा, कर्मठपणा आला. धर्माच्या रक्षणासाठी जी बाह्य कवचं असतात, त्यांतच हा धर्म घोटाळत

राहिला. याही काळात भागवत संप्रदायाची वारकरी चळवळ झाली, इतरही प्रयत्न झाले. हे सर्व प्रयत्न समरसतेचेच होते. पण ते धार्मिक क्षेत्रापुरतेच मर्यादित राहिले. 'समरसता मंचाच्या' निमित्ताने हिंदू धर्माचा बंद झालेला प्रवाह पुन्हा प्रवाही होऊ पाहतो आहे. तो सर्व समाजाला आपल्या कवेत घेऊ पाहतो आहे. ब्राह्मणांपासून भटक्या विमुक्तांपर्यंत सर्वांचं स्वागत तो करत आहे, सर्व समाजाला एकात्म, एकजीव करू पाहत आहे. अशी एकजीवता निर्माण झाल्याशिवाय आपल्या धर्माला जगाच्या पाठीवर स्थानच मिळणार नाही. मला अभिमान असो-नसो, मी हिंदू आहेच. माझी संस्कृती टिकलीच पाहिजे. कारण धर्माची जी पावित्र्ययुक्त बैठक असते, ती नैतिक बैठक असते. त्यावर कोणतीही समाजव्यवस्था चालू राहते; त्यामुळे आजच्या आधुनिक युगातही धर्माची पायाभूत आवश्यकता आहेच; ती नाकारता येणार नाही. हा धर्म ज्या समाजाचा पाया असतो, तो समाज जर छिन्न-भिन्न असेल, तर त्या धार्मिक पायाला काही अर्थ राहत नाही. 'समरसता मंचाची' जबाबदारी ही वरच्या जातींची आहे, पुढारलेल्या जातींची आहे. ही गंगा वरून खाली येण्याची गरज आहे. डॉ. आंबेडकरांनी जो बौद्ध धर्म स्वीकारला, त्यातील करुणेचं तत्त्व हे समरसतेचंच तत्त्व आहे. समरसतेचा हा प्रवाह येथून पुढे वाढतच जाणार आहे, त्याचा प्रभाव वाढणार आहे. त्या दृष्टीनं 'समरसता मंचाच्या' कार्यकर्त्यांवरील जबाबदारी फार मोठी आहे.

प्राचीन आणि मध्ययुगीन भारतीय साहित्याची संकल्पना ही प्रामुख्याने धर्मप्रवण होती. त्यामुळे त्या साहित्यात तत्कालीन समाजदर्शन क्वचितच आणि तेही अनुषंगाने, तुरळक स्वरूपात येत होते. त्या साहित्याच्या बाबतीत आजच्या अर्थाने 'सामाजिक समरसतेचा' पहिला प्रयत्न महाराष्ट्रात वारकरी संतांनी मध्ययुगात साहित्यनिर्मितीच्या आणि प्रत्यक्ष वर्तनाच्या द्वारे केला होता, हे विसरता येत नाही. मात्र साहित्य आणि धर्मनिरपेक्ष सामाजिक समरसतेचा संबंध आधुनिक साहित्याच्या संदर्भातच प्रस्थापित करता येतो. आधुनिक मराठी साहित्याची संकल्पना मराठी समाजजीवनात स्पष्ट स्वरूपात इ.स. १८७० नंतरच्या काळात रुजलेली दिसते. महाराष्ट्रातील ब्रिटिश अमदानीपासून 'आधुनिक साहित्याची गंगोत्री' निर्माण झाली. ब्रिटिशांनी जी शिक्षणपद्धती महाराष्ट्रात अवलंबिली, त्या पद्धतीमुळे आधुनिक साहित्य-संकल्पनेचा परिचय मराठी समाजाला झाला.

प्राचीन काळापासून ते आजपर्यंत एकूणच जगातील साहित्याकडे दृष्टिक्षेप टाकला तर त्यात आरंभी समाजातील वरच्या वर्गाचे, त्यानंतर मध्यम वर्गाचे आणि अगदी अलीकडे अधस्तरीय वर्गाचे समाजचित्रण होताना दिसते. साहित्याचा प्रवाहही समाजात वरून खाली वाहत येताना दिसतो. समाजचित्रण करणाऱ्या साहित्यालाच आपण आधुनिक साहित्य मानतो.

फ्रान्सच्या प्रसिद्ध राज्यक्रांतीनंतर आणि लोकशाहीची स्थापना जगाच्या पाठीवर काही राष्ट्रांत झाल्यानंतर आधुनिक साहित्याला बहर आलेला दिसतो. म्हणजे लोकशाही मूल्यांचा, आधुनिक जीवनमूल्यांचा जन्म झाल्यवरच आधुनिक साहित्याला प्रेरणा मिळालेली आहे.

आधुनिक साहित्याच्या विविध प्रेरणांचा विकास उद्योगप्रधान, भांडवलशाही, लोकशाही काळात झाल्याने लोकमानसाची विविध अंगोपांगे साहित्यात प्रतिबिंबित होऊ लागली. त्याचबरोबर अशा साहित्याने लोकमानसाच्या विविध अंगोपांगांचे परिपोषणही होऊ लागले. साहित्य आणि लोकमानस, समाज-मानस यांचे परस्पर नाते जडले आणि त्यातूनच दोहोंचेही परिपोषण होत गेले. यातून आधुनिक साहित्याचा इतिहास घडत गेला. त्याच्या आधारे समाजाची व समाजमनाची नोंदही होत गेली. ही नोंद समाजमानसाचा सांस्कृतिक इतिहास होता.

पाश्चात्त्य समाजजीवनात आधुनिक साहित्याचा इतिहास दीर्घकाळ घडत गेला आहे. त्या आधुनिक साहित्याला वाट पुसतच मराठी आधुनिक साहित्याची निर्मिती होत राहिली.

आजघडीला आधुनिक साहित्यनिर्मितीच्या विविध प्रेरणा मानल्या जातात. विशेषत: पाश्चात्त्य आधुनिक समाजजीवनात व्यक्तिस्वातंत्र्याला, समतेला विशेष प्रतिष्ठा असल्याने पाश्चात्त्य आधुनिक साहित्यात व्यक्तिमनाच्या विविध पातळ्यांवरील आविष्काराला फार मोठे स्थान प्राप्त होते गेले. त्यातूनच साहित्यात आत्माविष्कार, रोमँटिसिझम, पलायनवाद, स्वप्नरम्यतावाद, सुप्तअर्धसुप्त मनाचे चित्रण, मुक्त मनाचे चित्रण, आत्मशोध, अनुभवशोध, अस्तित्ववाद, अतीत वास्तववाद (सररिॲलिझम) इत्यादींनाही मूल्यात्मकता प्राप्त झाली. वस्तु:त ही व्यक्तिमूल्ये आहेत. ती व्यक्तिमनाची अनेक अंगोपांगे, पदर-पापुद्रे यांना प्रतिष्ठा देणारी आहेत. पण सामाजिक समरसतेच्या दृष्टीने अशा प्रकारचे आधुनिक साहित्य फारसे उपकारक होऊ शकत नाही, हे उघड आहे. म्हणजे निर्माण होणाऱ्या सगळ्याच आधुनिक साहित्यात सामाजिक मूल्ये किंवा सामाजिक समरसतेला उपकारक मूल्ये सापडतीलच असे नाही.

आधुनिक बोधवादी, मार्क्सवादी, आदर्शवादी या साहित्यातही सामाजिक परिवर्तनाची प्रेरणा असली तरी ती समाजवास्तवाचे यथार्थ चित्रण (किंवा दर्शन) करणारी (किंवा घडविणारी) नसते. समाजवास्तवाला एका विशिष्ट दिशेने वळण देणारी, वाकवणारी, त्यात स्वत:ला भावलेल्या तत्त्वज्ञानाचे बाह्य घटक मिसळणारी असते. म्हणून अशा प्रकारचे साहित्यही सामाजिक समरसतेचे साहित्य मानता येत नाही.

याशिवायही वेगळ्या प्रकृतीचे आधुनिक साहित्य असू शकते. अर्थात ते निर्माण करणारा साहित्यिकसुद्धा वेगळ्या प्रकृतीचा असावा लागतो. वर निर्दिष्ट केलेल्या केवळ

व्यक्तिस्वातंत्र्यवादी आत्मकेंद्री साहित्यिकासारखा किंवा एखाद्या सामाजिक विचारधारेने प्रभावित झालेला, किंवा एखाद्या सामाजिक सैद्धान्तिक तत्त्वज्ञानाने भारलेला साहित्यिकही सामाजिक समरसतेशी संबंधित साहित्य निर्माण करील असे वाटत नाही.

मग तो कसा असायला पाहिजे? प्रथम त्याने साहित्याचे आणि समाजाचे मूलभूत स्वरूप समजून घेण्याची आवश्यकता आहे. ते समजून घेतल्यावर अशा प्रकारच्या साहित्याचे आणि समाजाचे नाते प्रस्थापित करता येण्याची कुवत आपल्या साहित्यिक व्यक्तिमत्त्वात आहे की नाही, याचाही त्याने अंतर्मुख होऊन नीट विचार करण्याची गरज आहे. याचा दुसरा अर्थ असा होतो की, प्रत्येक साहित्यिकाला निश्चितपणे सामाजिक समरसतेचे साहित्य लिहिता येईल, हे गृहित धरणे चुकीचे आहे; निदान ते तितकेसे बरोबर नाही; तशी अपेक्षाही करणे बरोबर नाही.

प्रस्तुत संदर्भात साहित्यिक, साहित्य आणि समाज यांचा एकत्र विचार करता येण्यासारखा आहे. साहित्यिक हा प्रथम साहित्यिक आहे, कोणत्याही साहित्यनिर्मितीसाठी आवश्यक असणारे गुण त्याच्या व्यक्तिमत्त्वात प्राथमिक स्वरूपात आहेत, हे गृहित धरावे लागते. उदा. जन्मजात मिळणारी प्रतिभा, कल्पनाशक्ती, संवेदनशीलता, भावनाशीलता, तर्कशक्ती, स्फुरणशीलता साहित्यिकाच्या स्वभावधर्मातच असतात. त्यांना अभ्यासाची जोड द्यावी लागते. भाषा ही माध्यम म्हणून वापरण्याची हातोटी त्याला आत्मसात करावी लागते. प्रयत्नपूर्वक, कष्टपूर्वक निर्मिती करण्याची सोशिकता त्याला मिळवावी लागते, तरच तो कोणतीही साहित्यनिर्मिती यशस्वीपणे करू शकतो. त्यासाठी तो ज्या समाजात जन्माला आला त्या समाजातील साहित्याची स्थितिगती, इतिहास यांची जाण असेल तरच तो अर्थपूर्ण, त्या समाजाला आणि साहित्यप्रवाहाला 'मोलाची' वाटणारी साहित्यकृती निर्माण करू शकतो; तरच तो साहित्य-प्रवाहाला विकसित करील, समाज-प्रवाहाला वळण देऊ शकेल. तरच तो अशा प्रकारची साहित्य-निर्मिती करू शकेल.

कोणतीही अर्थपूर्ण कलानिर्मिती करण्यासाठी अनुभवसंचय विपुल आणि समृद्धही असावा लागतो. त्याला अनुभवाचे घटक आणि घटकसंबंध ओळखता आणि स्थापन करता आले पाहिजेत. (उदा. घटना, प्रसंग, त्यांतील व्यक्ती, त्यांचे विविध स्वभाव, त्या स्वभावामुळे निर्माण होणारे विचार, भावना, क्रिया-प्रतिक्रिया, कल्पना, भाषा, नाट्य, संघर्ष, विनोद, उपहास यांची त्या स्वभावाशी सुसंगत मांडणी त्याला करता आली पाहिजे.) हे स्थापन करण्यापूर्वी साहित्याचे सौंदर्यशास्त्र त्याला माहिती असले पाहिजे. म्हणजे व्यावहारिक अनुभवाचा सौंदर्यानुभव, कलानुभव कसा होतो, याचे सूक्ष्म ज्ञान त्याला अवगत पाहिजे. शिवाय ही निर्मिती करताना अनुभवातील चैतन्यमयता, जिवंतपणा हरवणार नाही, तो अनुभव ठोकळेबाज होणार नाही, याचे कौशल्य त्याला अंगभूत असण्याची गरज असते.

साहित्य आणि समाज यांचा घनिष्ठ संबंध स्थापन करण्यासाठी त्याला, तो ज्या समाजात जगतो त्याची स्थितिगती माहीत असली पाहिजे. म्हणजे त्या समाजाचा सामाजिक इतिहास, त्या समाजाचा धर्म, कायदे, रूढी, परंपरा, देव-दैवते, समाजस्वभाव, त्यातील जातीगोती आणि नाती, कुटुंबरचना, लोकमानस इत्यादींचे ज्ञान असले पाहिजे. तो साहित्यिक ज्या समाज-वास्तवात, ज्या वर्तमानात जगतो त्या समाजवास्तवाचे वातावरण, वर्तमानाच्या गतीच्या दिशा, सामाजिक स्तर यांचेही भान असले पाहिजे. हे भान येण्यासाठी स्वतःच्या आवडी-निवडी बाजूला ठेवून त्याने काळजीपूर्वक निरीक्षण, परीक्षण, चाचपणी करीत राहिले पाहिजे. त्यासाठी त्या समाजाचे समाजशास्त्र, सामाजिक मानसशास्त्र, भारतीय तत्त्वज्ञान यांचाही अभ्यास करावा लागेल. या सर्वांनिशी त्याने भारतीय समाज हे जणू एक कुटुंबच आहे, आपण त्या कुटुंबाचे जबाबदार घटक आहोत, या आत्मीय भावनेने अनुभव घेतले पाहिजेत आणि आपले ज्ञान नव्हे, तर जाणिवा समृद्ध, सुजाण केल्या पाहिजेत. तरच तो समाज-मनाचे यथार्थ वास्तव दर्शन आपल्या साहित्यात घडवू शकेल. अर्थात अशा साहित्याचे लेखन पुरेशा अंतर्मुख वृत्तीने, मनःपूर्वकतेने, प्रौढतेने, संतुलित मांडणीने, स्वाभाविक-सरळ भाषेत, ओघवत्या मांडणीने झालेले असते, हे वेगळे सांगण्याची गरज नाही.

सारांश, समरसतेचे साहित्य निर्माण करू इच्छिणाऱ्या साहित्यिकांची साहित्यशिबिरे घेण्याची गरज आहे. त्यांचा अभ्यासक्रम काळजीपूर्वक आखण्याची आवश्यकता आहे. अगोदरच सिद्धहस्त झालेल्या साहित्यिकाला इकडे वळविण्यापेक्षा तरुण, होतकरू, उमेदवार साहित्यिकांवर संस्कार करून वळवणे सोयीचे असते. तरुण होतकरू मनावर केलेले संस्कार अधिक खोलवर रुजतात असा अनुभव आहे.

सामाजिक जाणिवांचे (उदा. समरसतेचे) साहित्य त्या त्या समाजातील वाचकवर्गावर अनेक अंगांनी प्रभाव टाकते.

(अ) अशा साहित्यातील पात्रे वाचकाला आपल्याच समाजातील, आपल्या आसपास वावरणारी, आपल्याला भेटणारी, आपल्या ओळखीची वाटतात. घटना आणि प्रसंग त्याच्या स्व-जीवनातील घटना-प्रसंगांशी जुळणारे, जमणारे वाटतात. समाजात त्यानेही ते अनुभवलेले असतात. त्यामुळे प्राथमिक पातळीवर वाचकवर्ग अशा साहित्याशी चटकन समरस होतो. त्याला त्या घटना, प्रसंग, पात्रे यांच्याविषयी व त्यांच्यातून आकाराला आलेल्या कथानकाविषयी, घडामोडींविषयी आपुलकी, आत्मीयता वाटते. त्या साहित्यकृतीच्या कलानुभवातून निष्पन्न होणारा चिंतनात्म विचार त्याला अस्वस्थ करून टाकतो. कारण तो वाचक त्या समाजातीलच असल्याने त्याला स्वतःच्या सामाजिक आणि वैयक्तिक जीवनातीलच तो विचार वाटतो. त्यामुळे तो त्या साहित्यातून निष्पन्न होणाऱ्या विचारावर चिंतन करतो,

भावनेने एकजीव होतो, संवेदनांनिशी त्याला भिडतो. या सर्वांचा परिणाम त्याच्या मनावर होऊन त्याचे मानसिक परिवर्तन होण्याची घनदाट शक्यता निर्माण होते.

(ब) साहित्यिकाच्या मन:पूत सामाजिक समरसतेतून निर्माण झालेल्या साहित्याची भाषा ही समाजभाषा असते; म्हणजे समाज-बोली असते. एकाअर्थी ती समाजाची लोकभाषा असते. त्यामुळे ती भाषाही वाचकाला आपली वाटते. कित्येक वेळा साहित्यिकांचे भाषामाध्यम वाङ्मयीन शैलीगुणांनी नटलेले असते. भाबडा, पौगंडवयीन वाचक अशा काव्यात्मक, कल्पनाप्रचुर, अलंकारात्मक भाषाशैलीने भारून जाऊ शकतो; पण प्रौढ, गंभीर प्रकृतीच्या, मन:पूर्वक चिंतन करणाऱ्या वाचकाला ती बालिश, नखरेल, प्रसंगी मायाजाल पसरून भुलविणारी (म्हणून फसविणारी) भाषा वाटते. असे साहित्य चटकदार, दिपवून टाकणारे असले तरी दीर्घ परिणाम साधू शकत नाही.

(क) समाजाशी समरस होऊन साहित्यिकाने केलेल्या निर्मितीत अनुभवाच्या पातळीवर सामाजिक मूल्ये एकजीव झालेली असतात. दुसऱ्या भाषेत असे म्हणता येईल की, साहित्यिकाने आपल्या समाजाच्या स्थितिगतीच्या इतिहासाचा साहित्यिक दृष्टीने अभ्यास केलेला असल्यामुळे, तसेच धर्मतत्त्वांचा, रूढी, परंपरा इत्यादींचा अभ्यास केलेला असल्याने त्या त्याच्या साहित्यकृतीतील अनुभवांतून स्पंदन पावत असतात. त्यामुळे ती साहित्यकृती वाचणाऱ्या वाचकाच्या मनाच्या तळात असलेली सामाजिक मूल्यांची सुप्तअर्धसुप्त जाणीव घुसळली (किंवा डिवचली) जाऊन जागृत मनाच्या पातळीवर येते आणि वाचकांवर मूल्यात्मक परिणाम साधते. कारण तो वाचकही त्याच समाजात वाढलेला, जगलेला नागरिक असतो. त्यामुळे त्या वाचकाला ती साहित्यकृती त्याच्या समाजाची वाटते. तिच्यात तो त्याच्या समाजाचे प्रतिबिंब पाहू शकतो.

(ड) साहित्यिकाने सामाजिक मानसशास्त्राचा, भारतीय तत्त्वज्ञानाचा अभ्यासही केला असेल, तर अशा प्रकारची समाजदर्शन घडविणारी साहित्यकृती समाजवास्तवाच्या पलीकडे जाऊन मानवी जीवनाचे विश्वात्मक दर्शनही घडवू शकते. कारण अशा प्रकारच्या अभ्यस्त साहित्यिकाला मानवी मनाच्या मूलभूत प्रेरणांचे (इन्स्टिंक्टसचे) व भारतीय मूलभूत आध्यात्मिक मूल्यांचेही ज्ञान असल्याने त्याला भारतीय समाजवर्तनामागे कार्य करणाऱ्या मूलभूत मानवी प्रेरणा कोणत्या आहेत, त्यामागे असलेली भारतीय जीवनमूल्ये कोणती आहेत याचेही भान असते. ते भानही (तो अभ्यस्त, प्रौढ साहित्यिक असल्याने) त्याच्या कलारूप अनुभवांत स्पंदन पावत असते. दुसरे असे की, सामाजिक माणूस हा मुळात प्रथम एक मानव असतो. त्याच्या मूलभूत मानवी प्रेरणा त्या विशिष्ट समाजाच्या जीवनशैलीनुसार घटना, प्रसंग, कृती यांच्यामध्ये दृश्यरूप घेत असतात. म्हणजे त्याच्या मूलभूत प्रेरणांचा आविष्कार समाजात सतत त्या समाजाच्या चालीरीतीनुसार होतच असतो. साहित्यिकाला या मानसिक प्रक्रियेची जाणीव असेल, तर त्याची पात्रे (माणसे) विश्वात्मक पातळीवर जाऊ शकतात.

त्यामुळे जगातील जाणकार वाचकवर्गालाही ती आपली वाटतात आणि त्या विशिष्ट समाजातील वाचकवर्गाला ती ढवळून काढू शकतात. त्यामुळे त्या साहित्यकृतीतील पात्र-प्रसंगांशी तो वाचक मानवी नात्यानेही एकजीव, समरस होऊन जाऊ शकतो.

वरील सूत्रांचा सारांश असा की, चांगली, समाजदर्शन घडविणारी साहित्यकृती वाचकाच्या मनाला सर्वांगांनी घेरते आणि त्याला स्वत:शी पूर्ण समरसून टाकते. खऱ्या अर्थाने ती वाचकाचे मनोरंजन करते. 'मनोरंजन' चा शब्दश: (वाच्यार्थ) अर्थ वाचकमनाला आपल्या रंगांनी रंगवून टाकणे असा आहे. त्या दृष्टीने वाचकाला ती 'तन्मय' करून टाकते.

मात्र कोणतीही चांगली साहित्यकृती वाचकाचे मन समृद्ध करते, वाचकाला बदलून टाकत असते ती तिच्यातील प्रत्यक्ष वैचारिकतेमुळे नव्हे! खरे तर तिच्यात वैचारिकता प्रत्यक्ष स्वरूपात कुठेच नसते. चांगली साहित्यकृती तिच्यात व्यक्त झालेल्या चैतन्यपूर्ण, प्रौढ, कलात्मक अनुभवाने वाचकाला चिंतनप्रवृत्त करते. त्या चिंतनामुळे प्राप्त सामाजिक स्थितीच्या संदर्भात वाचकाला परिवर्तनाची प्रेरणा मिळते. आहे ही परिस्थिती ठीक नाही, असे त्याला भावनात्मक पातळीवर वाटते. अशा साहित्यकृतीचा परिणाम वैचारिक निबंधासारखा किंवा सभेतील भाषणासारखा सरळ सरळ, प्रत्यक्ष, विशिष्ट कार्यासाठी प्रवृत्त करणारा नसतो. तो इंजेक्शनसारखा वाचकाच्या रक्तात मिसळून जाणारा, मनात भिनणारा, अपेक्षित दिशेने मनाचे आरोग्य व बळ वाढविणारा असतो. त्या दृष्टीने वाचकाला अंतर्मनात बदलून टाकणारा असतो.

स्वातंत्र्योत्तर वीस वर्षांनी, महाराष्ट्र राज्याची स्थापना झाल्यावर सहा-सात वर्षांनी वाङ्मयीन चळवळींनी जोर धरला. १९६७ साली दलित साहित्याच्या चळवळीचा पहिला हुंकार जाहीरपणे उमटला. त्यानंतर आदिवासी, ग्रामीण, जनवादी, स्त्रीवादी, ख्रिश्चन, मुस्लीम इत्यादी वाङ्मयीन चळवळी झाल्या. या चळवळी अप्रत्यक्षपणे नवसमाजरचनेची मागणी करणाऱ्या आहेत. या चळवळी सुरू व्हायला तत्कालीन सामाजिक स्थिती आणि साहित्यक्षेत्रातील वस्तुस्थिती दोन्ही कारणीभूत आहेत.

१९४५ ते ६५ हा पूर्ण प्रस्थापित मराठी साहित्यक्षेत्रात नववाङ्मयीन प्रवृत्तींचा प्रभाव असलेला काळ होता. या काळात साहित्यक्षेत्रात नवकविता, नवकथा, नवनाटक, नवसमीक्षा यांची निर्मिती आणि विचारविमर्श मोठ्या प्रमाणात चालू होता. हा काळ कलात्मक जाणिवांच्या विकासाचा जसा होता, तसा कलावादाच्या, आत्मकेंद्री आत्माविष्काराच्या, मानवी जीवनाची क्षुद्रता व्यक्त करणाऱ्या जंतुवादाच्या, व्यक्तिनिष्ठ आत्ममग्नतेच्या, खाजगी अनुभवांच्या आविष्काराची प्रतिष्ठा मानणारा, सिनिसिझमचा प्रभाव असलेला, निराशावादी मनोवस्थेला गोंजारणारा, साहित्याचा आणि सामाजिकतेचा काही संबंधही नाही, असे मानणारा होता.

अशा प्रेरणांनी साहित्यनिर्मिती करणारा वर्ग प्रामुख्याने समाजातील शहरवासी, ब्राह्मणी वर्ग होता. या काळातील या वर्गाची सामाजिक स्थिती नाजूक होती. गांधी-खुनाचा मानसिक, सामजिक प्रभाव पडून महाराष्ट्रात अनेक ब्राह्मणांची घरे जाळण्यात आली. त्याचा फार मोठा मानसिक धक्का या समाज-स्तराला बसला होता. लोकशाहीच्या प्रभावामुळे बहुजन समाजाकडे राजकीय सत्ता गेल्याने सरकारी नोकऱ्यांतील या वर्गाच्या प्रस्थापित स्थानाला धक्का बसला होता. महाराष्ट्र सरकारच्या नव्या सरकारी कुळ-कायद्याचा परिणाम होऊन ग्रामीण विभागातील, प्रामुख्याने या वर्गाची शेती त्याच्या हातून गेली होती. हा फार मोठा आर्थिक धक्का होता. १९६० साली आलेल्या नव्या शैक्षणिक धोरणामुळे खेड्यापाड्यांत बहुजन समाजाने शिक्षणसंस्था स्थापन केल्याने परंपरेने चालत असलेली ज्ञानसत्ता, शिक्षणसत्ता या वर्गाच्या हातून निसटली होती. या सर्वांचा एकत्रित परिणाम मानसिक निराशावादात जंतुवादात, आत्मकेंद्रिततेत, आत्ममग्नतेत, साहित्यातून आत्माविष्काराच्या नावे स्वत:ला गोंजारण्यात, आत्मताडण करण्यात झालेला होता. त्यातून निर्माण होणारे साहित्य एकूण समाजाला काही देऊ शकत नव्हते. ते फक्त त्या वर्गापुरतेच फिरत राहिले होते.

उलट उर्वरित समाजात स्वातंत्र्यामुळे, प्रजासत्ताक लोकशाहीमुळे, सामान्यांना मिळालेल्या मतदानाच्या हक्कामुळे, लोकशाहीतून निर्माण होणाऱ्या नव्या जाणिवांमुळे, मतस्वातंत्र्यामुळे, उज्ज्वल स्वप्ने दिसू लागल्यामुळे, ग्रामीण विभागातील शिक्षणप्रसारामुळे, मोफत शिक्षणामुळे, विकासकाळात नवसुशिक्षितांना मिळणाऱ्या नोकऱ्यांमुळे, 'कसेल त्याची जमीन'चा कायदा झाल्यामुळे, बहुजन समाजाला लोकशाहीमुळे मिळालेल्या नवसत्तेमुळे नवचैतन्याचे वारे संचारले होते. अनेक अपेक्षांच्या पूर्ततेसाठी हिरीरी निर्माण झाली होती. सारांश, आजवर उपेक्षित असलेल्या समाजाच्या मध्यम जातींत, जनसामान्यांत, मागास, अतिमागास समाजगटांत नवी जागृती निर्माण झाली होती. अनेक जीवनसुविधांच्या परंपरागत अभावग्रस्ततेमुळे या नवजागृत बहुसंख्य समाजाला 'साहित्य' हे अनायसे हाती येणारे हत्यार जागृतीसाठी फार उपयोगी पडले. यातूनच प्रामुख्याने बहुसंख्य साहित्यचळवळी सुरू झाल्या. या चळवळीत कमी-अधिक सामाजिक भेद व फरक असला तरी एकंदरीत समाजचित्र हे असे होते : प्रामुख्याने त्या वेळच्या समाजस्थितीत अस्तित्वात असलेल्या अनेक बंदिस्त जातिवर्गांच्या, धर्मपंथांच्या, विविध गतानुगतिक मागास, मध्यम जातीय समाजगटांच्या त्या नव जाणीवजागृतीच्या जांभया होत्या. त्या दृष्टीनेच त्यांच्या सामाजिक जागृतीच्या आणि त्यांच्या साहित्यचळवळींचा विचार करावा लागतो. नवजागृत समाजस्तरांच्या सामाजिक जाणिवांचा प्रारंभकालीन आविष्कार म्हणूनच या चळवळींतील साहित्याचा अभ्यास करावा लागतो. या काळातील जनसामान्यांच्या

समाजमनाचा तो सांस्कृतिक इतिहास आहे. त्या अंगाने त्या साहित्याला सामोरे जाण्याची आणि त्याची वाङ्मयीन नोंद घेण्याची गरज आहे. एकूण मराठी समाजाचे प्रबोधन करणाऱ्यांना, समाजविकास करणाऱ्यांना, मराठी समाजाची आधुनिक काळाला अनुकूल अशी नवरचना बनवणाऱ्यांना म्हणजेच 'सामाजिक समरसता मंचाला' त्याच्या सूक्ष्म अभ्यासाची गरज आहे.

या बाबतीत दक्षता घेण्याची एक विनंती इथेच करावीशी वाटते. प्रस्थापित साहित्याच्या क्षेत्रात कलावादाचा वेडावाकडा किंवा एक विकृत परिणाम होऊन एक विपर्यस्त मत रूढ करण्याचा, रुजवण्याचा प्रयत्न काही मंडळींकडून होताना दिसतो. ही प्रस्थापित साहित्यिक मंडळी आहेत. (अ) 'साहित्यात जातीयवादी साहित्य येते आहे, सावधान!', असा इशारा त्यांनी दिलेला आहे. (ब) 'साहित्यात सामाजिक बांधिलकी मी मानत नाही. साहित्यात सामाजिकता वगैरे असे काही नसते.' असे ते मानतात. (क) 'साहित्यात दलित, ग्रामीण, स्त्रीवादी असे काही प्रकार नसतात. साहित्य हे फक्त साहित्यच असते. आणि ते चांगले किंवा वाईट असते.' अशीही एक सबगोलंकार, भोंगळ भूमिका विपर्यस्त करून मांडली जाते.

अ) देशाला स्वातंत्र्य मिळाल्यानंतर ज्या जनजाती शिक्षित होऊन लिहू-वाचू लागल्या, त्या आरंभकाळात समाजातील अनेक बंदिस्त जातिवर्ग साहित्यनिर्मिती करू लागले. त्या काळात त्या विशिष्ट जातिवर्गामुळे त्यांना जे काही विदारक, वास्तव अनुभव आले, ते अनुभव पुन्हा येऊ नयेत या हेतूने त्यांनी जी काही अनुभवांची साहित्यिक मांडणी केली, तिचा हेतू जातीयवादी साहित्य निर्माण करणे हा मुळीच नव्हता. त्या जातींच्या स्थितिगतीचे, त्यांच्या सामाजिक जाणिवांचे ते साहित्य होते. तोपर्यंतच्या काळात विशिष्ट जातींचेच साहित्य प्रस्थापित झाले होते. तरी त्याला कुणी जातीयवादी साहित्य मानले नाही. असे असताना साहित्याच्या क्षेत्रापासून अनेक सामाजिक कारणांनी दूर राहिलेल्या जाती नव्याने साहित्य निर्माण करू लागल्या, तेव्हा प्रस्थापित साहित्यिकांनी प्रस्थापित वाचकवर्गाला 'सावधान'तेचा इशारा देणे, हा मागच्या दाराने येणारा प्रस्थापित जातीयवाद वाटतो. कारण मानसशास्त्रीयदृष्ट्या इतर जातींचे साहित्य नाकारणारी ती सुप्त इच्छा असते. उलट नवे नवे अनुभव साहित्यक्षेत्रात जमा होत आहेत, ते प्रथम स्वीकारले पाहिजेत. मग त्यांच्या साहित्याची दुरुस्ती कशी आणि कुणी करायची हा नंतरचा मुद्दा होतो. समरसता मंचाला ही भूमिका परवडणारी नाही; एवढेच तूर्त इथे मला सुचवायचे आहे.

ब) साहित्यात सामाजिक बांधिलकी न मानणारे काही व्यक्तिस्वातंत्र्यवादी साहित्यिक आहेत. त्यांनी समाजातील व्यक्तींची, घटनाप्रसंगांची, निसर्गाची, स्वतःच्या मानसिकतेची आपल्या लेखनात सुटी सुटी चित्रे काढलेली असतात. अशी सुटी सुटी चित्रे वाचकवर्गाला मनोरंजनासाठी आवडत असतात. असाही एक वाचकवर्ग

समाजात असतो की, त्याला सामाजिक जाणिवा, समरसता, समाजचित्रण वगैरेपेक्षा वैयक्तिक पातळीवर घटकाभर सवंग मनोरंजन हवे असते. त्यांच्यासाठी साहित्य लिहिणारे साहित्यिकही असतात. पण त्या साहित्यिकांची व त्या वाचकवर्गाची भूमिका हेच साहित्यक्षेत्रातील एकमेव साहित्यतत्त्व किंवा सिद्धान्त होऊ शकत नाही. म्हणून सामाजिक बांधिलकी व साहित्यातील सामाजिकता न मानणाऱ्या साहित्यिकांची भूमिकाही 'समरसता साहित्याला' परवडणारी नाही.

(क) त्याचबरोबर 'दलित, ग्रामीण, स्त्रीवादी असे काही प्रकार साहित्यात नसतात. साहित्य हे फक्त साहित्यच असते, आणि ते चांगले किंवा वाईट असते.' ही भूमिकाही अर्धवट वाङ्मयीन ज्ञानावर आधारलेली आहे. मूलत: 'दलित, ग्रामीण, स्त्रीवादी इत्यादी साहित्य' हे साहित्याचे प्रकार नसून साहित्यप्रवाह आहेत, ते नीटपणे लक्षात घेतले पाहिजे. ते प्रवाह मराठी साहित्यात स्वातंत्र्योत्तर काळात प्रामुख्याने अस्तित्वात आलेले आहेत. साहित्यातील प्रवाह हे सामाजिक आशयाच्या, अनुभवांच्या आणि त्या साहित्यिकांनी स्वीकारलेल्या जीवनमूल्यांच्या, समाजमूल्यांच्या अंगांनी निश्चित होतात. कुणी ते मानो अथवा न मानो; हे प्रवाह मराठी साहित्यात आता रूढ झालेले आहेत. विद्यापीठीय पातळीवर त्यांचा अभ्यासही चालू असून, त्यांचे डॉक्टरेटसाठी संशोधनही चालू असते. भारतीय आणि पर्यायाने मराठी समाजात हजारो वर्षे जे बंदिस्त वर्ग-जातिसमूह आहेत, त्यांच्या बंदिस्त समाजगटांमुळे त्यांना जे अनुभव आले आहेत ते त्यांना मांडू दिले पाहिजेत. त्यांचे ते भीषण, कटू अनुभव उर्वरित समाजाला कळल्याशिवाय, उर्वरित समाज त्यांच्याशी समरस होणार कसा? नुसती शाब्दिक समरसता 'समरसता मंचा' कडून अपेक्षित नाही. ती सक्रिय असण्याची गरज आहे. म्हणून हे निर्माण होणारे मराठी साहित्यातील प्रवाह मराठी समाज खऱ्या अर्थाने एकात्म होईपर्यंत, समाज-जन एका पातळीवर येईपर्यंत, जाती पूर्णपणे निष्प्रभ, निकामी होईपर्यंत आणि गट-तट जोपर्यंत ढासळत नाहीत तोपर्यंत निर्माण होत राहणारच. सामाजिक समरसता मंचाला ही सामाजिक जाणीव ठेवावीच लागेल. काळाच्या ओघात आरंभी प्रवाह सुटे असले तरी पुढे ते विकसित समाज-गंगेला मिळून समरस होणार असतात, एकात्म होणार असतात. शिवाय ही समाजगंगाही शेवटी राष्ट्रसागराच्या विशाल जलाशयात विलीन होणारच असते. कालभान हे सतत ठेवले, तरच समाजविकास साधला जाणार असतो.

'साहित्य हे फक्त साहित्य असते, ते फक्त चांगले किंवा वाईट असते.' ही भूमिकाही सबगोलंकार आणि भोंगळ असते. कारण साहित्य हे फक्त साहित्यच असते, तर जगात प्रचंड साहित्य अगोदरच निर्माण झालेले असताना रोज नवे नवे साहित्य का निर्माण होते? असा प्रश्न विचारता येतो.

थोडक्यात असे म्हणता येईल की, साहित्य ही त्या त्या समाजाची सांस्कृतिक

निर्मिती असते. त्या त्या समाजाची वर्तमान स्पंदने त्या त्या वेळी निर्माण होणाऱ्या साहित्यात प्रतिबिंबित होत असतात. साहित्याची कलामूल्ये सर्वत्र सारखीच असली, तरी त्या साहित्याच्या आशय-अनुभवांतून स्पंदन पावणारी मानवी जीवनमूल्ये ही त्या त्या समाजाच्या स्थितिगतीशी निगडित असतात. म्हणून त्या त्या काळात साहित्य निर्माण होत असते. तसेच ते त्या त्या समाजाचे, त्या त्या राष्ट्राचे असे खास साहित्य असते; ते जगाच्या इतर साहित्यापेक्षा वेगळे असते. त्या साहित्याचे चांगले-वाईटपण हे त्या समाजाचे, त्या राष्ट्राचे, तेथील जीवनमूल्यांचे प्रतिबिंब त्या साहित्यात किती यथार्थपणे पडलेले आहे, यावर अवलंबून असते. म्हणजे साहित्याचे चांगले-वाईटपण केवळ कलामूल्यांवर अवलंबून नसते. म्हणून प्रवाह न मानणारी, केवळ कलामूल्यांवर साहित्याचे चांगले-वाईटपण निश्चित करणारी भूमिका ही साहित्याच्या अर्धवट ज्ञानावर आधारलेली व्यक्तिवादी आणि त्यामुळे भोंगळ वाटते. हीही भूमिका सामाजिक समरसतेच्या साहित्याला मानता येणे अशक्य आहे.

हे सर्व इथे आवर्जून सांगण्याचे कारण एवढेच की, अशा काही संभाव्य आक्षेपांना तोंड देण्याची तयारीही 'सामाजिक समरसता-साहित्यमंचाला' करून ठेवावी लागणार आहे.

सामाजिक समरसतेची कल्पना सबंध भारतीय समाजाला गवसणी घालणारी आणि भारतीय नवयुगाला सामोरी जाणारी आहे. म्हणून ती महात्मा जोतिबा फुले, डॉ. बाबासाहेब आंबेडकर, डॉ. केशव बळिराम हेडगेवार, गोळवलकर गुरुजी यांच्या उत्तम विचारांचा आणि नवसमाजाच्या निर्मितिमूल्यांचा समन्वय साधते आहे. कालबाह्य झालेली धर्मतत्त्वे ती आस्थापूर्वक विसर्जित करू पाहते आहे. कारण तिला वर्णव्यवस्था, जातिव्यवस्था यांचा त्याग करून जातिनिरपेक्ष भारतीय समाजाची नवनिर्मिती करावयाची आहे, समतायुक्त, शोषणमुक्त, निर्दोष समाजरचना हे तिचे ध्येय आहे. ती समरसता आणि राष्ट्रवाद या एकाच नाण्याच्या दोन बाजू मानते. त्यासाठी तिला अंतर्गत समाजकलह नष्ट करावयाचा आहे. जाती, धर्म, वर्ण, ग्रामीण, नागर, प्रादेशिकता यांच्यातील परस्पर आणि अंतर्गत संघर्ष टाळून तिला नव्या भारतीय युगाचा एकात्मरूप सलग समाज उभा करावयाचा आहे. अशा समाजनिर्मितीला उपकारक, प्रेरक आणि उत्थानकारक साहित्यनिर्मिती समरसता मंचाला अभिप्रेत आहे. त्यामुळे अशा साहित्यातही आपोआपच भारतीय नवसमाजनिर्मितीची मूल्ये अभिप्रेत आहेत. ही मूल्ये ज्या म. फुले, डॉ. आंबेडकर, संत गाडगे महाराज, डॉ. हेडगेवार, गोळवलकर गुरुजी इत्यादी भारतीय संत-सुधारकांनी निर्मिली, त्यांचीच प्रेरणा घेऊन महाराष्ट्रात यापूर्वीच काही चळवळींनी आपापल्या परीने साहित्यनिर्मिती केलेली आहे. त्यांचा तो खारीचा वाटाही या सेतुबंधनात उपयुक्त ठरेल.

समरसता साहित्याच्या दिशेने या 'समरसता साहित्य संमेलनाने' पहिले पाऊल

उचललेले आहे. अशा संमेलनांच्या बाबतीत समरसता मंच निश्चितपणे सातत्य ठेवील याची खात्री वाटते. त्यासाठी मंचाला नवे नवे उपक्रम हाती घ्यावे लागतील. समरसता साहित्य शिबिरे घ्यावी लागतील. साहित्यनिर्मितीला उपकारक परिषद स्थापन करावी लागेल. तिचे वाङ्मयीन नियतकालिक चालवावे लागेल. उत्तम साहित्य ग्रंथरूपात प्रसिद्ध करण्यासाठी प्रकाशन विभागही निर्माण करावा लागला तर ते सुसंगतच ठरणारे आहे. त्यातूनच नवा वाचकवर्ग घडणार आहे, की जो उद्याच्या एकात्म एकसंध समाजरचनेचा तरुण पाईक आणि सैनिक असणार आहे.

◆

परिशिष्ट - लेखांची पूर्वप्रसिद्धी

१) साहित्यप्रवाहांचे स्वरूप- प्रस्तुत ग्रंथासाठी लिहिलेला लेख.

२) वाङ्मयीन नियतकालिके आणि साहित्यप्रवाह (विचारशलाका, जुलै-डिसेंबर १९९७).

३) कादंबरी आणि आधुनिक समाज (अंतर्नाद दिवाळी १९९८).

४) समाजाची साहित्यातील रुची म्हणजे अभिरुची नव्हे (साहित्यसूची: मे १९८९).

५) मराठी साहित्यातील ग्रामीण स्त्री. (दै. सकाळ, कोल्हापूर, महिला विशेषांक: १ ऑगस्ट १९९५.).

६) कथाकार श्री. म. माटे आणि मी. (म. सा. पत्रिका, पुणे. माटे जन्मशताब्दी विशेषांक १९८६).

७) उदयोन्मुख तरुण पिढीची सामाजिक कोंडी आणि साहित्य. (ग्रामीण तरुण पिढीची कोंडी, केसरी (सांगली) दि. २९ जून १९८६).

८) ग्रामीण आणि दलित साहित्यप्रवाहांचे तुलनात्मक स्वरूप (दलित साहित्य : प्रवाह आणि प्रतिक्रिया १९८६).

९) संमेलन-व्यासपीठाच्या मर्यादा. (बडगुजर उवाच: पक्षिक, जळगाव. अ. भा. मराठी साहित्यसंमेलन विशेषांक. १९८४).

१०) साहित्यसंस्था आणि सामाजिक जाणिवांचे नवे साहित्य. ('साहित्यकारण आणि सामाजिक परिषद' किर्लोस्कर फेब्रुवारी १९८८).

११) साहित्यविकासाच्या वाटा. (बेळगाव येथे झालेल्या चौथ्या दक्षिण महाराष्ट्र साहित्यसंमेलनाच्या अध्यक्षपदावरून केलेले भाषण संक्षिप्त रूपात. १९-२० ऑक्टोबर १९८६).

१२) स्वातंत्र्योत्तर समाज आणि वाङ्मयीन संस्कृती (साक्री, जि. धुळे येथे झालेल्या पहिल्या 'दलित आदिवासी-ग्रामीण संयुक्त' साहित्य संमेलनाच्या

अध्यक्षपदावरून केलेले भाषण संक्षिप्त रूपात. २८-२९-३० नोव्हेंबर १९८७).

१३) आधुनिकतेने निर्माण केलेले साहित्यिक प्रश्न (विदर्भातील 'भंडारा' येथे झालेल्या चौथ्या अ. भा. जनसाहित्य संमेलनाच्या अध्यक्षपदावरून केलेले भाषण संक्षिप्त रूपाने. २४-२५ नोव्हेंबर १९९०).

१४) साहित्य चळवळी, समाज आणि साहित्यिक (कोल्हापूर येथे झालेल्या ६५ व्या अ. भा. म. साहित्यसंमेलनात घेतलेली मुलाखत. प्रश्नकर्ते प्रा. कमलाकर दीक्षित, प्रा. म. अ. कुलकर्णी, डॉ. द. ता. भोसले आणि डॉ. वासुदेव मुलाटे. ३१ जानेवारी, १-२ फेब्रुवारी १९९२. प्रसिद्धीः महाराष्ट्र साहित्य पत्रिका पुणे - ऑक्टो. - डिसेंबर १९९२).

१५) मराठी साहित्यात निर्माण झालेले आवर्त. (तिसरे ठाणे जिल्हा मराठी साहित्यसंमेलनाच्या अध्यक्षपदावरून केलेले भाषण संक्षिप्त रूपाने २९-३० जून १९९६).

१६) सामाजिक समरसता आणि साहित्य (जळगाव येथे झालेल्या पहिल्या समरसता मंचाच्या साहित्य संमेलनाच्या अध्यक्षपदावरून केलेले भाषण. नोव्हेंबर १९९८).

◆